INSIGHT PUBLICA®

നവോത്ഥാന പരമ്പര

INSIGHT PUBLICA®

Nadakkavu, Kozhikode, Kerala
Tel:0495-4020666
www.insightpublica.com
e-mail: insightpublica@gmail.com

**Pourohithyam Venda**
**Vakkom Abdulkhader Moulavi**
(Malayalam)
**Mujeeb Rahman Kinalur**

Ist Edition: February 2017
This Edition: March 2020

ISBN 978-93-85899-81-2
Published by
Insightinpublica Publishers Pvt. Ltd.
Printed at Repro India Limited, India
₹179

# പൗരോഹിത്യം വേണ്ട

## വക്കം അബ്ദുൽ ഖാദർ മൗലവി

മുജീബുർ റഹ്മാൻ കിനാലൂർ

INSIGHT PUBLICA ®

നവോത്ഥാന പരമ്പര

# നവോത്ഥാന പരമ്പര

അനീതിയും അസമത്വവും അയിത്തവും അനാചാരവും തളം കെട്ടി നിന്ന, ഭ്രാന്താലയമെന്ന് പേരുകേട്ട കേരളീയ സമൂഹത്തിൽ നവോത്ഥാന കാഹളം മുഴക്കി സമൂഹത്തെ മാറ്റിമറിച്ച നവോത്ഥാന പോരാളികളുടെ ജീവിതവും ഇടപെടലുകളുമാണ് നവോത്ഥാന പരമ്പരയിൽ സമാഹരിക്കുന്നത്. ശ്രീനാരാണ ഗുരു, ചാവറയച്ചൻ, വക്കം അബ്ദുൽ ഖാദർ മൗലവി, ചട്ടമ്പി സ്വാമികൾ, സഹോദരൻ അയ്യപ്പൻ, വാഗ്ഭടാനന്ദൻ, അയ്യങ്കാളി, വി.ടി. ഭട്ടതിരിപ്പാട്, പി. കൃഷ്ണപിള്ള, ആര്യാപള്ളം തുടങ്ങി പത്ത് പേരാണ് ഈ പരമ്പരയിലുള്ളത്.

ഇത്തരമൊരു സംരംഭത്തിന് അകമഴിഞ്ഞ് പ്രോത്സാഹനമേകിയ സുമനസ്സുകളെ സ്നേഹപൂർവ്വം സ്മരിക്കുന്നു. യഥാസമയം പുസ്തകങ്ങൾ തയ്യാറാക്കി നൽകിയ പ്രിയ എഴുത്തുകാർക്ക് സ്നേഹം.

**സുമേഷ് ഇൻസൈറ്റ്**

കോഴിക്കോട് ജില്ലയിലെ കിനാലൂരിൽ 1972 മെയ് 1ന് ജനനം. 1993ൽ കോഴിക്കോട് സർവകലാശാലയിൽ നിന്ന് ബിരുദവും 1999ൽ അലീഗർ മുസ്ലീം സർവകലാശാലയിൽ നിന്ന് അറബി സാഹിത്യത്തിൽ ബിരുദാനന്തര ബിരുദവും നേടി. 1991 മുതൽ വിവിധ ആനുകാലികങ്ങളിൽ എഴുതുന്നു. വർത്തമാനം ദിനപത്രം, ശബാബ് വാരിക, പുടവ മാസിക എന്നിവയുടെ പത്രാധിപ സമിതിയിൽ പ്രവർത്തിക്കുന്നു, ബാല കൗതുകം, സർഗവിചാരം മാസികകളുടെ പത്രാധിപരായി പ്രവർത്തിച്ചിട്ടുണ്ട്. ഇപ്പോൾ കണ്ണൂർ ഗവ. വൊക്കേഷണൽ ഹൈസ്കൂളിൽ അധ്യാപകൻ. കോഴിക്കോട് കേന്ദ്രമായി പ്രവർത്തിക്കുന്ന വക്കം മൗലവി പഠന കേന്ദ്രത്തിന്റെ ചെയർമാനാണ്.

**കൃതികൾ :** *മതമൈത്രിയും കേരള മുസ്ലീംകളും* (2002), *ചേകന്നൂർ അകവും പുറവും* (2003), *അമേരിക്കൻ സാമ്രാജ്യത്വം അനീതിയുടെ ലോകവാഴ്ച, പ്രവർത്തകന്റെ ആത്മ വിചാരങ്ങൾ* (2008), *ഭയപ്പെടേണ്ട ദൈവം കൂടെയുണ്ട്* (2010, 2012), *ആധുനികതയും മുസ്ലീം നവോത്ഥാനവും* (2010), *അമേരിക്ക-ബഹുവർണ ചിത്രങ്ങൾ - യാത്രാനുഭവം* (2012), *വടവൃക്ഷം* (ബാലസാഹിത്യം 2013,) *ഇസ്ലാമോഫോബിയ-വംശ വെറിയുടെ രാഷ്ട്രീയം* (2015).

email: kinalur@gmail.com

**മുജീബുർ റഹ്മാൻ കിനാലൂർ**

# മുൻവാക്ക്

ചെറുപ്പം മുതൽ തന്നെ എന്റെ മനസ്സിനെ കീഴടക്കിയ വിപ്ലവകാരിയാണ് വക്കം അബ്ദുൽ ഖാദർ മൗലവി. കേരള സമൂഹത്തിന്റെ നവോത്ഥാന മുന്നേറ്റ ചരിത്രം കൂടുതൽ ആഴത്തിൽ മനസ്സിലാക്കാൻ ശ്രമിച്ചപ്പോൾ അദ്ദേഹത്തെ കുറിച്ചുള്ള മതിപ്പ് പതിന്മടങ്ങായി വർധിച്ചു കൊണ്ടിരുന്നു. കാലത്തിന് മുമ്പേ പറന്ന ആ മഹാപ്രതിഭാശാലിയുടെ ചിന്തകളും, പ്രവർത്തനങ്ങളും മനസ്സിൽ ഉണർത്തുന്ന ആശ്ചര്യവും അമ്പരപ്പും തന്നെയാണ് ഇങ്ങനെ ഒരു പുസ്തക രചനയിലേക്കും എന്നെ പ്രചോദിപ്പിച്ചത്.

വക്കം മൗലവിയുടെ സമകാലികനും സഹപ്രവർത്തകനും ബന്ധുവുമായ എം. മുഹമ്മദ് കണ്ണാണ് അദ്ദേഹത്തിന്റെ പ്രഥമ ജീവചരിത്രം രചിച്ചത്. ഡോ. ജമാൽ മുഹമ്മദ് എഴുതിയ 'സ്വദേശാഭിമാനി വക്കം മൗലവി' എന്ന സാമാന്യം ബൃഹത്തായ ഒരു ജീവചരിത്ര കൃതി ഈയടുത്തായി പ്രസിദ്ധീകരിക്കപ്പെടുകയുണ്ടായി. മൗലവിയുടെ ജീവിതത്തെയും അദ്ദേഹം സൃഷ്ടിച്ച നവോത്ഥാന പ്രസ്ഥാനത്തെയും അതിന് ആധാരമായ ചിന്തകളെയും കുറിച്ച് ചെറുതും വലുതുമായ നിരവധി പ്രബന്ധങ്ങളും പുസ്തകങ്ങളും വേറെയും പുറത്തിറങ്ങിയിട്ടുണ്ട്. അതൊന്നും, ആ മഹാനായ നവോത്ഥാന നായകനെ മലയാളികളിൽ പ്രതിഷ്ഠിക്കാൻ പര്യാപ്തമായിട്ടില്ലെന്നതു തന്നെയാണ് സത്യം. കേരളീയ നവോത്ഥാന ചരിത്രത്തിൽ ശ്രീനാരായണഗുരു എത്രമാത്രം പ്രസക്തമാണോ, അത്രതന്നെ പ്രസക്തമാണ് ഗുരുവിന്റെ സമകാലികനും നാട്ടുകാരനുമായ വക്കം മൗലവി. മലയാളത്തിൽ രാഷ്ട്രീയ പത്രപ്രവർത്തനത്തിന് നാന്ദി കുറിച്ച 'സ്വദേശാഭിമാനി' യുടെ സ്ഥാപകൻ എന്ന വിശേഷണം മാത്രം മതി വക്കം

മൗലവിയുടെ മഹത്വം കുറിക്കാൻ. രാജാധിപത്യത്തിൽ നിന്നും വിദേശ അധിനിവേശത്തിൽ നിന്നും വിമോചനം നേടി ആധുനിക ജനാധിപത്യത്തിലേക്ക് കേരള സമൂഹത്തെ ധൈഷണികമായി വളർത്തിയെടുക്കുന്നതിൽ വക്കം മൗലവി നല്കിയിട്ടുള്ള സംഭാവനകൾ ഇപ്പോഴും വേണ്ടത്ര അനാവരണം ചെയ്യപ്പെട്ടിട്ടില്ല. സർവ്വോപരി അജ്ഞതയിലും അന്ധവിശ്വാസങ്ങളിലും സാമൂഹിക പിന്നോക്കാവസ്ഥയിലും മുപ്പ കുത്തിക്കിടന്ന കേരളത്തിലെ മുസ്ലീം സമുദായത്തെ വിദ്യാഭ്യാസത്തിന്റെ പ്രഭയിലേക്കും പുരോഗതിയുടെ ഉന്നത പടവുകളിലേക്കും കൈ പിടിച്ചുയർത്തിയ യുഗശിൽപ്പി കൂടിയാണ് മൗലവി. ആധുനിക കേരള മുസ്ലീം സമൂഹത്തിന്റെ സാമൂഹ്യവും രാഷ്ട്രീയവുമായ ചരിത്രത്തിൽ വക്കം അബ്ദുൽ ഖാദർ മൗലവിയുടെ നാമം അനശ്വരമാണ്. ദൗർഭാഗ്യവശാൽ, ഇതിഹാസതുല്യനായ ആ മഹാമനീഷി മലയാളികളുടെ ഓർമകളിൽ തെളിഞ്ഞു കാണുന്നില്ല. 'സ്വദേശാഭിമാനി' പത്രത്തിന്റെ നാമം പത്രാധിപരായ രാമകൃഷ്ണപ്പിള്ളയിലൂടെ ജീവിക്കുമ്പോഴും അതിന്റെ സ്ഥാപകനായ മൗലവി വിസ്മൃതിയിൽ അലിഞ്ഞു പോകുന്നു! വക്കം മൗലവിയുടെ പുത്രനും പുകൾപെറ്റ സാഹിത്യകാരനുമായ വക്കം അബ്ദുൽ ഖാദറിനെയും സ്വാതന്ത്ര്യ സമരത്തിൽ തൂക്കിലേറ്റപ്പെട്ട വക്കം അബ്ദുൽ ഖാദറിനെയും 'വക്കം മൗലവി'യായി തെറ്റിദ്ധരിക്കുന്നവർ വലിയ ചരിത്ര പണ്ഡിതന്മാരിൽ പോലും ഇന്നുമുണ്ട് എന്നത്, യഥാർത്ഥ വക്കം മൗലവിയെക്കുറിച്ചുള്ള നമ്മുടെ അജ്ഞതയെ വെളിപ്പെടുത്തുന്നു.

കേരളത്തിലെ മുസ്ലീംകളുടെ സാമൂഹിക ജീവിതത്തിൽ ഇടപെട്ടു പ്രവർത്തിക്കാൻ തുടങ്ങിയതു മുതൽ വക്കം മൗലവിയുടെ ദർശനങ്ങളെയും അത് രൂപപ്പെടുത്തിയ സ്വാധീന മേഖലകളെയും ശ്രദ്ധിച്ചു പഠിക്കാൻ ഞാൻ ശ്രമിക്കുകയുണ്ടായി. വക്കം മൗലവിയുടെ നവോത്ഥാന ചിന്തയെ ജ്വലിപ്പിച്ച ഈജിപ്ഷ്യൻ നവോത്ഥാന പ്രസ്ഥാനത്തെയും അത് മൗലവിയിൽ സൃഷ്ടിച്ച വിപുലമായ സ്വാധീനത്തെയും അടുത്തറിയാൻ വിശേഷിച്ചും ശ്രമിച്ചു. ഈ മേഖലയിൽ ചില പഠന സെമിനാറുകൾക്കും മറ്റും നേതൃത്വം നൽകുകയും ചെയ്തു.

ആയിടക്കാണ് മൗലവിയുടെ ചിന്തകളിൽ പ്രചോദിതനായി, അതിന്റെ പ്രചാരണത്തിന് മുന്നിട്ടിറങ്ങിയ തിരുവനന്തപുരം സ്വദേശിയും മുൻ അലിഗർ പ്രഫസറുമായ ഡോ. കുന്നിൽ ബഷീറിനെ പരിചയപ്പെടുന്നത്. അദ്ദേഹവുമായി നിരന്തരം ബന്ധപ്പെടുകയും കൂടിക്കാഴ്ചകൾ നടത്തുകയും ചെയ്തതിന്റെ ഫലമായി, മൗലവിയുടെ ബൗദ്ധിക ജീവചരിത്രം വെളിപ്പെടുത്തുന്ന ഒരു കൃതി രണ്ടാളും

ചേർന്ന് എഴുതാൻ തീരുമാനിച്ചു. ആ വഴിക്കു ചില ഒരുക്കങ്ങൾ ആരംഭിക്കുകയും ചെയ്തു. എന്നാൽ, അത് സഫലമാകും മുമ്പെ ഒരു വാഹനാപകടത്തിൽ അദ്ദേഹം മരണപ്പെട്ടു. അതോടെ, മനസ്സിൽ രചനയാരംഭിച്ചിരുന്ന മൗലവിയെ കുറിച്ചുള്ള പുസ്തകം തൽക്കാലം നിലച്ചുപോയി. അന്ന് ഉദ്ദേശിക്കപ്പെട്ട ഘടനയിലല്ലെങ്കിലും ആ ആഗ്രഹത്തിന്റെ പൂർത്തീകരണമാണ് ഈ പുസ്തകം.

ഇൻസൈറ്റ് പബ്ലിക്ക പുറത്തിറക്കുന്ന കേരളത്തിലെ നവോത്ഥാന നായകന്മാരെ കുറിച്ചുള്ള പരമ്പരയിൽ വക്കം മൗലവിയെക്കുറിച്ച് ഒരു പുസ്തകമെഴുതണമെന്ന്, അതിന്റെ പ്രവർത്തകർ ആവശ്യപ്പെട്ടപ്പോൾ അതൊരു നിയോഗമായാണ് എനിക്കു തോന്നിയത്. പുസ്തക രചനക്കു വേണ്ടി ഇതുവരെ ഇറങ്ങിയ വക്കം മൗലവിയുടെ ജീവചരിത്ര കൃതികളും അദ്ദേഹത്തെകുറിച്ച് എഴുതപ്പെട്ട സ്മരണകളും പ്രബന്ധങ്ങളും മൗലവി എഴുതിയ കൃതികളുമെല്ലാം പരിശോധിക്കുകയുണ്ടായി. വക്കം മൗലവിയുടെ കൃതിയും പ്രസിദ്ധീകരണങ്ങളും പുനപ്രസിദ്ധീകരിക്കുന്നതിൽ തിരുവനന്തപുരം കേന്ദ്രമായി പ്രവർത്തിക്കുന്ന വക്കം മൗലവി ഫൗണ്ടേഷൻ കാണിക്കുന്ന ഉത്സാഹത്തെ ഈ സന്ദർഭത്തിൽ പരാമർശിക്കാതെ വയ്യ. മൗലവി പുറത്തിറക്കിയ ഏതാണ്ടെല്ലാ പ്രസിദ്ധീകരണങ്ങളും മൗലവി എഴുതിയ രചനകളും ഇപ്പോൾ അവർ പ്രസിദ്ധീകരിച്ചിട്ടുണ്ട്, ചരിത്രാന്വേഷകൾക്ക് അത് വിലപ്പെട്ട രേഖകളാണ്. ഞാൻകൂടി ഭാഗവാക്കായ കോഴിക്കോട് വക്കം മൗലവി പഠന ഗവേഷണ കേന്ദ്രവും, വക്കം മൗലവിയുടെ സമ്പൂർണ കൃതികൾ സമാഹരിക്കാനുള്ള പദ്ധതി നടപ്പാക്കി വരുന്നുണ്ട്.

നമ്മുടെ രാജ്യം വർഗീയവും സാമുദായികവുമായി കൂടുതൽ സങ്കോചിച്ചു കൊണ്ടിരിക്കുന്ന അഭിശപ്തമായ വർത്തമാന കാലത്ത്, നവോത്ഥാന നായകന്മാരെ കുറിച്ചുള്ള ഓർമ്മകൾ തിരിച്ചുകൊണ്ടുവരേണ്ടത് അനിവാര്യമായിരിക്കുന്നു. നവോത്ഥാന ശിൽപ്പികളെ, സങ്കുചിത സ്ഥാപിത താൽപര്യക്കാരായ സംഘടനകളും പ്രസ്ഥാനങ്ങളും 'തട്ടിയെടുത്ത്' സ്വന്തമാക്കാനുള്ള നീചനീക്കവും നടന്നു വരുന്നുണ്ട്. ജാതിയ്ക്കെതിരെ ആജന്മം പോരാടിയ നാരായണ ഗുരുവിനെ ജാതിയുടെ വക്താവാക്കി അവതരിപ്പിക്കാനും പൗരോഹിത്യത്തിനെതിരെ ആഞ്ഞടിച്ച വക്കം മൗലവിയെ സാമുദായിക മൗലികവാദിയാക്കാനുള്ള നീക്കങ്ങൾ വ്യാപകമാണ്. മുസ്ലീം സാമൂഹിക ജീവിതത്തിന്റെ ബാഹ്യഘടന ഒട്ടേറെ പരിഷ്കൃതമായിട്ടുണ്ടെങ്കിലും അതിന്റെ ഉള്ളറയിൽ ഇന്നും യാഥാസ്ഥിതിക പൗരഹിത്യം പിടിമുറുക്കുന്നുണ്ട്.

നവോത്ഥാന പൈതൃകമുള്ള പ്രസ്ഥാനങ്ങൾ പോലും വലിയ തോതിൽ പിൻനടത്തമാരംഭിച്ചതിന്റെ ലക്ഷണങ്ങളും തലപൊക്കി ക്കഴിഞ്ഞു. ഈ ഘട്ടത്തിൽ 'പൗരോഹിത്യം വേണ്ട' എന്ന വക്കം മൗലവിയുടെ ആഹ്വാനം ശക്തമായി മുഴങ്ങേണ്ടിയിരിക്കുന്നു,

ഇൻസൈറ്റ് പബ്ലിക്കയുടെ എഡിറ്ററും എന്റെ പ്രിയ സുഹൃത്തുമായ സുമേഷിന്റ നിരന്തരമായ ഓർമ്മപ്പെടുത്തലുകളും നിർബന്ധവുമാണ് ഈ പുസ്തകം പുറത്തിറങ്ങാൻ മുഖ്യ ഇന്ധനമായത് എന്നു പറഞ്ഞാൽ അതിൽ ഒട്ടും അതിശയോക്തിയില്ല. ഈ പുസ്തക രചനയുമായി ബന്ധപ്പെട്ട സ്രോതസ്സുകൾ ലഭ്യമാക്കുന്നതിൽ സഹകരിച്ച വക്കം മൗലവിയുടെ പേര മകനും വക്കം മൗലവി ഫൗണ്ടേഷൻ അധ്യക്ഷ നുമായ എ സുഹൈർ, ഈ മേഖലയിൽ ഗവേഷണം നടത്തുന്ന ടി കെ ജാബിർ, മൗലവിയുടെ കുടുംബാംഗങ്ങളായ എഞ്ചിനീയർ മുനീർ അദ്ദേഹത്തിന്റെ മകൻ സമീർ, പലപ്പോഴും ചർച്ചകളിൽ ഏർപ്പെട്ട ഷാജഹാൻ മാടമ്പാട്, അശറഫ് കടയ്ക്കൽ, വി കെ ആസിഫലി തുടങ്ങി ഒട്ടേറെ പേരോട് ഞാൻ കടപ്പെട്ടിരിക്കുന്നു. അവരോടുള്ള നന്ദി ഹൃദയത്തിൽ സൂക്ഷിക്കുന്നു.

വക്കം മൗലവി എന്ന മഹാമനുഷ്യന്റെ ഓർമ്മകൾ മലയാളി മനസ്സുകളിൽ മായാതെ നിലനിർത്താനും അദ്ദേഹത്തിന്റെ ചിന്തകളും നവോത്ഥാന കാഴ്ചപ്പാടും ഊക്കത്തോടെ ഉയർത്തിപ്പിടിക്കാനും ഈ കൊച്ചു പുസ്തകം സഹായകമാകുമെന്ന പ്രത്യാശയോടെ വായന ക്കായി സമർപ്പിക്കുന്നു.

**മുജീബുർ റഹ്മാൻ കിനാലൂർ**

9, ഫെബ്രുവരി 2017

കോഴിക്കോട്

# ഉള്ളടക്കം

# ഇരുണ്ടകാലം

പത്തൊമ്പതാം നൂറ്റാണ്ടിൽ കേരള സമൂഹത്തിന്റെ സാംസ്കാരിക ജീവിതം അത്യന്തം ഇരുട്ട നിറഞ്ഞതായിരുന്നു. സാമാന്യേന എല്ലാ സമുദായങ്ങളിലും അന്ധവിശ്വാസങ്ങളും അനാചാരങ്ങളും സർവവ്യാപിയായിരുന്നു. അക്ഷരാഭ്യാസമുള്ളവരുടെ അംഗസംഖ്യ വളരെ ചുരുക്കം. മതത്തിന്റെയും ആചാരങ്ങളുടെയും പേരിൽ പൗരോഹിത്യം സാധാരണ ജനങ്ങളെ ചൂഷണം ചെയ്തു. അടിസ്ഥാന വർഗങ്ങൾക്കും ദരിദ്ര വിഭാഗങ്ങൾക്കും മതഗ്രന്ഥങ്ങളോ വേദങ്ങളോ പഠിക്കാനുള്ള അവസരം നൽകപ്പെട്ടില്ല. മന്ത്രതന്ത്രങ്ങൾകൊണ്ടും ആചാരാനുഷ്ഠാനങ്ങൾ കൊണ്ടും മൂടപ്പെട്ട ഒരു ജനതയിൽ സ്വാഭാവികമായും സാംസ്കാരികമായ യാതൊരു ഉണർവും പ്രത്യക്ഷപ്പെട്ടില്ല. തങ്ങളുടെ പതിതാവസ്ഥയെ തിരിച്ചറിയാൻ പോലും അവർക്കു സാധിക്കുമായിരുന്നില്ല. ജാത്യാചാരങ്ങൾ അതിന്റെ മൂർധന്യത്തിലെത്തിയിരുന്നു. അവർണ സമൂഹത്തിന് എല്ലാ മനുഷ്യാവകാശങ്ങളും തടയപ്പെട്ടിരുന്നു. കേരള സമുദായത്തിലെ പ്രബല അവർണ സമുദായങ്ങൾ ദുർമൂർത്തികളെയായിരുന്നു ആരാധിച്ചിരുന്നത്. ചാത്തൻ, ചാമുണ്ഡി, മാടൻ, പൂതത്താൻ, ചുടല മാടൻ തുടങ്ങിയ ദുർമൂർത്തികളായിരുന്നു, അവർണർക്ക് അനുവദിക്കപ്പെട്ട ആരാധ്യർ. കള്ളും ചാരായവും ബലിയുമായിരുന്നു അവയ്ക്കുള്ള നൈവേദ്യങ്ങൾ. ജാതി സമുദായങ്ങൾ അനുഷ്ഠിച്ചു പോന്ന ആചാരങ്ങൾ അനവധിയായിരുന്നു. താലികെട്ടു കല്യാണം, തെരണ്ടുകുളി, പുളികുടി തുടങ്ങിയ ആചാരങ്ങൾ സാർവത്രികമായിരുന്നു.

വരന്റെ പ്രതിനിധിയായി വരന്റെ സഹോദരി ഇരുട്ടത്ത് വന്ന് വധുവിന് മുണ്ടു കൊടുത്ത് കെട്ടിക്കൊണ്ടുവരുന്ന സമ്പ്രദായമായിരുന്നു

ഈഴവ സമുദായത്തിലെ വിവാഹം. ഇത് 'പുടവകൊട' എന്നു വിളിക്കപ്പെട്ടു. വിചിത്രവും സാമ്പത്തികച്ചെലവേറിയതുമായിരുന്നു വിവാഹവുമായി ബന്ധപ്പെട്ട പല ആചാരങ്ങളും. വിവാഹാനന്തരം വരൻ ദിവസങ്ങളോളം വധൂഗൃഹത്തിൽ ചെലവഴിക്കുകയാണ് പതിവ്. ആ ദിവസങ്ങളിൽ പല തരം മാമൂലുകൾ നിലനിന്നിരുന്നു. പെൺകുട്ടികൾ തിരളും മുമ്പ് പന്ത്രണ്ടു വയസ്സിനകം വിവാഹം കഴി ച്ചയക്കുന്നതായിരുന്നു അക്കാലത്തെ രീതി. കെട്ടാതെ തിരണ്ടാൽ 'നാണിഭക്കേട്' ആയി കരുതപ്പെട്ടു. പാണ്ഡവാചാരം എന്നറിയപ്പെട്ട സഹോദര ബഹുഭർതൃത്വം ഈഴവരിലും കമ്മാളരിലും സാധാരണമാ യിരുന്നു. മൂത്ത സഹോദരൻ വിവാഹം ചെയ്യുന്ന സ്ത്രീ എല്ലാ സഹോ ദരന്മാരുടെയും ഭാര്യയായിരിക്കുന്ന രീതിയെയാണ് പാണ്ഡവാചാരം എന്നു വിളിച്ചിരുന്നത്.

പ്രസവം, മരണം, തീണ്ടാരി എന്നിവ സംഭവിച്ചാൽ നിശ്ചിത ദിവസങ്ങൾ അശുദ്ധിയായി (പുല) കരുതപ്പെട്ടു. പുല തീരുന്ന നാൾ മണ്ണാത്തിയിൽ നിന്ന് 'മാറ്റ്' വാങ്ങുന്ന ആചാരം നിലനിന്നിരുന്നു. ഒരു സ്ത്രീ പ്രസവിക്കുകയോ അവളുടെ തറവാട്ടിൽ ആരെങ്കിലും മരണപ്പെടുകയോ അല്ലെങ്കിൽ ആർത്തവമുണ്ടാകുകയോ ചെയ്യുകയും അവൾ നിശ്ചിത ദിവസങ്ങൾ പുല ആചരിക്കാതിരിക്കുകയും ചെയ്താൽ അവൾ ജാതി ഭ്രഷ്ടയായി വിധിക്കപ്പെടും. അന്ധവിശ്വാ സങ്ങളും അനാചാരങ്ങളും അവർണരിൽ നിലനിന്നത് ജാതിയുമായി ബന്ധപ്പെട്ടാണ്. ഇന്ത്യയിൽ മറ്റെവിടെയുമില്ലാത്ത വിധം ജാത്യാ ചാരങ്ങളും മർദനങ്ങളും കേരളത്തിൽ നിലനിന്നതായി കാണാം. താണ ജാതിക്കാർ അക്കാലത്ത് അനുഭവിച്ച അധഃസ്ഥിതിയെ അനാവാരണം ചെയ്തുകൊണ്ട് റവ. മോറ്റിയർ വിവരിക്കുന്നു: പൊതു നിരത്തുകളിൽ കൂടി നടക്കുവാൻ അവർണരെ അനുവദിച്ചിരുന്നില്ല. ഒരു നായരെ അയിത്തമാക്കുന്നത്ര ദൂരത്തിൽ കൂടി ഒരു അവർണൻ സഞ്ചരിച്ചാൽ അയാളെ ഉടനെ തന്നെ വെട്ടിനുറുക്കും. അവർണരെ ഉടനടി തിരിച്ചറിയുന്നതിനുവേണ്ടി അരയ്ക്കു മീതെ അവർ വസ്ത്രധാരണം ചെയ്തുകൂടെന്ന് വിലക്കിയിരുന്നു. ചെരിപ്പ്, കുട, വിശേഷപ്പെട്ട വസ്ത്രം, വിലപിടിച്ച ആഭരണങ്ങൾ എന്നിവ അവർക്ക് നിഷിദ്ധമായിരുന്നു. ശക്തമായി മഴ പെയ്യുമ്പോൾ പോലും ബ്രാഹ്മണനൊഴികെ മറ്റെല്ലാ ജാതിക്കാരും പൊതു ആഘോഷവേളകളിൽ കുട ഉപയോഗിക്കാൻ പാടില്ലെന്ന് നിർബന്ധമായിരുന്നു. ഉയർന്ന ജാതിക്കാരോട് സ്ത്രീകൾ ബഹുമാനം കാണിക്കുക മാറു മറയ്ക്കുന്ന വസ്ത്രം എടുത്തു മാറ്റിയാണ്."[1]

താഴ്ന്ന ജാതിക്കാരിൽ ഏറ്റവും കൂടുതൽ സാമൂഹിക വിവേചനവും

മർദനങ്ങളും അനുഭവിച്ചിരുന്നത് പുലയ തുടങ്ങിയ അധഃകൃതരായിരുന്നു. തീർത്തും അടിമ സമാനമായ ജീവിതമായിരുന്നു അവർ നയിച്ചിരുന്നത്. പത്തൊമ്പതാം നൂറ്റാണ്ടിന്റെ മധ്യത്തിൽ പുലയരുടെ സ്ഥിതിയെ പറ്റി റവ. ജോർജ് മാത്തൻ ചർച്ച് മിഷൻ കമ്മിറ്റിക്കയച്ച റിപ്പോർട്ടിൽ പുലയ സമുദായത്തിന്റെ ജീവിതാവസ്ഥ എടുത്തു പറയുന്നുണ്ട്. "1850 സിഡംബർ 5-ാം തിയ്യതി ഞാൻ ജനങ്ങളെ സന്ദർശിച്ച കൂട്ടത്തിൽ കുറെ പുലയരുമായി സംസാരിക്കാൻ ഇടവന്നു. ഈ അരിഷ്ടന്മാരായ ജനങ്ങളോളം നികൃഷ്ട സ്ഥിതിയിലുള്ളവർ വേറെ ഏങ്ങും ഉണ്ടായിരുന്നതായി ചരിത്രത്തിലെങ്ങും കാണ്മാനില്ല.... അവർ അവരുടെ തമ്പുരാക്കന്മാരുടെ പൂർണ അധീനത്തിൽ ഇരിക്കുന്നതുകൊണ്ട് അവരെ കന്നുകാലികളെ പോലെ വിൽക്കുകയും വാങ്ങുകയും അവയേക്കാൾ ക്രൂരമായി അവരോട് പെരുമാറുകയും ചെയ്യുന്നു. ഈ ഉടമസ്ഥന്മാർക്ക് അവരെ അടിക്കാനും ബന്ധനത്തിൽ ഇടുവാനും ചിലപ്പോൾ അംഗഭംഗം വരുത്തുവാനും കൊല്ലുവാനും കൂടെ അധികാരമുണ്ടായിരുന്നു. ഈ ക്രൂരതകൾ ഇപ്പോൾ സർക്കാർ നിയമത്തിൽ സമ്മതിക്കപ്പെട്ടിട്ടില്ലെങ്കിലും വാസ്തവത്തിൽ ഇവരുടെ സ്ഥിതിക്ക് വലിയ വ്യത്യാസമൊന്നും വന്നിട്ടില്ല."[2] പുലയരെ പോലെ പറയജാതിക്കാരും അടിമ ജീവിതമാണ് നയിച്ചിരുന്നത്. കിഴക്കപ്പുലയർ വിഭാഗം വസ്ത്രം പോലും ധരിക്കാതെ, അരയിൽ ഇലകൾ ചുറ്റിക്കെട്ടുകയായിരുന്നു പതിവെന്ന് പറയുമ്പോൾ അവരുടെ ജീവിതാവസ്ഥയുടെ പ്രാ കൃതത്വം ഊഹിക്കാവുന്നതേയുള്ളൂ. ഇത്രമാത്രം അധോഗതിയിൽ കഴിഞ്ഞിരുന്ന ഒരു സമൂഹത്തിന് പള്ളിക്കൂടം സ്വപ്നം കാണാൻ പോലും സാധിക്കുമായിരുന്നില്ല. സ്വന്തമായി ഭൂമിയോ സ്വത്തുവഹകളോ അവർക്ക് അനുവദിക്കപ്പെട്ടില്ല. എന്തിനേറെ കീഴാള സ്ത്രീകൾക്ക് തങ്ങളുടെ ശരീരത്തിൽ പോലും അവകാശമുന്നയിക്കാനുള്ള അർഹത നിഷേധിക്കപ്പെട്ടു. യജമാനന്മാരുടെ ഭൂമിയിൽ പകലന്തിയോളം പണിയെടുക്കുന്ന അടിമകൾ മാത്രമായി ആയുസ്സ് തികയ്ക്കുകയായിരുന്നു അവർക്ക് വിധിക്കപ്പെട്ടത്.

താഴ്ന്ന ജാതിക്കാരിൽ മാത്രമായിരുന്നില്ല സാമൂഹിക വിവേചനങ്ങളും അന്ധവിശ്വാസങ്ങളും നിലനിന്നത്; ഉയർന്ന ജാതികളിലുമുണ്ടായിരുന്നു. നമ്പൂതിരി സമുദായത്തിൽ പല തരത്തിലുള്ള അന്ധവിശ്വാസങ്ങളും കൊടികുത്തിവാണിരുന്നു. വേദജ്ഞാനികൾക്കു പോലും വേദത്തിന്റെ അന്തസ്സാരം അറിയുമായിരുന്നില്ല. മന്ത്ര തന്ത്രങ്ങളിലും ആചാരങ്ങളിലും തളച്ചിടപ്പെട്ടതായിരുന്നു അവരുടെയും സാമൂഹിക ജീവിതം. അധുനികമായ എല്ലാ ഈടുവെപ്പുകളും സമുദായത്തിൽ

കടന്നുവരാതിരിക്കുന്നതിനുള്ള കനത്ത ഭിത്തികൾ പലതരം ആചാരങ്ങളിലൂടെ നമ്പൂതിരി സമുദായത്തിൽ സൂക്ഷിക്കപ്പെട്ടു പോന്നു. ഭീകരമായ സ്ത്രീ വിവേചനമാണ് നമ്പൂതിരി സമുദായത്തിൽ നിലനിന്നത്. നമ്പൂതിരി സ്ത്രീയുടെ ചാരിത്ര്യം കളങ്കപ്പെടാൻ പരപുരുഷന്റെ ഒരു നോട്ടം മാത്രം മതിയായിരുന്നു! അടുത്ത ബന്ധുക്കളിൽ നിന്നുപോലും അവരെ അകറ്റി നിർത്തിയിരുന്നു. സഹോദരി സഹോദരന്മാരെ ചെറുപ്രായം മുതൽ പരസ്പരം കാണാത്തമട്ടിൽ വേർതിരിച്ചിരുന്നു. ക്ഷേത്രങ്ങളിലും മറ്റും പോകുമ്പോൾ തുണിയിൽ പൊതിഞ്ഞ്, വട്ടക്കുട കൊണ്ട് മറച്ച്, മുന്നിൽ ഒരു വൃഷളിയെ (അകമ്പടിക്കാരിയായ നായർ സ്ത്രീ) നടത്തി വേണമായിരുന്നു പുറത്തിറങ്ങാൻ. വല്ല തരത്തിലും നമ്പൂതിരി സ്ത്രീ പിഴച്ചതായി സംശയിക്കപ്പെട്ടാൽ സ്മാർത്ത വിചാരം നടത്തി സമുദായത്തിൽ നിന്ന് പുറത്താക്കിയിരുന്നു. സ്മാർത്ത വിചാരം നടത്തണമെങ്കിൽ, ആദ്യമായി വൃഷളി കുറ്റാരോപണം നടത്തണം. തുടർന്ന് നമ്പൂതിരി യുവതിയെ ഏകാന്ത തടവിൽ പാർപ്പിക്കും. പിന്നീട് നാടുവാഴിയുടെ അനുമതിയോടെ സ്മാർത്തനും മീമാംസകരും വൃഷളി മുഖാന്തിരം ആരോപിത സ്ത്രീയെ ചോദ്യം ചെയ്യും. ചിലപ്പോൾ ഈ കുറ്റവിചാരണ വർഷങ്ങൾ എടുത്തേക്കാം. ഈ കാലത്ത്, ആരോപിത സ്ത്രീ ഉൾപ്പെടുന്ന ഇല്ലക്കാർക്ക് മറ്റു നമ്പൂതിരി മാർക്കൊപ്പം സ്ഥാനം അനുവദിക്കപ്പെട്ടിരുന്നില്ല. അതിനാൽ ആരോപിതയായ നമ്പൂതിരി സ്ത്രീയെ കുറ്റ സമ്മതത്തിന് നിർബന്ധിച്ച് ഇല്ലക്കാർ സ്വയം രക്ഷക്കുള്ള മാർഗ്ഗം തേടി. കുറ്റം സമ്മതിക്കുന്നതോടെ ഒരു നായർ സ്ത്രീ ചെന്ന് വട്ടക്കുട പിടിച്ചു വാങ്ങുകയും മറ്റുള്ളവർ ചേർന്ന് അവളെ കൈകൊട്ടിപ്പുറത്താക്കുകയും ചെയ്യും. അവളുടെ ഇല്ലക്കാർ വിധി പ്രകാരമുള്ള പ്രായശ്ചിത്തം നൽകി സദ്യ നൽകുന്നതോടെ മറ്റു നമ്പൂതിരിമാർക്കൊപ്പം അവരുടെ സ്ഥാനം തിരികെ ലഭിക്കുന്നു. പുറത്താക്കപ്പെട്ട സ്ത്രീ പെരുവഴിയിൽ തള്ളപ്പെടുകയും താഴ്ന്ന ജാതിക്കാരുടെ വെപ്പാട്ടിയായി മാറുകയും ചെയ്യുകയാണ് പതിവ്[3].

ഏറെ വിചിത്രമായത്, സ്ത്രീകളുടെ ചാരിത്ര്യത്തിൽ ഇത്രമാത്രം വ്യഗ്രത കാണിക്കുന്ന നമ്പൂതിരിമാർ അങ്ങേയറ്റം കുത്തഴിഞ്ഞ ലൈംഗിക ജീവിതമായിരുന്നു നയിച്ചത് എന്നതാണ്. അമ്പലവാസികളായ നായർ സ്ത്രീകളുമായി യഥേഷ്ടം ബന്ധപ്പെടാൻ ബ്രാഹ്മണന്മാർക്ക് അനുമതിയുണ്ടായിരുന്നു. നായർ സമുദായത്തിൽ ഇത്രവലിയ സ്ത്രീ വിവേചനം ഉണ്ടായിരുന്നില്ലെങ്കിലും നായർ സമുദായത്തിൽ നിലനിന്ന മരുമക്കത്തായ കുടുംബ ഘടന കുത്തഴിഞ്ഞ ലൈംഗിക

സംസ്കാരത്തിന് വഴിവെച്ചു. വടക്കേ മലബാറിൽ സംബന്ധം ഔപചാരികമായി തന്നെ അംഗീകരിക്കപ്പെട്ടിരുന്നു. സ്ത്രീയുടെ തറവാട്ടിലെ കാരണവരുടെ സമ്മതത്തോടും ആഘോഷാരവങ്ങളോടും കൂടി നടന്ന 'പുടമുറി' എന്ന ആചാരത്തിന്റെ ബലത്തിൽ സംബന്ധത്തിന് സാധുത നൽകി. യാതൊരു നിയമ സാധുതയുമില്ലാത്ത സംബന്ധത്തിന് 1896 ലെ നിയമ പരിഷ്കരണത്തോടെ അംഗീകാരം ലഭിച്ചു.[4]

കേരളത്തിലെ അവർണ സമുദായങ്ങളിൽ നിന്നാണ് ഇസ്ലാമിലേക്ക് പരിവർത്തനം ചെയ്തവരിൽ മഹാഭൂരിപക്ഷവും. കേരളത്തിൽ ഒരു മുസ്ലീം സമുദായ രൂപീകരണം നടക്കാനിടയാക്കിയതു തന്നെ, ജാതി മർദനങ്ങളും ജാതീയമായ ഉച്ചനീചത്വങ്ങളുമാണ്. 1971 നും 1881 നുമിടയിലുള്ള ഒരു പതിറ്റാണ്ടിൽ ചെറുമരിൽ നിന്ന് ഇസ്ലാമിലേക്ക് പരിവർത്തനം ചെയ്തവരെ കുറിച്ച് 1881 ലെ മദ്രാസ് പ്രസിഡൻസി റിപ്പോർട്ടിൽ പരാമർശിക്കുന്നുണ്ട്. "അധഃപതിച്ച നിലയും അപമാനകരമമായ അവശകതളും പൊന്തി നിൽക്കുന്ന ഒരു സമുദായമാണ് ചെറുമർ. 1871 ലെ സെൻസസിൽ ഈ വിഭാഗക്കാർ 99,009 പേർ ഉണ്ടായിരുന്നു. 1881 ൽ അവരുടെ സംഖ്യ 64,725 ആണ്. ജില്ലയിൽ മൊത്തത്തിലുണ്ടായിരുന്ന 5.71% ജനവർധനവിന്റെ സ്ഥാനത്ത് ഈ സമുദായക്കാർ 34.13% കുറഞ്ഞതായി കാണുന്നു. അസാധാരണമായ എന്തെങ്കിലും സംഭവിച്ചിരുന്നില്ലെങ്കിൽ ഉണ്ടാകുന്ന ജനസംഖ്യയേക്കാൾ 40,000 ചെറുമർ കുറഞ്ഞിട്ടുണ്ട്. ജില്ലാ ഉദ്യോഗസ്ഥന് നല്ലവണ്ണം അറിയാവുന്ന ആ അസാധാരണമായ സംഭവ വികാസം മുഹമ്മദീയ മതങ്ങളിലേക്കുള്ള പരിവർത്തനമാണ്. ഒരു ചെറുമന്റേയോ താണ ജാതിക്കാരന്റേയോ മേൽ 'ഇസ്ലാമിന്റെ ബഹുമതി' ഒരിക്കൽ അർപ്പിക്കപ്പെട്ടാൽ അവൻ സാമൂഹ്യസോപാനത്തിൽ ഒറ്റച്ചാട്ടത്തിന് അനേകപടി ഉയരത്തിലെത്തുന്നു. ഈ അവസരം ചെറുമരും മറ്റു താണ സമുദായക്കാരുമായി മൊത്തം 50,000 പേർ ഉപയോഗപ്പെടുത്തിയുണ്ടെന്നാണ് സെൻസസ് കണക്കുകൾ വ്യക്തമാക്കുന്നത്[5].

മലബാറിൽ മാത്രമല്ല, തിരുവിതാംകൂറിലും ഇതേ പ്രവണതയയാണുണ്ടായത്. 19-ാം നൂറ്റാണ്ടിന്റെ ആരംഭത്തിൽ തിരുവിതാംകൂർ ജനസംഖ്യയുടെ എട്ടിലൊന്ന് ക്രിസ്ത്യാനികളായി മാറിയിരുന്നു. താരതമ്യേന കുറവായിരുന്നുവെങ്കിലും, ഇസ്ലാം മതത്തിലേക്കും പരിവർത്തനമുണ്ടായി. 42,058 മുസ്ലീംകൾ തിരുവിതാംകൂറിൽ ഇക്കാലത്ത് ഉണ്ടായിരുന്നതായാണ് സെൻസസ് രേഖകളിൽ കാണുന്നത്.

വിവിധ ജാതി സമുദായങ്ങളിൽ നിന്ന് പരിവർത്തനം ചെയ്തുണ്ടായ മുസ്ലിം സമുദായത്തിൽ സ്വാഭാവികമായും ആ സമുദായങ്ങളിൽ

നിന്ന് ഒട്ടേറെ വിശ്വാസ ആചാരങ്ങളും സാംസ്കാരിക ശേഷിപ്പുകളും പകർന്നു കിട്ടി. ഈഴവ, നായർ നമ്പൂതിരി സമുദായങ്ങളിലും കീഴാള സുമുദായങ്ങളിലും നിലനിന്ന മുകളിൽ വിവരിച്ച മതാചാരണങ്ങളും അന്ധവിശ്വാസ, അനാചാരങ്ങളും അങ്ങനെ തന്നെയോ ഭേദങ്ങ ളോടെയോ മുസ്ലീം സമൂഹത്തിലേക്ക് കുടിയേറാനിടയാക്കിയത് ഈ സാഹചര്യമാണ്. ജനനം, വിവാഹം, മരണം, കുടുംബപരമായ ആചാരങ്ങൾ, ആരാധനാ രീതികൾ തുടങ്ങി ജീവിതത്തിന്റെ മിക്ക മണ്ഡലങ്ങളിലും കേരളത്തിലെ ഹിന്ദു സമുദായങ്ങൾ അനുവർത്തിച്ചു വരുന്ന സമ്പ്രദായങ്ങൾ മുസ്ലീംകളിലും കടന്നുകൂടി. അന്ധവിശ്വാസ ങ്ങളും ദുരാചാരങ്ങളും കനത്തു തന്നെ സമുദായത്തിൽ നിലനിന്നു. പിതൃ ആരാധനയുടെയും പുണ്യാത്മാക്കളുടെ ദിവ്യത്വത്തിന്റെയും ബഹുദൈവത്വത്തിന്റെയും അംശങ്ങൾ മുസ്ലീകളിലും വ്യത്യസ്ത രീതികളിൽ പടർന്നു. ഖബറുകളെ പുണ്യകേന്ദ്രങ്ങളാക്കി അവിടെ പ്രാർത്ഥിക്കുകയും വന്ദിക്കുകയും ചെയ്യുക, അവിടെ നേർച്ചകളും ഉത്സവങ്ങളും നടത്തുക, കാണിക്കപ്പെട്ടികൾ വെച്ച് നേർച്ചയിടുക, രോഗശമനത്തിനും അനുഗ്രഹ സിദ്ധിക്കും ആപൽ രക്ഷക്കും ദിവ്യാത്മാക്കളെ വണങ്ങുക, ആഗ്രഹ സഫലീകരണത്തിന് പുണ്യ കേന്ദ്രങ്ങളിൽ ഭജനമിരിക്കുക, വിളക്കും തിരിയും വെക്കുക, പ്രവാ ചകന്മാരുടെയും മൺമറഞ്ഞ പുണ്യപുരുഷന്മാരുടെയും പേരിൽ അതിമാനുഷ ഭാവനകൾ കൽപിച്ച് പലതരം ചടങ്ങുകൾ നടത്തുക മുതലായവ അതിനുദാഹരണങ്ങളാണ്. മരുമക്കത്തായവും സ്ത്രീധന വും മുസ്ലീം കുടുംബ സംവിധാനത്തിലേക്ക് ഹിന്ദു സമുദായങ്ങളിൽ നിന്ന് കടന്നുവന്നവയാണ്. താണ ജാതികളിൽ പ്രചാരത്തിലുള്ള പുലകുളി, കണ്ണോക്ക് തുടങ്ങിയ മരണാനന്തര ചടങ്ങുകൾ ഭേദങ്ങ ളോടെ മുസ്ലീംകളും ആചരിച്ചു പോന്നു. നമ്പൂതിരി സമുദായത്തിൽ സ്ത്രീകൾ ആദൃശ്യവത്കരിക്കപ്പെട്ട രൂപത്തിൽ, സ്ത്രീകൾക്കും ഒട്ടേറെ വിലക്കുകൾ മുസ്ലീം സമുദായത്തിലുമുണ്ടായി.സ്ത്രീജനങ്ങൾക്ക് പള്ളിയും പള്ളിക്കൂടവും വിലക്കപ്പെട്ടു.

ഓത്തുപുര എന്നറിയപ്പെട്ട പള്ളിയോടനുബന്ധിച്ച് നടത്തപ്പെട്ട ഏകാധ്യാപക വിദ്യാലയങ്ങളായിരുന്നു അന്ന് മുസ്ലീം സമൂഹത്തിൽ ഔപചാരിക വിദ്യാഭ്യാസം നൽകിയിരുന്നത്. ഖുർആൻ ഓതാൻ (പാരായണം )പഠിപ്പിക്കുന്നതിനപ്പുറം അവിടെ മറ്റൊരു വിജ്ഞാനവും നൽകപ്പെട്ടിരുന്നില്ല. അറബി അക്ഷരങ്ങൾ പലകയിൽ എഴുതി പഠിക്കുകയും പിന്നീട് ഖുർആൻ ഓതാൻ പഠിക്കുകയും ചെയ്യു ന്നതോടെ ഓത്തുപള്ളി വിദ്യാഭ്യാസം പൂർത്തിയാകും. ഓതുന്ന

വേദവാക്യങ്ങളുടെ അർത്ഥമോ അന്തസ്സത്തയോ ഓതിക്കൊടുക്കുന്ന വർക്കോ ഓതിപ്പഠിക്കുന്നവർക്കോ അറിയുമായിരുന്നില്ല. മലയാള ഭാഷയോ ഗണിതമോ ശാസ്ത്ര വിജ്ഞാനങ്ങളോ യാതൊന്നും മഹാ ഭൂരിപക്ഷവും അഭ്യസിച്ചിരുന്നില്ല. ഈ നിരക്ഷരത, സമുദായത്തെ അജ്ഞതയിൽ തളച്ചിട്ട് ചൂഷണം ചെയ്യാൻ പൗരോഹിത്യത്തിന് എളുപ്പമേകി. ശാരീരികവും മാനസികവുമായ രോഗങ്ങൾ ജിന്നുബാധയുടെയോ പ്രേതബാധയുടെയോ ഫലമാണെന്ന് വിശ്വസിക്കപ്പെട്ടു. വീടുകളിൽ ഭയവും ഭീതിയും തളം കെട്ടി നിന്നു. മലേറിയ, പൊട്ടി, പ്ലേഗ് തുടങ്ങിയ അസുഖങ്ങൾ ശൈതാനിയത്ത് (പിശാചു ബാധ) ആണെന്ന് വിശ്വസിക്കുകയും മന്ത്രങ്ങളും ഏലസ്സുകളും തന്ത്രവിദ്യകളും കൊണ്ട് അതിനെ ചികിത്സിക്കുകയുമായിരുന്നു സമ്പ്രദായം. റൂഹാനി, ജിന്ന്, ശൈത്വാൻ, രക്തരക്ഷസ് തുടങ്ങിയ അദൃശ്യജീവികളെ കുറിച്ചുള്ള ഭീതി വിഭ്രാന്തിയും മനോരോഗങ്ങളുമായി പടർന്നു കയറി. സ്ത്രീകൾക്കിടയിലാണ് അന്ധവിസ്വാശങ്ങൾ കൂടുതൽ പിടി മുറുക്കിയിരുന്നത്. ഗർഭിണികൾക്ക് പിഞ്ഞാണമെഴുതിയ വെള്ളവും ഉറക്കം നൂലും മറ്റുമാണ് സുഖ പ്രസവത്തിന് അനുശാസിക്കപ്പെട്ടത്. നഫീസത്ത് മാല, ബുർദ, തുടങ്ങിയ പുണ്യ കാവ്യങ്ങൾ ചൊല്ലി കേൾപ്പിച്ച് പ്രസവിപ്പിക്കുകയായിരുന്നു അന്നത്തെ മുറ[6]

സാമൂഹ്യമായ ഉത്തരം ദുർവിധികൾക്കൊപ്പം രാഷ്ട്രീയമായും സാമ്പത്തികമായും സമുദായം അങ്ങേയറ്റം തകർന്നു പോ യിരുന്നു. പോർച്ചുഗീസു കാലഘട്ടം മുതൽ പാശ്ചാത്യ അധിനിവേശ ശക്തികളുമായുള്ള നിരന്തരമായ ഏറ്റുമുട്ടൽ കേരളത്തിലെ വിശിഷ്യ മലബാറിലെ മുസ്ലീംകളുടെ മുതുകൊടിച്ചിരുന്നു. ബ്രിട്ടീഷ് വിരോധം, ബ്രീട്ടീഷ് ഭരണകൂടം നടപ്പാക്കിയ ആധുനിക വിദ്യാഭ്യാസത്തോട് വിമുഖത കാണിക്കുന്നതിലേക്ക് അവരെ നയിച്ചു. ബ്രിട്ടീഷുകാർ നടപ്പാക്കിയ ഭൂപരിഷ്കരണവും മുസ്ലീം സമൂഹത്തെ സാമ്പത്തികമായി തളർത്തി. 1921 ലെ മലബാർ സമരം, ഏറ്റവും ഗുരുതരമായ ഒരു പ്രതിസന്ധിയാണ് സമുദായത്തിന്നുണ്ടാക്കിയത്. തിരുവിതാംകൂറിലെ മുസ്ലീംകൾക്ക് മലബാറിലെ മുസ്ലീംകൾ അനുഭവിച്ച പോലുള്ള രാഷ്ട്രീയ പ്രതിസന്ധികൾ അനുഭവിക്കേണ്ടി വന്നില്ലെങ്കിലും സാംസ്കാരികമായി അവർ ഏതാണ്ട് തുല്യ നിലയിൽ തന്നെയായിരുന്നു. പൗരോഹി ത്യത്താൽ നിയന്ത്രിക്കപ്പെട്ട സാമൂഹിക ഘടനയിൽ, വിശ്വാസ ചൂഷണങ്ങളും അജ്ഞതയും അനാചാരങ്ങളും തകർത്താടി. ഉള്ളും പുറവും ദുർബലമായി മാറിക്കഴിഞ്ഞ ഈ സാമുദായിക സാഹചര്യം വെളിച്ചം അന്വേഷിച്ചുകൊണ്ടിരിക്കുന്ന ഘട്ടത്തിലാണ്

പ്രതീക്ഷയുടെ ഓളം സൃഷ്ടിച്ച് ചരിത്ര നിയോഗം കുറിക്കാൻ പ്രതിഭാധനരായ പരിഷ്കർത്താക്കൾ ഉണർന്നു വന്നത്.

●

**കുറിപ്പുകൾ**


1. Rev A. Mateer, Native life in travancore. Page 291

2. മിതവാദി (മാസിക) 1919 സെപ്തംബർ, പേജ് 25.

3. പി.കെ. ഗോപാലകൃഷ്ണൻ, കേരളത്തിന്റെ സാംസ്കാരിക ചരിത്രം, പേജ്, 454

4. IBID Page 455

5. Malabar, Logen Vol-1. Page 197

6. കെ മൊയ്തു മൗലവി, ഓർമക്കുറിപ്പുകൾ, പേജ്, 17-21

# വീട് തന്നെ പാഠശാല

പതിനെട്ടാം നൂറ്റാണ്ടിൽ തമിഴ്നാട്ടിൽ നിന്ന് തിരുവിതാംകൂറിന്റെ ഭാഗമായ വർക്കലയിലെ അയിരൂർ പ്രദേശത്ത് കുടിയേറി സ്ഥിരതാമസമാക്കിയവരാണ് വക്കം അബ്ദുൽ ഖാദർ മൗലവിയുടെ പൂർവ പിതാക്കൾ. മുഹമ്മദ് കുഞ്ഞ് എന്നായിരുന്നു അബ്ദുൽ ഖാദറിന്റെ പിതാവിന്റെ പേര്. വെട്ടൂരിലെ പ്രശസ്ത കുടുംബമായ പൂന്ത്രാൻ വിളാകം തറവാട്ടിൽ നിന്നാണ് മുഹമദ് കുഞ്ഞ് വിവാഹം ചെയ്തത്. ആ ബന്ധത്തിൽ അദ്ദേഹത്തിന് മൂന്നു പുത്രന്മാരും ഒരു പുത്രിയുമുണ്ടായി.

ഹൈദരാബാദിൽ നിന്ന് തിരുവിതാംകൂറിൽ കുടിയേറിയ ഒരു പഠാണി കുടുംബവുമായി മുഹമ്മദ് കുഞ്ഞിന് സൗഹൃദബന്ധമുണ്ടായിരുന്നു. മാർത്താണ്ഡവർമയുടെ കാലം തൊട്ടു തന്നെ പഠാണികൾ തിരുവിതാംകൂർ രാജക്കന്മാരുമായി അടുപ്പം സൂക്ഷിക്കുകയും രാജാവിന്റെ ഉദ്യോഗസ്ഥന്മാരായി ജോലി ചെയ്യുകയും ചെയ്തിരുന്നു. രാജാവിന്റെ ഉദ്യോഗസ്ഥരിൽ പെട്ട പത്തേഖാൻ അഞ്ചു തെങ്ങിലെ കച്ചിമേമൻ കുടുംബത്തിലെ ഒരു സേട്ടിന്റെ മകളെ വിവാഹം കഴിച്ച് അവിടെ പാർത്തിരുന്നു. മുഹമ്മദ് കുഞ്ഞിന് അദ്ദേഹവുമായി വ്യാപാരബന്ധങ്ങളുണ്ടായിരുന്നു. ആയിടെ പത്തേഖാൻ ആകസ്മികമായി മരണപ്പെട്ടു. തന്റെ സൗഹൃദവും പത്തേഖാനുമായുള്ള ആത്മബന്ധവും നിലനിർത്താൻ അദ്ദേഹത്തിന്റെ മകളായ ആഷ് ബീവിയെ വിവാഹം കഴിക്കാൻ മുഹമ്മദ് കുഞ്ഞ് തയ്യാറായി. മുഹമ്മദ് കുഞ്ഞിന് ആഷ് ബീവിയിൽ ഉണ്ടായ പുത്രനാണ് മുഹമ്മദ് അബ്ദുൽ ഖാദർ. 1873 ഡിസംബർ 28 നാണ് അബ്ദുൽ ഖാദർ ജനിച്ചത്.

പിതാവിന്റെ കുടുംബത്തിന്റെ തമിഴ് പാരമ്പര്യവും മാതാവിന്റെ

കുടുംബത്തിന്റെ ഉർദു പാരമ്പര്യവും കുഞ്ഞായ അബ്ദുൽഖാദറിന്റെ ബാലകാലാനുഭവങ്ങൾക്ക് മിഴിവേകി. ഈ രണ്ടു പാരമ്പര്യങ്ങളും മതപരമായ ആചാരാനുഷ്ഠാനങ്ങളിൽ വ്യത്യസ്തരീതികളും കർമാനുഷ്ഠാനസരണികളും പിന്തുടരുന്ന വരായിരുന്നു. അതിനാൽ, മതജീവിതത്തിൽ വൈവിധ്യത്തെ ഉൾക്കൊള്ളുന്ന വിശാലവീക്ഷണം അബ്ദുൽ ഖാദറിന്റെ ശൈശവം മുതൽക്കുതന്നെ സ്വഭാവത്തിൽ അലിഞ്ഞുചേർന്നു. തമിഴ്, പേർഷ്യൻ ഭാഷകളുമായി ചെറുപ്പം മുതൽ താളപ്പെടാനും ആ കുടുംബപാരമ്പര്യം വഴിയൊരുക്കി.

ആദ്യഭാര്യയുടെ മരണശേഷം ആഷ്ബീവിയോടൊപ്പം കുടുംബവീടായ 'മുള്ളു വിളാക' ത്തായി മുഹമ്മദ് കുഞ്ഞിന്റെ താമസം. അതോടെ, 'മുള്ളു വിളാകം','പുത്രാൻവിളാകം' എന്നു വിളിക്കപ്പെട്ടു തുടങ്ങി. സമർത്ഥനായ ഒരു വ്യാപാരിയായിരുന്ന മുഹമ്മദ് കുഞ്ഞ് സത്യസന്ധതയും വിശ്വസ്തതയും സൽസ്വഭാവവും ജീവിതത്തിൽ മുറുകെ പിടിക്കാൻ ബദ്ധശ്രദ്ധ പുലർത്തി. ഒരു പണ്ഡിതനൊന്നുമല്ലെങ്കിലും ഉന്നതമായ മൂല്യങ്ങളും മതചിട്ടകളും ജീവിതത്തിൽ കൊണ്ടുനടന്നു. തികച്ചും സ്വാത്വികമായ ജീവിതമാണ് അദ്ദേഹം തെരഞ്ഞെടുത്തത്. തന്റെ വ്യാപാരത്തിനൊപ്പം വിജ്ഞാനത്തിനും വായനക്കും അദ്ദേഹം മുന്തിയ പരിഗണന നൽകി. തന്റെ മക്കൾ ഉന്നത മൂല്യങ്ങളും വിജ്ഞാനങ്ങളും നേടി വളരണമെന്ന് മുഹമ്മദ് കുഞ്ഞിന് നിർബന്ധമുണ്ടായിരുന്നു.[1]

മുഹമ്മദ് കുഞ്ഞിന് രണ്ടു ഭാര്യമാരിലും കൂടി അഞ്ച് ആൺമക്കളും അഞ്ചു പെൺമക്കളുമാണുണ്ടായിരുന്നത്. ആ കൂട്ടത്തിൽ ഏറ്റവും മിടുക്കനായിരുന്നു അബ്ദുൽ ഖാദർ. പിതാവിന്റെ സ്വാഭാവ മഹിമയും ജ്ഞാന തൃഷ്ണയും സാത്വികഭാവവും അവനിൽ നിറഞ്ഞു തുളുമ്പി. അബ്ദുൽ ഖാദറിന്റെ പ്രതിഭ കണ്ടറിഞ്ഞ പിതാവ് അവനെ കൂടുതൽ പഠിപ്പിക്കണമെന്ന് ആഗ്രഹിച്ചു. അക്കാലത്ത് പൊതുവിദ്യാലയങ്ങളിൽ അയക്കുന്ന പതിവുണ്ടായിരുന്നില്ല. ഗുരുനാഥന്മാരെ വീട്ടിലേക്ക് വിളിച്ചുവരുത്തി മക്കളെ വിദ്യ അഭ്യസിപ്പിക്കുന്ന രീതിയായിരുന്നു പ്രചാരത്തിലുണ്ടായിരുന്നത്. ആവശ്യത്തിന് സാമ്പത്തിക സൗകര്യമുള്ളതിനാൽ, ഒട്ടും വൈമനസ്യമില്ലാതെ പ്രഗത്ഭരായ പണ്ഡിതന്മാരെ വീട്ടിൽ വരുത്തി അദ്ദേഹം അബ്ദുൽ ഖാദറിനെ പഠിപ്പിച്ചു. അറബി, മലയാളം, സംസ്കൃതം, പേർഷ്യൻ തുടങ്ങിയ ഭാഷകളും വ്യാകരണം, സാഹിത്യം, ശാസ്ത്രം, തർക്കശാസ്ത്രം തുടങ്ങിയ വിജ്ഞാനങ്ങളും അബ്ദുൽ ഖാദർ ഗുരുനാഥന്മാരിൽ നിന്ന് കരഗതമാക്കി. ഓർമശക്തിയിലും ഹദീസ്ഥമാക്കുന്നതിലെ വ്യുൽപ്പത്തിയിലും അവൻ

ഗുരുനാഥന്മാരെ അത്ഭുതപ്പെടുത്തി. വിശുദ്ധ ഖുർ ആനും പ്രവാചകന്റെ ചര്യകളും ജീവചരിത്രവുമെല്ലാം ചെറുപ്പത്തിലേ വിശദമായി പഠിച്ചു. മതപരമായ ചിട്ടകൾ ജീവിതത്തിൽ വരുത്താനും അവൻ ശ്രദ്ധിച്ചിരുന്നു. സംഗീതവും വാദ്യങ്ങളും അബ്ദുൽഖാദറിന് ഹരമായിരുന്നു. ഉത്സവകാലങ്ങളിലെ ചെണ്ട വാദ്യം ശ്രദ്ധിച്ച്, കലാകാരന്മാരുടെ പേരുകൾ പറയാൻ അവന് സാധിച്ചിരുന്നുവത്രെ. ശിൽപ്പികളോടും കലാകാരന്മാരോടും അവന് വലിയ ആദരവും ആഭിമുഖ്യവുമായിരുന്നു.[2]

മഹാപണ്ഡിതന്മാരായ മാപ്പിളലബ്ബ ആലിം സാഹിബായിരുന്നു അദ്ദേഹത്തിന് മതവിജ്ഞാനങ്ങൾ പകർന്നു നല്കിയത്. തർക്കശാസ്ത്രവും കർമശാസ്ത്രവും പഠിപ്പിച്ചത് അണ്ടത്തോടൻ മുസ്ല്യാരായിരുന്നു. അറബിഭാഷയും സാഹിത്യവും പഠിപ്പിക്കാൻ അറബിനാട്ടിൽ നിന്നുള്ള ഒരു അതിഥി പൂന്ത്രാൻ വിളാകത്ത് സന്ദർശിക്കുമായിരുന്നു. അമ്പലപ്പുഴ കേശവൻപിള്ള അബ്ദുൽഖാദറിനെ സംസ്കൃതവും സുലൈമാൻ മൗലവി പേർഷ്യൻ, ഉർദു ഭാഷകളും അഭ്യസിപ്പിച്ചു. ഔപചാരികമായ പഠനത്തിനു പുറമെ പിതാവിന്റെ സുഹൃത്തുക്കളുമായുള്ള സമ്പർക്കം വിജ്ഞാനത്തിന്റെ ഒരു വലിയ ലോകം അവനു മുന്നിൽ തുറന്നിട്ടു. പിതാവിന്റെ അടുത്ത സുഹൃത്തുക്കളിൽ പ്രമുഖനായിരുന്നു കേരള നവോത്ഥാന ശിൽപ്പികളിൽ പ്രഥമ ഗണനീയനായ ശ്രീനാരായണഗുരു. അബ്ദുൽഖാദർ അദ്ദേഹത്തെ നാണുവാശാൻ എന്നായിരുന്നു ആദരപൂർവ്വം വിളിച്ചിരുന്നത്. പ്രമുഖ ക്രൈസ്തവ പണ്ഡിതനും പുരോഹിതനുമായ റവ. ഫാദർ സാമുവൽ മറ്റൊരു നിത്യ സന്ദർശകനായിരുന്നു. ഇവരുമായുള്ള സമ്പർക്കങ്ങൾ മറ്റു മതക്കാരുമായി ഈടുറ്റ സ്നേഹ ബന്ധങ്ങൾ സ്ഥാപിക്കാനും സഹിഷ്ണുതാപൂർണമായ ഒരു പെരുമാറ്റ സംസ്കാരം രൂപപ്പെടാനും അബ്ദുൽ ഖാദറിനെ സഹായിച്ചു. ഹിന്ദു, ക്രിസ്തു മതങ്ങളെ കുറിച്ച് സാമാന്യ പരിജ്ഞാനം നേടാനും ഈ ബന്ധങ്ങൾ ഉപകരിച്ചുവെന്ന് ന്യായമായും കരുതാം.

യൗവനത്തിലേക്കു കടന്നതോടെ വ്യാപാര കാര്യങ്ങളിൽ പിതാവിനെ സഹായിക്കാൻ അബ്ദുൽ ഖാദർ മടിച്ചില്ല. വ്യാപാരവും ഗണിതത്തിലെ പാഠങ്ങളും സ്വാംശീകരിക്കാൻ ഈ കാലഘട്ടം അവനെ സഹായിച്ചു. ഭിന്ന പശ്ചാത്തലവും സംസ്കാരവുമുള്ള മനുഷ്യരുമായുള്ള ഇടപെടലുകളും ആദാനപ്രദാനവും വ്യക്തിത്വത്തെ രൂപപ്പെടുത്തുന്നതിൽ പങ്കുവഹിക്കും. വക്കം മൗലവി എന്ന പൊതു പ്രവർത്തകനെയും സമർഥനായ സംഘാടകനെയും വാർത്തെടുക്കുന്നതിൽ പിതാവുമൊന്നിച്ചുള്ള വ്യാപാരം സ്വാധീനിച്ചിരിക്കാം. വ്യാപാര ബന്ധങ്ങളിലൂടെ അന്യദേശങ്ങളിലുള്ള വ്യക്തികളെ

പരിചയപ്പെടാനും അവർ മുഖേന വിവിധ ഭാഷകളിലുള്ള പ്രസിദ്ധീകരണങ്ങൾ പരിചയപ്പെടാനും അദ്ദേഹത്തിന് സാധിച്ചു. മദ്രാസിൽ നിന്ന് പുറത്തിറങ്ങിയ 'ദ ഹിന്ദു' പത്രവും തമിഴിൽ പ്രസിദ്ധീകരിച്ചിരുന്ന 'സ്വദേശമിത്ര'യും ഇംഗ്ലണ്ടിൽ നിന്നും പ്രസിദ്ധം ചെയ്ത 'പഞ്ച്' എന്ന ഹാസ്യമാസികയുമെല്ലാം അദ്ദേഹം സ്ഥിരമായി വരുത്തി വായിച്ചു. ഇത്തരം പ്രസിദ്ധീകരണങ്ങൾ സമകാലിക ലോകവുമായുള്ള അദ്ദേഹത്തിന്റെ ഇടപെടൽ ശക്തിപ്പെടുത്തി. ലോകഗതിയെക്കുറിച്ചും കാലം നേരിടുന്ന വെല്ലുവിളികളെകുറിച്ചും സ്വന്തമായ ഒരു കാഴ്ചപ്പാട് വളർത്തിയെടുക്കാൻ പൊതു ആനുകാലികങ്ങളുമായുള്ള ബന്ധം സഹായകമായി. അതോടൊപ്പം മതവിജ്ഞാന ചക്രവാളം വികസിപ്പിക്കാനുതകുന്ന പ്രസിദ്ധീകരണങ്ങളും അദ്ദേഹം വരുത്തിയിരുന്നു. സയ്യിദ് സുലൈമാൻ നദ്‌വിയുടെ പത്രാധിപത്യത്തിൽ പുറത്തിറങ്ങിയ 'മആരിഫ്' ഈജിപ്തിലെ സയ്യിദ് റഷീദ് രിദായുടെ പത്രാധിപത്യത്തിൽ പുറത്തിറങ്ങിയ 'അൽ മനാർ' സുഊദിയിൽ നിന്നുള്ള 'ഉമ്മുൽ ഖുറ', 'അൽ ബലാഗ' തുടങ്ങിയ പത്ര പ്രദ്ധീകരണങ്ങൾ ഇസ്ലാമിക ലോകത്തെ ചലനങ്ങളെക്കുറിച്ചും മതവിജ്ഞാന മണ്ഡലത്തിൽ വളർന്നു വരുന്ന നവീന ചിന്തകളെ കുറിച്ചും അദ്ദേഹത്തിൽ ഗാഢമായ അവബോധം സൃഷ്ടിച്ചു. പിതാവിന്റെ മരണത്തോടെ വ്യാപാര കാര്യങ്ങളിൽ കൂടുതൽ വ്യാപൃതമാകേണ്ടി വന്നെങ്കിലും തന്റെ വായനാലോകം കൈവിടാൻ അബ്ദുൽ ഖാദർ ഒരുക്കമായിരുന്നില്ല. കച്ചവടത്തിലൂടെ കൈവന്ന വലിയ സമ്പത്ത് കൂടുതൽ ഗ്രന്ഥങ്ങൾ ശേഖരിക്കാനും പ്രസിദ്ധീകരണങ്ങൾ വരുത്താനും അദ്ദേഹം ഉപയോഗപ്പെടുത്തുകയും ചെയ്തു. കുടുംബ ബാധ്യത നിറവേറ്റാൻ ആവശ്യമായ സമ്പത്ത് വ്യാപാരത്തിലൂടെ കണ്ടെത്തുക എന്നല്ലാതെ പണം നേടാനായി ജീവിതം മുഴുക്കെ വഴിമാറ്റുക അദ്ദേഹത്തിന്റെ നയമായിരുന്നില്ല. തന്റെ കാലവും ലോകവും ആവശ്യപ്പെടുന്ന വിധം ജീവിക്കുന്ന സമൂഹത്തെയും സമുദായത്തെയും പരിഷ്കരിക്കുവാനുള്ള ആഗ്രഹം ഒരു ഉൾവിളിയായി നിരന്തരം അബ്ദുൽ ഖാദറിനെ പിന്തുടർന്നുകൊണ്ടിരുന്നു.

●

**കുറിപ്പുകൾ**

1. സ്വദേശാഭിമാനി വക്കം മൗലവി, ഡോ. ജമാൻ മുഹമ്മദ് പേജ് 33-41
2. വക്കം മൗലവി, എം. മുഹമ്മദ് കണ്ണ് പേജ് 40

# മൗലവിയുടെ ചിന്താസരണി

ഇന്നത്തെ കേരള മുസ്ലിംകളുടെ സാമൂഹിക ജീവിതം വ്യത്യസ്തമായ പ്രസ്ഥാനങ്ങളുമായി അഭേദ്യമായി ബന്ധപ്പെട്ടിരിക്കുന്നു. ദക്ഷിണ കേരളത്തിലും ഉത്തര കേരളത്തിലും സവിശേഷ വേരുകളുള്ള മത സംഘടനകളിൽ യാഥാസ്ഥിതിക വീക്ഷണം പുലർത്തുന്നവയും ഉൽപ്പതിഷ്ണു മനോഭാവം മുന്നോട്ടു വെക്കുന്നവയുമുണ്ട്. വക്കം മൗലവിയുടെ യൗവന കാലത്ത് കേരളത്തിൽ സംഘടിത മത പ്രസ്ഥാനങ്ങളൊന്നും ഉത്ഭവിച്ചിട്ടുണ്ടായിരുന്നില്ല. എന്നാൽ തന്റെ വായനയുടെയും പഠനാനുഭവങ്ങളുടെയും സ്വതന്ത്ര ചിന്തയുടെയും അടിസ്ഥാനത്തിൽ നിലവിലുള്ള യാഥാസ്ഥിതിക സമുദായിക ഘടനയെ അതിവർത്തിക്കുന്ന മൗലികവും യുക്തി ബന്ധുരവും നവീനവുമായ ഒരു ചിന്താസരണി അദ്ദേഹം സ്വയം കണ്ടെത്തിയിരുന്നു. ഇംഗ്ലീഷ്, അറബി, ഉർദു, പേർഷ്യൻ ഭാഷ കളിലുള്ള പ്രാവീണ്യമാണ് ഒരു ചിന്താ ചക്രവാളം അദ്ദേഹത്തിന് സാധ്യമാക്കിയത്.

വക്കം മൗലവിയുടെ പ്രസിദ്ധീ കരണങ്ങളും ഗ്രന്ഥങ്ങളും പരിശോധിച്ചാൽ, അദ്ദേഹത്തെ ഏറ്റവും കൂടുതൽ സ്വാധീനിച്ച ചിന്താപദ്ധതികളെയും ദാർശനികന്മാരെയും കുറിച്ച് കൃത്യമായ ഒരു ധാരണ ലഭിക്കും. ആ ചിന്തകളും ദർശനങ്ങളും തന്നെയാണ് അദ്ദേഹത്തിന് തന്റെ കർമ മണ്ഡലത്തെ സംബന്ധിച്ച വ്യക്തമായ ഉൾക്കാഴ്ച നൽകിയത്. ഈജിപ്തിൽ പ്രത്യേകിച്ചും അറബ് ലോകത്ത് പൊതുവായും ചിന്താവിപ്ലവത്തിന് ഊർജ്ജം പകർന്ന പണ്ഡിത ത്രയമാണ് ജമാലുദ്ദീൻ അഫ്ഗാനി, മുഹമ്മദ് അബ്ദു, റഷീദ്രിദ എന്നിവർ വ്യാപാരവുമായി ബന്ധപ്പെട്ട സൗഹൃദ വൃന്ദത്തിൽ നിന്നാണ് ഈജിപ്ഷ്യൻ നവോത്ഥാന ചിന്തകരെ അടുത്തറിയാൻ

മൗലവിക്ക് അവസരമുണ്ടായത്. മുഹമ്മദ് അബ്ദു, റഷീദ് രിദ എന്നിവരുടെ പത്രാധിപത്യത്തിൽ ഈജിപ്റ്റിൽ നിന്നും പുറത്തിറങ്ങിയിരുന്ന 'അൽമനാർ' മാസിക (അറബി) പരിചയപ്പെട്ടതോടെ അദ്ദേഹം അതിന്റെ സ്ഥിരം വരിക്കാരനായി'. വിശുദ്ധ ഖുർആനിന് ആധുനിക വിജ്ഞാനങ്ങളുടെയും സമകാലിക സാമൂഹിക, രാഷ്ട്രീയ സന്ദർഭത്തിന്റെയും പശ്ചാത്തലത്തിൽ വ്യാഖ്യാനം നൽകിക്കൊണ്ട് 'അൽമനാർ' മാസികയിൽ ഒരു പരമ്പര പ്രസിദ്ധീകരിച്ചിരുന്നു. ആ ഖുർആൻ വ്യാഖ്യാനമാണ് പിന്നീട് ലോക പ്രശസ്തമായ 'തഫ്സീറുൽ മനാർ' (അൽമനാർ ഖുർ ആൻ വ്യാഖ്യാനം) എന്ന പേരിൽ പ്രസിദ്ധം ചെയ്യപ്പെട്ടത്. മതത്തെയും മത പ്രമാണങ്ങളെയും അതിന്റെ അക്ഷരങ്ങളിൽ നിന്ന് ഉയർത്തി നൈതികവും മാനവികവുമായ അതിന്റെ അന്തസ്സത്ത മുൻ നിർത്തി വിശകലനം ചെയ്യുന്ന എന്നതാണ് ഈ വ്യാഖ്യാന ശാസ്ത്രത്തിന്റെ പ്രത്യേകത. ആധുനിക ശാസ്ത്രത്തെയും യുക്തിബോധത്തെയും തള്ളിക്കളയാതെ, മതത്തെ അവയുമായി സമന്വയിപ്പിക്കുകയാണ് ഈ വിശ്രുത ചിന്തകന്മാർ ചെയ്തത്. വക്കം മൗലവിയുടെ തൃഷ്ണയെ തൃപ്തിപ്പെടുത്താൻ 'അൽമനാറി'ലെ വിഭവങ്ങൾക്ക് സാധിച്ചു. അതിന്റെ ഓരോ ലക്കവും അദ്ദേഹം സൂക്ഷ്മമായി പിന്തുടർന്നു. ഒരിക്കൽ മാസിക മുടങ്ങിയപ്പോൾ മൗലവി പത്രാധിപരായ റഷീദ് രിദയ്ക്ക് വികാര തീവ്രമായ ഒരു കത്തെഴുതുകയുണ്ടായി. ശുദ്ധ അറബിയിൽ എഴുതിയ ആ കത്ത് 'അൽമനാർ' പ്രസിദ്ധീകരിക്കുകയും ചെയ്തു. താൻ ചിന്താപരമായി അൽമനാറുമായി എത്രമാത്രം കടപ്പെട്ടിട്ടുണ്ടെന്ന് ആ കത്ത് തുറന്നു കാട്ടുന്നുണ്ട്.

അദ്ദേഹം എഴുതി "എനിക്കു കിട്ടിക്കൊണ്ടിരുന്ന 'അൽമനാറി'ന്റെ വരവ് മൂന്നു വർഷക്കാലമായി നിലച്ചു പോയിരിക്കുന്നു. അതിൽ എന്റെ ദുഃഖം അനൽപ്പമാണ്. അത് എനിക്ക് കിട്ടാതെ വന്നതുമുതൽ ഞാൻ ഇരുട്ടിൽ ചെന്നു വീണവനെ പോലെ ആയിരിക്കുന്നു. യഥാർത്ഥമായ വെളിച്ചമായിത്തീർന്നിരിക്കുന്നു 'അൽമനാർ' എനിക്ക്. ഞാൻ ഒമ്പതു വർഷക്കാലം തുടരെ അൽമനാർ വായിച്ചിരിക്കുകയായിരുന്നു. എന്നാൽ ഒരു വരിക്കാരൻ എന്ന നിലയിലല്ല അവിടുത്തെ നിഷ്കളങ്കമായ ഔദാര്യം കൊണ്ടാണ് അതിനു എനിക്ക് സാധിച്ചത്. അവിടെ നിന്ന് അതുണ്ടായത് ഞാൻ 'മുസ്ലീം' മാസിക നടത്തിക്കൊണ്ടിരിക്കുന്ന കാലത്താണ്....

അൽമനാർ എനിക്ക് ഒരു പുതിയ ജീവൻ നൽകി. അത് എന്റെ ഹൃദയത്തിന് കാഴ്ചയും മനസ്സിന് ഉണർവും ഉണ്ടാക്കിത്തീർത്തു. അൽമനാറിൽ പ്രതിപാദിക്കപ്പെട്ടിട്ടുള്ള വിഷയങ്ങളുടെ പ്രചാരണത്തിനു

വേണ്ടി നാട്ടുഭാഷയായ മലയാളത്തിൽ ഞാൻ 'അൽ ഇസ്ലാം' എന്ന പേരിൽ ഒരു മാസിക ആരംഭിച്ചു. അതിലൂടെ 'അൽമനാറി'ന്റെ പ്രകാശം പ്രതിഫലിച്ചു കണ്ടപ്പോൾ ജനങ്ങൾ ആശ്ചര്യഭരിതരായി. അവർക്കിടയിൽ ബഹളം തുടങ്ങി. ഞാൻ പിഴച്ചു പോയി എന്നും വ്യതിചലിച്ചവനാണെന്നും മറ്റും അവർ പറഞ്ഞു പരത്തി. എന്നെ 'വഹാബി' എന്നവർ വിളിക്കുവാൻ തുടങ്ങി. എന്നാൽ സത്യത്തിന്റെ കിരണങ്ങൾ ഹൃദയത്തിൽ കടന്നാൽ പിന്നെ അതെവിടെയും പോയ്പ്പോവുകയില്ലല്ലോ!... അൽമനാറിനോടുള്ള സ്നേഹം എന്റെ രക്തത്തിൽ ചേർന്നു പോയിരിക്കുകയാണ്. അതിന്റെ വായന എന്റെ ആത്മാവിന്റെ ആഹാരമായിത്തീർന്നിരിക്കുന്നു. അതുമായി വേർപിരിയുവാൻ കഴിയാത്ത ഒരു അവസ്ഥയിലായിരിക്കുകയാണ് ഞാൻ. അത് കൂടാതെയുള്ള ജീവിതം എനിക്ക് ഒരിക്കലും സുഖകരമാവില്ല"[2] മൗലവിയുടെ ചിന്തയെയും വികാരത്തെയും 'അൻമനാറും' അതിന്റെ ശിൽപ്പികളും ആഴത്തിൽ ഉദ്ദീപിപ്പിച്ചിട്ടുണ്ടെന്ന് ദീർഘമായ കത്തിൽ നിന്നെടുത്ത ഈ ഭാഗം സാക്ഷ്യപ്പെടുത്തുന്നുണ്ട്.

ആധുനിക ഇസ്ലാമിക രാഷ്ട്രീയ ചിന്തകന്മാരിൽ പ്രമുഖനാണ് ജമാലുദ്ദീൻ അഫ്ഗാനി (1839-1897). ജന്മം കൊണ്ട് അഫ്ഗാനിയാണെങ്കിലും അനേകം രാജ്യങ്ങൾ സന്ദർശിക്കുകയും അവിടങ്ങളിൽ ദീർഘകാലം ജീവിക്കുകയും ചെയ്തു. നൂറ്റാണ്ടുകളോളം ലോകത്തിന്റെ മുക്കു മൂലകളിൽ സാമൂഹികവും വൈജ്ഞാനികവും സാംസ്കാരികവും രാഷ്ട്രീയവുമായി പ്രതാപത്തോടെ നിലകൊണ്ട ഇസ്ലാമിക ഖിലാഫത്തിന്റെ തകർച്ച അഫ്ഗാനിയെ അസ്വസ്ഥമാക്കിയിരുന്നു. പാശ്ചാത്യ ശക്തികൾ, വിശിഷ്യ ബ്രിട്ടീഷ് സാമ്രാജ്യത്വമാണ് ഇസ്ലാമിക രാഷ്ട്രീയ മേധാവിത്വം നിഷ്കാസിതമാക്കിയത് എന്നതിനാൽ ബ്രിട്ടീഷ് അധിനിവേശത്തിനെതിരെ ധീരമായി ചെറുക്കാൻ അഫ്ഗാനി ആഹ്വാനം ചെയ്തു. ബ്രിട്ടീഷ് ആധിപത്യം നിലനിൽക്കുന്ന മിക്ക ദേശങ്ങളിലും ദേശീയ സ്വാതന്ത്ര്യത്തിന് കരുത്ത് പകരാൻ അദ്ദേഹം പോയി. ഇന്ത്യയിലേക്ക് പല തവണ അദ്ദേഹം യാത്ര ചെയ്യുകയും ദേശീയ പ്രസ്ഥാനത്തെ പിന്തുണച്ച് പ്രഭാഷണങ്ങൾ നടത്തുകയും ചെയ്തിട്ടുണ്ട്. ഇന്ത്യയിലെ മുസ്ലീംകളായ സ്വാതന്ത്ര്യപ്പോരാളികൾ അഫ്ഗാനിയുമായി ബന്ധപ്പെടുന്നത് ബ്രിട്ടീഷുകാർ തടഞ്ഞിരുന്നു. ഹൈദരബാദിൽ സ്ഥിരതാമസമാക്കി യൂറോപ്പിന്റെ അധിനിവേശ രാഷ്ട്രീയത്തിനെതിരെ ഗ്രന്ഥ രചന നടത്തുകയും പ്രഭാഷണങ്ങൾ നടത്തുകയും ചെയ്തിരുന്നു. ബ്രിട്ടീഷുകാർ അദ്ദേഹത്തെ കൽക്കട്ടയിൽ തടവിലാക്കുകയാണുണ്ടായത്.

പാശ്ചാത്യ രാഷ്ട്രീയ ദുഷ്ടതയെയും അധിനിവേശത്തെയും ശക്തമായി ചോദ്യം ചെയ്യുമ്പോഴും, യൂറോപ്പിൻ നിന്ന് ഉദയം ചെയ്ത ആധുനിക പ്രബുദ്ധതയെയും വിജ്ഞാനത്തെയും സാംശീകരിക്കാൻ അദ്ദേഹം ഒട്ടും മടികാട്ടിയിരുന്നില്ല. ഫ്രഞ്ച് രാഷ്ട്രീയ സിദ്ധാന്തങ്ങൾ വളരെ ആഴത്തിൽ അദ്ദേഹം പഠിച്ചിരുന്നു. ഫ്രഞ്ച് ചിന്തകനായ റെനനുമായി അദ്ദേഹം സംവാദത്തിലേർപ്പെട്ടിരുന്നു. അമേരിക്ക സന്ദർശിക്കുകയും ആധുനിക ജനാധിപത്യ മൂല്യങ്ങളെയും രാഷ്ട്രീയ വ്യവസ്ഥയെയും സംബന്ധിച്ച് പഠിക്കുകയും ചെയ്തിരുന്നു. പാരീസ് വാസക്കാലത്ത് ശൈഖ്മുഹമ്മദ് അബ്ദുവുമായി സന്ധിക്കാനിടയായ യത്, അദ്ദേഹത്തിന്റെ ജീവിതത്തിലെ നിർണായക സംഭവമാണ്. അതേ തുടർന്ന്. അബ്ദു അഫ്ഗാനിയുടെ അരുമ ശിഷ്യനായി മാറി. ഇരുവരും ചേർന്ന് 'അൽ ഉർവത്തുൽ വുസ്ഖ' എന്ന പേരിൽ പാരീസിൽ നിന്ന് ഒരു പ്രസിദ്ധീകരണമാരംഭിച്ചു. ലോക അറബ്-മുസ്ലീം സമൂഹത്തിൽ നവ്യമായ ഒരു രാഷ്ട്രീയ ചിന്തക്ക് വിത്തിടാൻ അതുവഴി സാധിച്ചു. 'അൽ ഉർവത്തുൽ വുസ്ഖ' വക്കം മൗലവിയുടെയും രാഷ്ട്രീയ ബോധത്തെ ഗണ്യമായി സ്വാധീനിച്ചിരുന്നു. കോളനിയനന്തരം രൂപപ്പെട്ടു വന്ന ദേശരാഷ്ട്ര സങ്കല്പത്തെ അട്ടിമറിക്കുന്ന, സാർവലോക ഇസ്ലാം (പാൻ ഇസ്ലാമിസം) എന്ന രാഷ്ട്രീയ കാഴ്ചപ്പാടാണ് അഫ്ഗാനി മുന്നോട്ടു വെച്ചത്. ഇസ്ലാമിന്റെ സാർവലൗകികതയെയും അഗോള ഇസ്ലാമിക സാഹോദര്യത്തെയും രാഷ്ട്രീയമായി വികസിപ്പിക്കുകയായിരുന്നു അദ്ദേഹത്തിന്റെ സിദ്ധാന്തം. അഫ്ഗാനിയുടെ പാൻ ഇസ്ലാമിസ്റ്റ് ആശയത്തെ വക്കം മൗലവി അനുകൂലിച്ചുവെന്ന് കരുതാനാകില്ല. കാരണം മൗലവി, ദേശിയവാദത്തെ എതിർത്തിരുന്നില്ല. മാത്രമല്ല. ദേശീയ പ്രസ്ഥാനത്തെ പിന്തുണക്കുകയാണ ചെയ്തത്. എന്നാൽ മുസ്ലീം സംഘ ശക്തിയെ നീതിസാരങ്ങളിൽ അധിഷ്ഠിതമായി അധിനിവേശത്തിനെതിരെ തിരിച്ചുവിടുക എന്ന അഫ്ഗാനിയുടെ ആശയത്തോട് വക്കം മൗലവിക്ക് സമ്മതമായിരുന്നു. ജനാധിപത്യ മൂല്യങ്ങളെ ഉൾക്കൊള്ളുന്ന, രാഷ്ട്രീയ വിപ്ലവ ചിന്തയും മൗലവിയെ പ്രചോദിപ്പിച്ചിരുന്നതായി അദ്ദേഹത്തിന്റെ രാഷ്ട്രീയ നിലപാടുകളിൽ നിന്ന് വായിച്ചെടുക്കാം.

അഫ്ഗാനി ഒരു മുഴുസമയ രാഷ്ട്രീയ ചിന്തകനും പോരാളിയുമായിരുന്നു. എന്നാൽ വക്കം മൗലവിയെ ഏറ്റവും കൂടുതൽ സ്വാധീനിച്ച ഈജിപ്ഷ്യൻ ചിന്തകനായ സയ്യിദ് മുഹമ്മദ് റഷീദ് രിദ (1865-1935) ഒരു സാമൂഹിക പരിഷ്കർത്താവും ദൈവശാസ്ത്ര പണ്ഡിതനുമായിരുന്നു. ലബനാനിൽ ആയിരുന്നു ജനനമെങ്കിലും അദ്ദേഹത്തിന്റ കർമഭൂമി

ഈജിപ്ത് ആയിരുന്നു. അഫ്ഗാനിയുടെ ശിഷ്യനായ മുഹമ്മദ് അബ്ദുവിന്റെ സഹകാരിയായി 1897 മുതൽ 1905 വരെ കഴിഞ്ഞ കാലമാണ്, റഷീദ് രിദയുടെ ബൗദ്ധീക ജീവിതത്തെ രൂപപ്പെടുത്തിയത്. വാസ്തവത്തിൽ 'തഫ്സീറുൽ മനാർ' -ഖുർആൻ വ്യാഖ്യാനം ആരംഭിച്ചത് മുഹമ്മദ് അബ്ദുവായിരുന്നു. അത് വികസിപ്പിക്കുകയും പൂർത്തിയാക്കുകയും ചെയ്തത് രിദയും. അൽമനാറിന്റെ ചിന്തകൾ, ആധുനിക മുസ്ലീം സാമൂഹിക നവോത്ഥാനത്തെ അതിശക്തമായി സ്വാധീനിച്ചിട്ടുണ്ട്. അൽമനാറിന്റെ ചിന്താസരണി പിൽക്കാലത്ത് 'മനാറിസം' എന്നറിയപ്പെട്ടു.

ദൈവശാസ്ത്രപരമായ തർക്കങ്ങളും ഗോത്ര വംശീയ പക്ഷപാതങ്ങളും അന്ധവിശ്വാസ അനാചാരങ്ങളും സാംസ്കാരിക ജീർണതകളും പടർന്നു പൊങ്ങിയ ഒരു ചരിത്ര ഘട്ടത്തിലാണ് റഷീദ് രിദ ജീവിച്ചത്. ഈ സാമൂഹിക സാഹചര്യം മുസ്ലിം സമൂഹത്ത രാഷ്ട്രീയമായി അസ്ഥിരമാക്കുകയും അവരുടെ സംഘശേഷി ദുർബലമാക്കുകയും ചെയ്തിരുന്നു. സാമ്പ്രദായിക മുസ്ലീം പണ്ഡിതന്മാരും മുഫ്തിമാരും, ആരാധനകളുടെയും അനുഷ്ഠാനങ്ങളുടെയും സൂക്ഷ്മാംശങ്ങളെ കുറിച്ചുള്ള തർക്കങ്ങളിൽ മുഴുകിയിരിക്കുകയായിരുന്നു. സമൂഹത്തിൽ വളർന്നു വരുന്ന ഭൗതിക പ്രമത്തതയോടും ആഡംബരത്തോടും കലഹിച്ച് വിശ്വാസികളുടെ ഭക്തി പ്രസ്ഥാനമായി മാറിയ സൂഫിസം, സമൂഹത്തിന്റെ സമൂഹിക ഉത്ഥാനത്തെയും രാഷ്ട്രീയ വളർച്ചയെയും മന്ദീഭവിപ്പിക്കുന്ന സാഹചര്യമുണ്ടായിരുന്നു. ഓട്ടോമൻ ഖിലാഫത്തിന്റെ തകർച്ചയും യൂറോപ്യൻ സെക്യുലറിസത്തിന്റെ കുതിച്ചു വരവും സംഭവിച്ചുകൊണ്ടിരിക്കുന്ന ഒരു കാലഘട്ടവും കൂടിയായിരുന്നു അത്. ഈ സന്നിഗ്ധതകളെയാണ് റഷീദ് രിദ അഭിസംബോധന ചെയ്തത്. മതത്തെ യുക്തിഭദ്രമായ തലത്തിൽ ഉയർത്തിപ്പിടിച്ച് മൗലികത്തനിമയിൽ വിശ്വാസികളെ ഏകീകരിച്ച്, രാഷ്ട്രീയവും സാമൂഹികവുമായ ഉത്ഥാനത്തിന് ശക്തി പകരുകയായിരുന്നു റഷീദ് രിദയുടെ ദൗത്യം. അതിന് ജഡാവസ്ഥയിലായിരുന്ന ഇസ്ലാമിക ചിന്തയെ പുനരുജ്ജീവിപ്പിക്കുകയായിരുന്നു അദ്ദേഹം കണ്ടെത്തിയ മാർഗം.

ഭൗതിക ജീവിതത്തിലെ സാമൂഹിക, രാഷ്ട്രീയ അസമത്വങ്ങളും അസ്വസ്ഥതകളും ദൈവവിധിയായി സമാധാനിച്ച് നിഷ്ക്രിയരാവുന്ന മനോഭാവത്തെ അതിശക്തമായി ചോദ്യം ചെയ്യാൻ റഷീദ് രിദ തയ്യാറായി. പ്രവർത്തനങ്ങൾ കൊണ്ടും പ്രതിരോധങ്ങൾകൊണ്ടുമല്ലാതെ പ്രതിസന്ധികളെ അതിജീവിക്കാനാവില്ലെന്നും പ്രതിസന്ധികളെയും പ്രാതികൂല്യങ്ങളെയും ധൈഷണികവും പ്രായോഗികവുമായി

ചെറുക്കാൻ സംഘടിതമായ മുന്നേറ്റം അനിവാര്യമാണെന്നും 'അൽമനാറി'ലെ ലേഖനങ്ങളിലൂടെ അദ്ദേഹം സിദ്ധാന്തിച്ചു. പാശ്ചാത്യ നാഗരികതയെ ഉയർച്ചയിലെത്തിച്ചത് വ്യാവസായിക വിപ്ലവവും അതിനു മുന്നോടിയായി നടന്ന രാഷ്ട്രീയ ചിന്താ വിപ്ലവങ്ങളുമാണ്. മുസ്ലീം സമൂഹം ഈ സമയത്ത് ഗാഢനിദ്രയിൽ സുഖം കണ്ടെത്തുകയായിരുന്നു. ഭൗതികതയെ തള്ളിക്കളയുകയും മരണത്തെ മോഹിക്കാൻ പ്രേരിപ്പിക്കുകയും ചെയ്യുന്ന കേവല ആത്മീയ വാദത്തിന്റെ നിലപാട് മുസ്ലീം സമൂഹത്തെ പുറകോട്ടടിപ്പിക്കുന്നതിൽ വലിയ പങ്കുവഹിച്ചിട്ടുണ്ട്. ചിന്തയെ തടഞ്ഞു നിർത്തിയ ചർച്ചിന്റെ ഇടപെടൽ അവസാനിച്ചതോടെയാണ് യൂറോപ്പിൽ പ്രബുദ്ധതയും വളർച്ചയും സംജാതമായത്. സ്വാതന്ത്ര്യത്തിൽ നിന്നല്ലാതെ പുരോഗതിയുണ്ടാകില്ല. അതിനാൽ ചിന്താസ്വാതന്ത്ര്യത്തിനും പുരോഗതിക്കും ഊന്നൽ നൽകി മതപഠന സംവിധാനങ്ങളെ പരിഷ്കരിക്കേണ്ടതുണ്ടെന്നും അക്കാലത്തെ ലോക പ്രശസ്തമായ ഈജിപ്തിലെ അൽ അസ്ഹർ സർവകലാശാലയിൽ വിദ്യാഭ്യാസ പരിഷ്കരണം ആരംഭിക്കേണ്ടതുണ്ടെന്നും റഷീദ് രിദ വാദിച്ചു. അൽ അസ്ഹറിന്റെ വൈജ്ഞാനിക ബോധന കാഴ്ചപ്പാട് അടിമുടി പരിഷ്കരിക്കാൻ അദ്ദേഹം തന്നെ നേതൃത്വം നൽകുകയും ചെയ്തു.

ജമാലുദ്ദീൻ അഫ്ഗാനി രാഷ്ട്രീയ നവോത്ഥാനത്തെക്കുറിച്ചാണ് കൂടുതൽ ചിന്തിക്കുകയും അതിന്റെ സാഫല്യത്തിനായാണ് അധികവും പ്രവർത്തിക്കുകയും ചെയ്തത്. എന്നാൽ, മുഹമ്മദ് അബ്ദു ആധുനിക ലോകത്തിന്റെ ധിഷണാവ്യാപാരങ്ങളെയും യൂറോപ്യൻ ആധുനികതയുടെ ജ്ഞാനശാസ്ത്രങ്ങളെയുമാണ് അഭിമുഖീകരിച്ചത്. റഷീദ് രിദയാകട്ടെ, തന്റെ മുൻഗാമികളുടെ ആശയാവലികളെയും ചിന്താരീതിയെയും സമ്യക്കായി സ്വാംശീകരിച്ചുകൊണ്ട് നവീനമായ ഒരു ദൈവശാസ്ത്ര കാഴ്ചപ്പാട് അവതരിപ്പിക്കാൻ ശ്രമിച്ചു. ആധുനിക മുസ്ലീം സാമൂഹിക നവോത്ഥാന പദ്ധതിയെ ആശയപരമായി ആവിഷ്കരിച്ചത് പ്രധാനമായും ഈ മൂന്നു ചിന്തകന്മാരും' അൽമനാർ' പ്രസ്ഥാനവുമാണെന്ന് നിസ്സംശയം പറയാം. ആ നിലയിൽ, വക്കം മൗലവിയുടെ സ്കൂൾ ഓഫ് തോട്ട് 'അൽമനാറിൽ' നിന്ന് ഉത്ഭവിച്ചതാണെന്ന് നിരീക്ഷിക്കാവുന്നതാണ്.

'അൽമനാർ' പ്രസ്ഥാനത്തിനു പുറമെ മറ്റു ചില പ്രധാന വ്യക്തികളും ദർശനങ്ങളും മൗലവിയെ സ്വാധീനിച്ചിട്ടുണ്ട്. ഒരു വിപ്ലവകാരി ആയിരിക്കേ തന്നെ വ്യക്തി ജീവിതത്തിൽ അങ്ങേയറ്റത്തെ ലാളിത്യവും വിനയവും ഭക്തിയും പുലർത്തിയ സാത്വികനായിരുന്നു

വക്കം മൗലവി. മനുഷ്യജീവിതത്തിന്റെ വിമലീകരണത്തിനും സംസ്കരണത്തിനും ആത്മജ്ഞാനവും ആന്തരികമായ തെളിച്ചവും ആവശ്യമാണെന്ന് അദ്ദേഹം കരുതിയിരുന്നു. എന്നാൽ ഭൗതിക യാഥാർത്ഥ്യങ്ങളെ വിസ്മരിപ്പിക്കുന്ന ഒരു ലഹരിയായി ആത്മീയ തയെ അദ്ദേഹം സ്വീകരിച്ചുമില്ല. മൗലവിയുടെ ഈ സാത്വിക ഭാവം രൂപപ്പെടുന്നത് ഇസ്ലാമിലെ അധ്യാത്മിക ചിന്തകന്മാരിൽ സർവോ ത്കൃഷ്ടനായി കരുതപ്പെടുന്ന ഇമാം അബൂഹാമിദുൽ ഗസ്സാലിയുടെ സ്വാധീനത്തിൽ നിന്നാണ്. ഗ്രീക്ക് തത്വചിന്തയിലും തർക്കശാസ്ത്ര ങ്ങളിലും അവഗാഹം നേടുകയും വചനശാസ്ത്രത്തിൽ വ്യുൽപ്പത്തി നേടുകയും ചെയ്ത ശേഷം അത്തരം താർക്കിക യുക്തിചിന്ത മനുഷ്യ ന്റെ ആന്തരിക പ്രകാശത്തെ ഉണർത്തുകയില്ലെന്ന് തിരിച്ചറിഞ്ഞ് വൈരാഗിയായി മാറുകയായിരുന്നു ഗസ്സാലി. ഭൗതിക വിരക്തനായ ശേഷം ഗസ്സാലി രചിച്ച നിരവധി കൃതികൾ, ആത്മജ്ഞാന ശാസ്ത്രകൃ തികളിൽ ലോകോത്തരമാണ്. മതജ്ഞാനങ്ങളുടെ ഉദ്ദീപനം (ഇഹ്യ ഉലൂമുദ്ദീൻ) എന്ന കൃതി ഈ ഇനങ്ങളിലെ ക്ലാസിക് രചനയാണ്. ഗസ്സാലി രചനകളിൽ ആകൃഷ്ടനായ വക്കം മൗലവി, അവയിൽ നിന്നുള്ള ഭാഗങ്ങൾ തന്റെ പ്രസിദ്ധീകരണങ്ങളിൽ എടുത്തുചേർക്കു മായിരുന്നു. ഇമാം ഗസ്സാലിയുടെ സുപ്രസിദ്ധ രചനയായ 'കീമിയാ സആദ' (ആനന്ദത്തിന്റെ രസതന്ത്രം) എന്ന കൃതി മലയാളത്തിലേക്ക് വിവർത്തനം ചെയ്ത് മൗലവി 1918ൽ പ്രസിദ്ധീകരിച്ചിരുന്നു[3].

ആധ്യാത്മിക സാഹിത്യത്തിലും ആത്മജ്ഞാനപരമായ ദർശ നങ്ങളിലും ആകൃഷ്ടരാകുന്നവർ പലപ്പോഴും ദൈവശാസ്ത്രത്തിൽ ഉദാരമായ സമീപനം സ്വീകരിക്കുന്ന പതിവുണ്ട്. എന്നാൽ, വക്കം മൗലവി ഈ രംഗത്ത് വേറിട്ടു നില്ക്കുന്നു. അദ്വൈതചിന്തയെ അംഗീ കരിക്കുന്ന സൂഫി സരണികളെ തിരസ്കരിച്ചുകൊണ്ട് ഏകദൈവ സിദ്ധാന്തത്തെ വിട്ടുവീഴ്ചയില്ലാതെ പിന്തുടരുന്ന ദൈവശാസ്ത്ര സമീ പനമാണ് മൗലവിയുടേത്. ദൈവശാസ്ത്ര വിജ്ഞാന മേഖലയിൽ അദ്ദേഹം ആശ്രയിച്ചത് ഇബ്നു തീമിയ്യ, മുഹമ്മദ്ബ്നു അബ്ദുൽ വഹാബ് (1703-1792) എന്നീ പൂർവിക പണ്ഡിതന്മാരെയാണ്. ഈ നിലപാട് ഒട്ടേറെ ആക്ഷേപങ്ങൾക്ക് ശര്യവാകാൻ കാരണമാവുകയും ചെയ്തു. കണിശവും സംശുദ്ധവുമായ ഏകദൈവ വിശ്വാസവും ആരാ ധനയുമാണ് ഇവരുടെ ദൈവശാസ്ത്ര സമീപനത്തിന്റെ മൗലികത. ഏകദൈവത്തോട് മാത്രമേ പ്രാർത്ഥിക്കാനും ആരാധിക്കാനും അർച്ചനകൾ അർപ്പിക്കാനും പാടുള്ളൂ എന്നും ദൈവത്തിനിടയിൽ മധ്യവർത്തികളെ സ്വീകരിക്കുന്നത് വിശ്വാസ ലംഘനമാണെന്നും

അവർ സമർഥിക്കുന്നു. ഈ വീക്ഷണപ്രകാരം, കേരളത്തിലെ പാരമ്പര്യ വിശ്വാസികളിൽ പ്രചാരത്തിലുള്ള ഒട്ടേറെ ചടങ്ങുകൾ വിമർശിക്കപ്പെട്ടു. പുണ്യാളന്മാരുടെ ഖബറുകൾ കെട്ടിയുയർത്തി അവിടെ നൈവേദ്യങ്ങൾ അർപ്പിക്കുകയും പ്രാർത്ഥിക്കുകയും ചെയ്യുക, പുണ്യാത്മാക്കളോട് സഹായം തേടുക, ശവകുടീര കേന്ദ്രങ്ങളിൽ നേർച്ചകളും പൂരങ്ങളും ഉൽസവങ്ങളും സംഘടിപ്പിക്കുക, അഭൗതികമായ നിലയിൽ ജീവിച്ചിരിക്കുന്നവർക്കോ മരിച്ചു പോയവർക്കോ എന്തെങ്കിലും ഉപകാരമോ ഉപദ്രവമോ ചെയ്യാനാകുമെന്ന് വിശ്വസിക്കുക തുടങ്ങിയ പാരമ്പര്യ വിശ്വാസാചാരങ്ങൾ മതവിരുദ്ധമാണെന്നാണ് ഇബ്നു തീമിയായും അബ്ദുൽ വഹാബും അവരുടെ നിരവധി കൃതികളിൽ വ്യക്തമാക്കിയിട്ടുള്ളത്. ആൾദൈവ വാദത്തിലേക്കും വ്യാജസിദ്ധ തട്ടിപ്പുകളിലേക്കും പൗരോഹിത്യ ചൂഷണങ്ങളിലേക്കും വഴിതുറക്കുന്ന ഇത്തരം പാരമ്പര്യ വിശ്വാസങ്ങളെ വക്കം മൗലവി തുറന്നെതിർത്തതിനാൽ അദ്ദേഹത്തെ യാഥാസ്ഥിതിക പണ്ഡിതന്മാർ മതനിഷേധി (കാഫിർ) ആയി മുദ്രയടിച്ചു. അബ്ദുൽ വഹാബിന്റെ ആശയാനുഗാമി എന്ന നിലയിൽ അദ്ദേഹത്തിനെ 'വഹ്ഹാബി' എന്ന വിളിപ്പേരിൽ അക്ഷേപിക്കുകയും ചെയ്തു. വിമർശനങ്ങളോ ആക്ഷേപങ്ങളോ ആദ്ദേഹം വകവെച്ചില്ല. ഇബ്നു തീമിയ്യയും അബ്ദുൽ വഹാബും വിശ്വാസരംഗത്തെ പരിഷ്കർത്താക്കളായിരുന്നുവെന്നും അവർ പ്രചരിപ്പിച്ച ആശയങ്ങൾ ഇസ്ലാമിക വിശ്വാസത്തിന്റെ അടിസ്ഥാന തത്വങ്ങളുടെ പൊരുളാണെന്നും മൗലവി വാദിച്ചു. 'പ്രഭാതകിരണങ്ങൾ' (ളൗഉ സ്സ്വബാഹ്) എന്ന ശീർഷകത്തിൽ മൗലവി പ്രസിദ്ധീകരിച്ച ഗ്രന്ഥത്തിൽ ഇബ്നു തീമിയ്യക്കും അബ്ദുൽ വഹാബിനുമെതിരെ യാഥാസ്ഥിതിക പണ്ഡിതന്മാർ ഉന്നയിച്ച ആരോപണങ്ങൾക്ക് അക്കമിട്ട് മറുപടി പറയുന്നുണ്ട്.[4] അബ്ദുൽ വഹാബിന്റെ വിശ്വാസ തനിമാവാദത്തെ അംഗീകരിക്കുകയും ന്യായീകരിക്കുകയും ചെയ്തുവെന്നല്ലാതെ, പിൽക്കാലത്ത് 'വഹാബിസം' എന്നറിയപ്പെട്ട പുനരുദ്ധാനപരമായ മത രാഷ്ട്രീയ സിദ്ധാന്തവുമായി മൗലവിയുടെ ദർശനങ്ങൾ ഒരു നിലക്കും യോജിക്കുന്നതല്ല. വിശ്വാസരംഗത്തെ കലർപ്പുകളുടെയും (ശിർക്ക്) മതാചരണരംഗത്തെ നവനിർമിതികളെയും (ബിദ്അത്ത്) ചെറുത്ത മൗലവി മതാന്തര ബന്ധങ്ങളെയും സാംസ്കാരികമായ ആദാനപ്രദാനങ്ങളെയും പ്രോത്സാഹിപ്പിച്ചു. അസഹിഷ്ണുതയ്ക്കോ പരമതദ്വേഷത്തിനോ മതതീവ്രതക്കോ കാരണമായിത്തീരുന്ന 'ശുദ്ധ വാദം' (ഗൗൃശമേശാ) അദ്ദേഹത്തിന്റെ രചനകളിലോ ജീവിത ദർശനങ്ങളിലോ ഒട്ടും കടന്നു വന്നിട്ടില്ലെന്നത് പ്രത്യേകം സ്മരിക്കേണ്ടതാണ്.

ഇന്ത്യൻ ഉപഭൂഖണ്ഡത്തിലെ പ്രശസ്തചിന്തകനും മഹാകവിയുമായ അല്ലാമാ മുഹമ്മദ് ഇഖ്ബാൽ (1876-1938) വക്കം മൗലവിയുടെ ചിന്താലോകത്ത് ഏറെ സ്വാധീനം ചെലുത്തിയിട്ടുണ്ട്. കേംബ്രിഡ്ജ് സർവകലാശാലയിൽ നിന്ന് തത്വശാസ്ത്രത്തിൽ ബിരുദാനന്തര ബിരുദവും ജർമനിയിലെ മ്യൂണിച്ച് സർവകലാശാലയിൽ നിന്ന് ഗവേഷണ ബിരുദവും നേടിയ ഇഖ്ബാൽ, പ്രാചീനവും ആധുനികവുമായ യൂറോപ്യൻ ദർശനങ്ങളെയും തത്വശാസ്ത്രങ്ങളെയും കീറിമുറിച്ച് പഠിച്ചിട്ടുണ്ട്. ആധുനിക ചിന്തകളുടെ വെളിച്ചത്തിൽ ഇസ്ലാമിക തത്വചിന്തയെ പുനർനിർമിക്കാൻ ശ്രമിച്ച ഇഖ്ബാലിന്റെ കൃതികൾ വിശിഷ്യ യൂറോപ്യൻ വിജ്ഞാന ശാസ്ത്രങ്ങളുടെ അധിനിവേശത്തെ അഭിമുഖീകരിക്കുന്ന ചിന്തകൾ മൗലവിയെ ആകർഷിക്കുകയുണ്ടായി. ഇഖ്ബാലിനു പുറമെ, സർ സയ്യിദ് അഹമ്മദ് ഖാനെയും (1817-1898) മൗലവി ശ്രദ്ധയോടെ പഠിക്കുകയുണ്ടായി. പാശ്ചാത്യ വിദ്യാഭ്യാസം നേടാത്ത സർ സയ്യിദ് ബ്രിട്ടീഷ് ഭരണവുമായി താദാത്മ്യപ്പെടുകയും ആധുനിക വിദ്യാഭ്യാസത്തെ നെഞ്ചേറ്റുകയുമായിരുന്നു. ആധുനിക വിദ്യാഭ്യാസത്തിന്റെ പ്രസക്തി അംഗീകരിച്ച വക്കം മൗലവി ഭരണകൂടവുമായി സംഘർഷപ്പെട്ട് സമുദായത്തിന്റെ നവീകരണ പ്രവർത്തനങ്ങളെ നിർത്തിവച്ചുകൂടാ എന്ന ആശയത്തിൽ സർ സയ്യിദുമായി യോജിച്ചിരുന്നു.[5],[6]

●

## കുറിപ്പുകൾ

1. *വക്കം മൗലവിയുടെ ബൗദ്ധിക സംഭാവനകൾ* (പ്രബന്ധം) എ. ഷാഹുൽ ഹമീദ്, ഉദ്ധരണം, വക്കം മൗലവി അവരുടെ കാഴ്ചപ്പാടിൽ പേജ് 118
2. *വക്കം മൗലവിയും നവോത്ഥാന നായന്മാരും.* എം. മുഹമ്മദ് കണ്ണ് (പേജ് 4,5)
3. *വക്കം എം. മുഹമ്മദ് അബ്ദുൾ ഖാദർ മൗലവി*, എം. മുഹമ്മദ് ജവാദ് വക്കം മൗലവിയുടെ തെരഞ്ഞെടുത്ത കൃതികളുടെ ആമുഖം (പേജ് 29)
4. *വക്കം മൗലവിയുടെ തെരഞ്ഞെടുത്ത കൃതികളിൽ* ('ഔഉ സ്സ്വബാഗ്' പൂർണമായും ചേർത്തിട്ടുണ്ട്. പേജ് 199-331)
5. *മുസ്ലീം മനസ്സിനെ കണ്ടെത്തൽ*, രാജ്മോഹൻ ഗാന്ധി. വിവ. എ.എൻ. പി ഉമ്മർകുട്ടി, പേജ് 133-108 കാണുക.
6. വക്കം മൗലവിയുടെ ദൈവശാസ്ത്ര ചിന്തയെക്കുറിച്ച് കൂടുതൽ വിശകലനം ചെയ്യുന്ന '*ഇസ്ലാമിക ഇജ്തിഹാദും വക്കം മൗലവിയുടെ മത നവീകരണ പ്രസ്ഥാനവും*' എന്ന പ്രബന്ധം അനുബന്ധമായി ചേർത്തിട്ടുണ്ട്

# വക്കം മൗലവിയും കേരള നവോത്ഥാനവും

പത്തൊമ്പതാം നൂറ്റാണ്ടിലെ കേരളത്തിന്റെ സാമൂഹികവും സാംസ്കാരികവുമായ സ്ഥിതി പ്രഥമ അധ്യായത്തിൽ വിശദീകരിച്ചുവല്ലോ. ആ അവസ്ഥ മാറ്റിയെടുക്കാൻ വേണ്ടി നടന്നിട്ടുള്ള ബോധപൂർവ്വമായ ശ്രമങ്ങളാണ് കേരള നവോത്ഥാന പ്രക്രിയയായി ചരിത്രത്തിൽ അറിയപ്പെടുന്നത്.

1888 ൽ ശ്രീനാരായണഗുരു അരുവിപ്പുറത്ത് നടത്തിയ ശിവലിംഗ പ്രതിഷ്ഠ കേരള നവോത്ഥാന ചരിത്രത്തിലെ നിർണായകമായ കാൽവെപ്പായി കരുതപ്പെടുന്നു. നൂറ്റാണ്ടുകളായി കേരളത്തിൽ വേരൂന്നിയ ബ്രാഹ്മണ പൗരോഹിത്യത്തെ പിടിച്ചുലച്ച സംഭവമായിരുന്നു അത്. ഈഴവനായ നാരായണ ഗുരു ശിവപ്രതിഷ്ഠ നടത്തിയതിനെ ബ്രാഹ്മണ പൗരോഹിത്യം ചോദ്യം ചെയ്തപ്പോൾ താൻ പ്രതിഷ്ഠിച്ചത് 'ഈഴവ ശിവനെ'യാണെന്ന മറുപടി, ദൈവവിശ്വാസത്തിന്റെ മറവിൽ നടക്കുന്ന സവർണാധികാര വാഴ്ചയെ വെല്ലുവിളിക്കുന്നതായിരുന്നു. അവർണജനതയുടെ സാമൂഹിക കുതിപ്പ് അതുമുതലാണ് ആരംഭിക്കുന്നത്. 1903 ൽ എസ്.എൻ.ഡി.പി യോഗം സ്ഥാപിതമായി. 1905 ൽ പുലയനായ അയ്യൻകാളി തിരുവിതാംകൂറിൽ 'സാധുജനപരിപാലന സംഘം' സ്ഥാപിച്ചു. 1910 ൽ കെ. പി. കറുപ്പന്റെ നേതൃത്വത്തിൽ തേവരയിൽ 'വാല സമുദായ പരിഷ്കാരിണി സഭ' രൂപീകരിച്ചു. 1912 ൽ ആനാപ്പുഴയിൽ 'കല്യാണ ദായിനിസഭ' യും വൈക്കത്ത് 'വാല സേവാ സമിതി'യും പറവൂരിൽ 'സമുദായ സേവിനി'യും രൂപം കൊണ്ടു. അന്നോളം അടിച്ചമർത്തപ്പെട്ട കീഴാള, പിന്നോക്ക സമുദായങ്ങളിൽ അന്യാദൃശമായ ഉണർവ്വാണ് ഈ സംഘാടനങ്ങൾ ഉണ്ടാക്കിയത്. അത്തരം മുൻകൈകളിൽ ഓരോ സമുദായങ്ങളും വിദ്യാലയങ്ങളും

ഗ്രന്ഥശാലകളും വ്യവസായ സംരംഭങ്ങളും സ്ഥാപിച്ചു. വിശ്വാസ ആചാര പരിഷ്കരണങ്ങൾ നടത്തി. എസ്.എൻ.ഡി.പിയുടെ പ്രവർത്തന ഫലമായി ഈഴവ സമുദായത്തിന്റെ വിദ്യാഭ്യാസ രംഗത്തുണ്ടായ അത്ഭുതപൂർവമായ വളർച്ച എസ്.എൻ.ഡി.പിയുടെ 1917ലെ വാർഷിക റിപ്പോർട്ടിൽ എടുത്തുകാണിക്കുന്നുണ്ട്.

"തിരുവിതാംകൂറിലെ കഴിഞ്ഞ സെൻസസിനു ശേഷം നമ്മിൽ വിദ്യാഭ്യാസമുള്ളവരുടെ ശതമാനം വളരെ വർദ്ധിച്ചിട്ടുണ്ട്. ഇംഗ്ലീഷ് വിദ്യാഭ്യാസത്തിലും നമ്മുടെ ഗതി മുന്നോട്ടു തന്നെയാണ്. എല്ലാ സെക്കന്ററി സ്കൂളുകളിലും എല്ലാ കോളേജുകളിലും നമ്മുടെ വിദ്യാർത്ഥികളുടെ സംഖ്യ വർദ്ധിച്ചു തന്നെ വരുന്നുണ്ട്.തിരുവനന്തപുരത്ത് രാജകീയ കോളേജിൽ തന്നെ പത്തുപതിനഞ്ചു വിദ്യാർത്ഥികൾ ഇൻഡർമീഡിയറ്റ് ബി.എ. ക്ലാസുകളിൽ ഇപ്പോൾ പഠിച്ചുവരുന്നു. ഈ സംഖ്യ ഇതിനു മുമ്പ് ഒരിക്കലും ഉണ്ടായിട്ടുള്ളതല്ല. 1914 ൽ തിരുവിതാംകൂറിൽ മൊത്തം ഈഴവ വിദ്യാർത്ഥികൾ 23,893 ആയിരുന്നെങ്കിൽ 1918ൽ അത് 51,114 ആയി ഉയർന്നു 4 കൊല്ലം കൊണ്ട് 114 ശതമാനം വർധനവ്. ഈഴവരുടെ വിദ്യാഭ്യാസ പുരോഗതിക്കൊപ്പം തന്നെ പുലയരുടെ വിദ്യാഭ്യാസവും അതിവേഗം പുരോഗമിച്ചു. 1914ൽ സുമാർ രണ്ടായിരം പുലയക്കുട്ടികൾ മാത്രം വിദ്യാഭ്യാസം തേടിയപ്പോൾ 1918 ൽ ആ സംഖ്യ 17,753 ആയി വർധിച്ചു. നാല് വർഷംകൊണ്ടുണ്ടായ വർധന 850 ശതമാനം.[1] ഒരു നൂറ്റാണ്ടുകൊണ്ട് ക്രിസ്ത്യൻ മിഷനറിയുടെ പ്രവർത്തനം കൊണ്ടുണ്ടായതിന്റെ നൂറുമടങ്ങ് വിദ്യാഭ്യാസ പുരോഗതി, അതാതു സമുദായങ്ങളുടെ സാമൂഹിക പരിഷ്കരണങ്ങൾകൊണ്ട് സാധിതമായി എന്നാണ് ഇതു വെളിപ്പെടുത്തുന്നത്.

വിദ്യാഭ്യാസ രംഗത്തെ പുരോഗതി എന്നപോലെ തന്നെ, ദുരാചാരങ്ങൾ നിർമാർജ്ജനം ചെയ്യാനും സമുദായത്തെ നവീകരിക്കാനും നാരായണ ഗുരു ശ്രദ്ധിച്ചു. യോഗം രൂപീകരിക്കപ്പെട്ടതിന്റെ തൊട്ടടുത്ത വർഷം (1904) പരവൂരിൽ ചേർന്ന സമ്മേളനത്തിൽ താലികെട്ടു കല്യാണം, തെരണ്ടു കുളി, പുളികുടി മുതലായ ആചാരങ്ങൾ നിർത്താനും വിവാഹരീതി പരിഷ്കരിക്കാനും നാരായണ ഗുരു ആഹ്വാനം ചെയ്തു. തൊട്ടുകൂട്ടായ്മയും തീണ്ടിക്കൂടായ്മയും അവസാനിപ്പിക്കാനും താണ ജാതിക്കാർക്ക് സമൂഹത്തിൽ ഉന്നതജാതിക്കാർക്കൊപ്പം അവസരനീതി ലഭിക്കാനും വേണ്ടി സഹോദരൻ അയ്യപ്പൻ നടപ്പാക്കിയ സഹോദര പ്രസ്ഥാനം നവോത്ഥാന പ്രവർത്തന രംഗത്ത് വലിയ സംഭാവനകളർപ്പിക്കുകയുണ്ടായി. മിശ്രഭോജനം

ചരിത്ര പ്രസിദ്ധമാണ്. ചെറായിയിൽ രണ്ട് അധഃകൃത വിദ്യാർഥികളെ കൂടെയിരുത്തി ഇരുനൂറോളം ആളുകൾക്ക് മിശ്രഭോജനം നൽകിയ (1917) സംഭവം നവോത്ഥാനമുന്നേറ്റ ചരിത്രത്തിൽ വിപ്ലവകരമായ ഒന്നാണ്. കൊട്ടുങ്ങല്ലൂരിലെ ശൃംഗപുരത്ത് അവർണർക്ക് നിരോധിക്കപ്പെട്ട റോഡിൽ ജാഥ നയിച്ച് ജാതി രാക്ഷസന്റെ വൈക്കോൽ പ്രതിമയുണ്ടാക്കി ദഹിപ്പിച്ച സംഭവം ജാതീയതയ്ക്കെതിരെ തിളച്ചു മറിഞ്ഞ പ്രക്ഷോഭമായിരുന്നു. തിരുവിതാംകൂറിലും കൊച്ചിയിലും ആഞ്ഞുവീശിയ നവോത്ഥാനസമരത്തിന്റെ കൊടുങ്കാറ്റ് മലബാറിലേക്കും ആഞ്ഞടിച്ചു. മൂർക്കോത്ത് കുമാരൻ, കൊറ്റ്യത്ത് കൃഷ്ണൻ, സി. കൃഷ്ണൻ തുടങ്ങിയവരാണ് മലബാറിൽ ഇതേറ്റെടുത്തത്. വടക്കേ മലബാറിൽ ഈഴവർക്കിടയിൽ നിലനിന്നിരുന്ന മരുമക്കത്തായ സമ്പ്രദായം മാറ്റി മക്കത്തായം പുന:സ്ഥാപിക്കാൻ മൂർക്കോത്ത് കുമാരൻ നടത്തിയ നീക്കങ്ങൾ ചരിത്ര പ്രസിദ്ധമാണ്.

സാമൂഹിക നവോത്ഥാന പ്രവർത്തനങ്ങൾ അവർണർക്കിടയിൽ ഒതുങ്ങി നിന്നില്ല. ശ്രീ നാരായണഗുരുവിന്റെ പാത പിന്തുടർന്ന് സവർണ സമുദായങ്ങളിലും വിപ്ലവം മുളപൊട്ടി. 1907 ൽ നമ്പൂതിരി സമുദായത്തിന്റെ പരിഷ്കരണ ശ്രമങ്ങൾക്ക് നേതൃത്വം നൽകാൻ യോഗക്ഷേമ സഭ നിലവിൽ വന്നു. എസ്.എൻ.ഡി.പി. നടപ്പാക്കിയ പരിഷ്കരണ പരിപാടികൾ തന്നെയാണ് യോഗക്ഷേമ സഭയും നടപ്പാക്കിയത്. നമ്പൂതിരി യുവാക്കളെ ആധുനിക വിദ്യാഭ്യാസത്തിലേക്കും ഇംഗ്ലീഷ് പഠനത്തിലേക്കും പ്രോത്സാഹിപ്പിക്കുക, ജീർണിച്ച കൂട്ടുകുടുംബ വ്യവസ്ഥ പരിഷ്കരിക്കുക, അഫ്ഫൻ നമ്പൂതിരിക്കും സ്വസമുദായത്തിൽ വിവാഹം കഴിക്കാവുന്ന സാഹചര്യം സൃഷ്ടിക്കുക തുടങ്ങിയ പുരോഗമന ആശയങ്ങളാണ് യോഗക്ഷേമസഭ മുന്നോട്ടു വെച്ചത്. യോഗക്ഷേമസഭയിൽ നിന്നും കുറേക്കൂടി തീവ്രമായ വിപ്ലവ പ്രസ്ഥാനമായിരുന്നു ഉണ്ണിനമ്പൂതിരി പ്രസ്ഥാനം. വിധവാ വിവാഹം അനുവദിക്കുക, 'ഘോഷ' ബഹിഷ്കരിക്കുക തുടങ്ങിയ ആവശ്യങ്ങൾ ആ പ്രസ്ഥാനം ഉന്നയിച്ചതോടെ സമുദായം ഇളകി മറിഞ്ഞു.[2]

സമീപകാലത്തു തന്നെ നവോത്ഥാനത്തിന്റെ തിരയടി നായർ സമുദായത്തിലും പ്രത്യക്ഷമായിത്തുടങ്ങിയിട്ടുണ്ടായിരുന്നു. മലയാളത്തിലെ ലക്ഷണമൊത്ത പ്രഥമ നോവലായ 'ഇന്ദുലേഖ'യിൽ നായർ സമുദായത്തിനകത്ത് നടക്കുന്ന മാറ്റത്തിന്റെ അടിയൊഴുക്കുകൾ വ്യക്തമാണ്. ബ്രാഹ്മണ മേധാവിത്വത്തിൽ നിന്ന് മുക്തി നേടി നായർ കുടുംബങ്ങളിലെ വിവാഹ സമ്പ്രദായവും ജീർണിച്ച ആചാരങ്ങളും മാറ്റി പണിയണമെന്ന മുറവിളിയുമായി നായർ യുവാക്കൾ

രംഗത്തുവന്നു. 'നായർ സമാജം' എന്ന പേരിൽ ഒരു സംഘത്തിന് രൂപം നൽകപ്പെട്ടു. 1907ൽ മന്നത്തു കൃഷ്ണൻ നായരുടെ നേതൃത്വത്തിൽ നായർ സമാജത്തിന്റെ പ്രഥമ വാർഷിക യോഗം നടന്നു. കുടുംബ നിയമങ്ങളുടെ പരിഷ്കരണമാണ് ആ യോഗത്തിൽ ചർച്ച ചെയ്ത പ്രധാന പ്രമേയം. ഹിന്ദു ദേവാലയങ്ങളിൽ മണിയടിച്ച് പ്രാർത്ഥിക്കാനുള്ള അവകാശമില്ലാത്തതിനാൽ തങ്ങൾക്ക് പ്രത്യേകം ക്ഷേത്രങ്ങൾ നിർമിക്കേണ്ടതുണ്ടെന്ന് 1914ലെ നായർ സമാജ വാർഷികം അംഗീകരിച്ചു. വിപ്ലവകരമായ ഇത്തരം മുദ്രാവാക്യങ്ങളുയർത്തിയ നായർ സമാജത്തിൽ നിന്നാണ് പിന്നീട് നായർ സർവീസ് സൊസൈറ്റി ഉത്ഭവിച്ചത്[5].

പത്തൊമ്പതാം നൂറ്റാണ്ടിന്റെ ഉത്തരാർദ്ധത്തിൽ കേരളത്തിലെ പ്രമുഖ സമുദായങ്ങളിലെല്ലാം കരുത്തോടെ ഉണർന്നുവന്ന നവോത്ഥാന മുന്നേറ്റങ്ങളുടെ പശ്ചാത്തലത്തിൽ തന്നെയാണ് വക്കം മൗലവിയുടെ പരിവർത്തന പ്രസ്ഥാനത്തിന്റെ ആവിർഭാവത്തെയും നോക്കിക്കാണേണ്ടത്. സഹോദര സമുദായങ്ങളിൽ അലയടിച്ച സമുദ്ധാരണത്തിന്റെ ഓളങ്ങൾ മുസ്ലീം സമുദായത്തിലേക്കും കടന്നുവരുക സ്വാഭാവികം മാത്രം. അതിന് ദിശാബോധവും നേതൃത്വവും നൽകുകയാണ് വക്കം അബ്ദുൽഖാദർ മൗലവി ചെയ്തത്. ചെറുപ്പം മുതൽ ശ്രീനാരായണ ഗുരുവുമായി മൗലവിക്കുണ്ടായിരുന്ന അടുപ്പവും ആശയവിനിമയവും ഗുരുവിന്റെ ആശയങ്ങൾ ശ്രദ്ധിക്കാൻ കാരണമായിരിക്കാം. നാരായണ ഗുരുവുമായി മാത്രമല്ല, കുമാരനാശാനുമായും സഹോദരൻ അയ്യപ്പനുമായുമൊക്കെ മൗലവിക്ക് ബന്ധമുണ്ടായിരുന്നു. ജാതി വിവേചനത്തിനെതിരെ ആഞ്ഞടിച്ച സഹോദര പ്രസ്ഥാനത്തിന്റെ ഒരു ശാഖ മൗലവിയുടെ പ്രേരണയാൽ വക്കത്ത് രൂപീകരിക്കപ്പെട്ടിരുന്നു.

കേരള നവോത്ഥാനത്തിന്റെ അടിക്കല്ലുകൾ പടുക്കപ്പെട്ടത് ജാതി വിരുദ്ധ സമരങ്ങളിലാണ്. മനുഷ്യർ ഒന്നാണെന്നും അവർക്കിടയിൽ വിവേചനമരുതെന്നുമുള്ള മഹത്തായ മാനവ സങ്കൽപ്പമാണ് അയിത്താചരണത്തെ എതിർക്കുന്നതിന്റെ തത്വശാസ്ത്രം. വിവേചനങ്ങൾക്കതീതമായി മനുഷ്യന്റെ മഹത്വവും അഭിമാനവും സ്വാതന്ത്ര്യവും ഉയർത്തിപ്പിടിക്കുകയാണ് ശ്രീനാരായണഗുരുവിന്റെ ദർശനങ്ങൾ ചെയ്യുന്നത്. 'ഒരു ജാതി, ഒരു മതം, ഒരു ദൈവം' എന്ന പ്രസിദ്ധമായ നാരായണഗുരുവിന്റെ തത്വത്തിൽ മാനവ ഏകതയാണ് അന്തർഭവിച്ചിട്ടുള്ളത്. തുല്ല്യനീതി, അവസര സമത്വം, മാനവ ഐക്യം, മനുഷ്യനന്മ, മനുഷ്യാവകാശം മുതലായ ഉദാത്ത മൂല്യങ്ങൾ ഉൾക്കൊള്ളുന്ന

ഇസ്ലാമിക സന്ദേശമായിരുന്നു വക്കം മൗലവിയുടെ ആദർശം. ആ ആദർശത്തിന്, ശ്രീനാരായണ ഗുരുവിന്റെ പ്രസ്ഥാനവുമായോ ഇതര സമുദായങ്ങളിലെ സമാന പ്രസ്ഥാനങ്ങളുമായോ ഏറ്റുമുട്ടേണ്ട യാതൊരു കാരണവുമില്ലെന്നു മാത്രമല്ല, അവയുമായി യോജിച്ച പ്രവർത്തിക്കേണ്ട ആവശ്യമുണ്ടുതാനും. ശ്രീനാരായണഗുരുവും മന്നത്തു പത്മനാഭനും വക്കം മൗലവിയും തങ്ങളുടെ പ്രവർത്തനങ്ങൾ കേന്ദ്രീകരിച്ചത് അതതു സമുദായങ്ങളിലാണെങ്കിലും അവരുടെ നവോത്ഥാന കർമ പരിപാടികളിൽ സമാനതയും പൊരുത്തവുമുണ്ടായിരുന്നു. നിലപാടുകളിലും പരിപാടികളിലും അവ പരസ്പരം സ്വാധീനിക്കുകയും ചെയ്തിട്ടുണ്ട്. വിശ്വാസ, ആചാര രംഗങ്ങളിലെ പരിഷ്കരണം, സാമൂഹിക തിന്മകൾക്കെതിരെയുള്ള ബോധവത്കരണം, വിദ്യാഭ്യാസ- വ്യാവസായിക, കാർഷിക രംഗങ്ങളിലെ സമുദായ ശാക്തീകണം, പുരോഹിതാധിപത്യത്തിൽ നിന്നുള്ള സ്വാതന്ത്ര്യം തുടങ്ങിയ ആധുനികീകരണ പരിപാടികളാണ് എല്ലാ സമുദായ സമുദ്ധാരകരും നടപ്പിൽവരുത്തിയത്. നവോത്ഥാന പദ്ധതികളിലും പരിപാടികളിലും വക്കം മൗലവി, മറ്റു സമുദായ പരിഷ്കർത്താക്കളുമായി അഭേദ്യമായി കണ്ണിചേരുന്നുണ്ടെങ്കിലും നവോത്ഥാന പ്രവർത്തനത്തെ നിർണയിച്ച കാഴ്ചപ്പാടിലും പ്രത്യയശാസ്ത്രത്തിലും അവയ്ക്കിടയിൽ അന്തരമുണ്ടെന്ന വസ്തുത നിഷേധിക്കാനാകില്ല.

ഉറച്ച സമുദായാഭിമാനിയും സ്വാതന്ത്ര്യവാദിയുമായ ഡോ. പൽപുവായിരുന്നു, എസ്.എൻ.ഡി.പി. പ്രസ്ഥാനത്തിന്റെ ബുദ്ധികേന്ദ്രമെന്ന് പൊതുവെ അംഗീകരിക്കപ്പെട്ടിട്ടുണ്ട്. ഡോ. പൽപ്പു അടിയുറച്ച ദൈവവിശ്വാസിയോ മതാചാര നിഷ്ഠ പുലർത്തുന്ന ആളോ ആയിരുന്നില്ല. അദ്ദേഹം സ്വാമി വിവേകാനന്ദനുമായി സൂക്ഷിച്ച ആത്മബന്ധത്തിലൂടെ, സ്വാമിജിയുടെ നിർദേശ പ്രകാരമാണ് അവർണ ജനതയുടെ മോചനത്തിന് സംഘബോധം അനിവാര്യമാണെന്ന് കണ്ടെത്തുന്നത്. പാരമ്പര്യമായി മതാത്മക സമൂഹമായ ഈഴവ സമുദായത്തിൽ മതത്തിന്റെയും വേദത്തിന്റെയും ഭഷയിലൂടെ മാത്രമേ പരിവർത്തനം സാധിക്കു എന്നും അതിന് ഒരു സർവ സ്വീകാര്യനായ സന്ന്യാസിയുടെ നേതൃത്വം അനിവാര്യമാണെന്നും ഡോ. പൽപ്പുവിനെ ഉപദേശിച്ചത് വിവേകാനന്ദനായിരുന്നുവത്രെ. ഡോ. പൽപ്പു, നാരായണഗുരുവിൽ ആ ആധ്യാത്മിക നേതാവിനെ കണ്ടെത്തുകയും, തന്റെ നവീകരണാശയങ്ങൾ നടപ്പാക്കാൻ കുമാരനാശാനെ യോഗത്തിന്റെ ജനറൽ സെക്രട്ടറിയാക്കുകയുമായിരുന്നു. കുമാരനാശാനാകട്ടെ, ചെറുപ്രായം തൊട്ട് ഡോ. പൽപ്പുവിന്റെ ആശ്രിതത്വത്തിൽ

വളർന്നു വരികയായിരുന്നു. യൗവന പ്രായത്തിൽ ബാംഗ്ലൂരിൽ കൊണ്ടുപോയി താമസിപ്പിക്കുകയും നവോത്ഥാന പൈതൃകമുള്ള ബംഗാളിൽ അയച്ചു പഠിപ്പിക്കുകയും ഇംഗ്ലീഷ് വിദ്യാഭ്യാസം നേടാൻ അവസരമൊരുക്കുകയുമൊക്കെ ചെയ്തുകൊണ്ട് പാശ്ചാത്യ ആധുനികതയുടെ ഒരു മനോഘടന ഡോ. പൽപ്പു കുമാരനാശാനിൽ സൃഷ്ടിച്ചിട്ടുണ്ടായിരുന്നതായി കുമാരനാശാന്റെ ജീവചരിത്രത്തിൽ വിശദീകരിച്ചത് ശ്രദ്ധേയമാണ്.[4] പാശ്ചാത്യ സംസ്കാരത്തോടും വസ്ത്രധാരണ രീതിയോടും ഇംഗ്ലീഷ് ഭാഷയോടും കുമാരനാശാന് അങ്ങേയറ്റത്തെ അനുരാഗമുണ്ടായിരുന്നു. ഈ വസ്തുതകൾ വെച്ച് ചിന്തിക്കുമ്പോൾ ചെന്നുചേരുന്ന അനുമാനം, എസ്.എൻ.ഡി.പി പ്രസ്ഥാനത്തിന്റെ മൂല്യബോധവും പുരോഗമന മാനദണ്ഡവും കൊളോണിയൽ ആധുനികതയുമായി സന്ധിചേരുന്നതാണെന്ന താണ്. ഇതര സമുദായങ്ങളിലെ നവോത്ഥാന കാഴ്ചപ്പാടിലും ഈ നിരീക്ഷണം ഒരു പരിധിവരെ ശരിയാണ്. നവോത്ഥാന നേതൃത്വം സഹോദരൻ അയ്യപ്പന്റെ കൈകളിൽ എത്തുമ്പോഴേക്കും അതിന്റെ ആത്മീയഭാവം ചോർന്നുപോയിരുന്നു. അയ്യപ്പൻ യുക്തിവാദിയും നിരീശ്വരവാദിയുമായിരുന്നുവല്ലോ.

വക്കം മൗലവിയുടെ നവോത്ഥാന കാഴ്ചപ്പാട് വ്യത്യസ്തമാകുന്നത് ഈ പോയന്റിലാണ്. സാമൂഹിക പരിഷ്കരണത്തിന് മതവും ദൈവവും തടസ്സമാണെന്ന് അദ്ദേഹം കരുതിയിരുന്നില്ല. മതത്തിന്റെ യഥാർത്ഥ അന്തസ്സത്തയിൽ നിന്നും സമൂഹം അകന്നു പോയതാണ് മുസ്ലീം സമുദായത്തിന്റെ അധോഗതിയുടെയും തകർച്ചയുടെയും കാരണമെന്നായിരുന്നു മൗലവിയുടെ കാഴ്ചപ്പാട്. സാമ്പ്രദായിക പൗരോഹിത്യം ചൂഷണ വ്യവസ്ഥയാണെന്ന് വിശ്വസിച്ച വക്കം മൗലവി പുരോഹിത ചൂഷണത്തിൽ നിന്ന് സമുദായത്തെ മോചിപ്പിക്കുകയാണ് നവോത്ഥാനത്തിന്റെ മാർഗ്ഗമായി കണ്ടത്. അന്ധവിശ്വാസ, അനാചാരങ്ങളുടെ വളർച്ചയാകട്ടെ, വിജ്ഞാനത്തിൽ നിന്നുമുള്ള അകൽച്ചയാകട്ടെ, സ്ത്രീ സമൂഹത്തോടുള്ള അവഗണനയാകട്ടെ, അതെല്ലാം മതത്തിന്റെ ശരിയായ ഉള്ളടക്കത്തിൽ നിന്നുള്ള വ്യതിയാനത്തിൽ നിന്ന് ഉൽഭ്രൂതമാകുന്ന പരിണതിയാണെന്ന് വക്കം മൗലവി വിശ്വസിച്ചു. ദൈവവിശ്വാസത്തിന്റെയും മതത്തിന്റെയും അടിപ്പടവിൽ ചവിട്ടിക്കൊണ്ടുതന്നെ, സമുദായത്തെ സാമൂഹികമായി വിമോചിപ്പിക്കുകയും നവീകരിക്കുകയും ചെയ്യുകയാണ് വേണ്ടതെന്ന സമീപനം അദ്ദേഹം സംശയലേശമന്യേ വ്യക്തമാക്കി.

മതപരിഷ്കരണം, മതനീവികരണം തുടങ്ങിയ സംജ്ഞകൾ, കാലത്തിന്റെ ആവശ്യങ്ങൾക്കനുസരിച്ച് മതത്തിൽ മാറ്റിത്തിരുത്തലുകൾ വരുത്തുക എന്ന വിവക്ഷയിൽ ഉപയോഗിക്കപ്പെടാം. എന്നാൽ, ഒരു യന്ത്രത്തെ അതിന്റെ അദ്യരൂപത്തിലോ ഘടനയിലോ യാതൊരു മാറ്റവും വരുത്താതെ കാലപ്പഴക്കത്തിൽ അതിന് സംഭവിച്ച കേട്ടുപാടുകൾ തീർത്തും അഴുക്കും പൊടിയും തുരുമ്പും തേയ്ച്ചിളക്കി പൂർവസ്ഥിതിയിൽ, നവീകരിക്കുക എന്ന വിവക്ഷയിലാണ് 'മത നവീകരണം' എന്ന വാക്ക് താനുപയോഗിക്കുന്നതെന്ന് മൗലവി തന്നെ സ്പഷ്ടമാക്കിയിട്ടുണ്ട്.[5] മതനവീകരണപദ്ധതി പൗരോഹിത്യത്തിനെ പ്രകോപിപ്പിക്കുന്ന, ശ്രമകരമായ ജോലിയാണ്. മൗലവി എഴുതുന്നു, "ഈ മത നവീകരണം എത്രയോ ദുസ്സാധ്യമായിട്ടുള്ള ഒരു കാര്യമാണ്. ബഹുജനങ്ങൾ പല ശതാബ്ദങ്ങളായി മതമായി വിശ്വസിച്ചാദരിച്ചു വരുന്ന പല കാര്യങ്ങളും മതമല്ലെന്ന് അവരെ സമ്മതിപ്പിക്കുന്നതിനൊപ്പം വൈഷമ്യമേറിയതായി ലോകത്ത് മറ്റൊരുകാര്യവുമില്ലെന്ന് പറഞ്ഞാൽ അതൊരിക്കലും അതിശയോക്തിയാകുന്നതല്ല. ഈ നവീകരണത്തിനെതിരായി ഇളകി വരുന്ന ഭയങ്കരമായ കൊടുങ്കാറ്റിനെ എതിർത്തുനിൽക്കുവാൻ അസാമാന്യമായ മനശ്ശക്തിയുള്ളവരെക്കൊണ്ട് മാത്രമേ സാധിക്കുകയുള്ളൂ."[6] മറ്റൊരിടത്ത് ഇക്കാര്യം വിശദീകരിക്കുന്നു: "മതസംബന്ധമായി നമ്മുടെ നിലയിൽ ഇപ്പോഴുള്ള ന്യൂനതകളെയൊക്കെ പരിഹരിച്ച് മതത്തെ അതിന്റെ പരിശുദ്ധ നിലയിൽ ആചരിക്കണമെന്നുള്ളതാണ് ഇതിന്റെ സാരം.. വാസ്തവത്തിൽ മുസ്ലീംകളുടെ അധഃപതനത്തിന് കാരണം തന്നെ അവരുടെ മതസംബന്ധമായ നിലയ്ക്ക് വന്നിട്ടുള്ള മാറ്റമാകുന്നു. ഈ വാസ്തവത്തെ വേണ്ട പോലെ ധരിച്ചതിന്റെ ഫലമായിട്ടാകുന്നു, ഇന്ന് ഇസ്ലാം ദേശങ്ങളിൽ പലേയിടത്തും സൂക്ഷ്മദൃക്കുകളായ പണ്ഡിതന്മാരിൽ പലരും മതസംബന്ധമായ പരിഷ്കരണത്തിന്റെ ആവശ്യകതയെ കുറിച്ച് ജനങ്ങളെ ഓർമ്മപ്പെടുത്തുകയും അതിലേക്കായി പരിശ്രമിക്കുകയും ചെയ്തുകൊണ്ടിരിക്കുന്നത്."[7] അന്ധവിശ്വാസങ്ങൾക്കും അനാചാരങ്ങൾക്കുമെതിരെ പോരാടാനും സമുദായത്തെ നവീകരിക്കാനും മൗലവി ആയുധമാക്കിത് വിശുദ്ധ ഖുർആനും ആധികാരിക ഹദീസുകളും (നബി വചനങ്ങൾ)ആണെന്ന് പി. ഗോവന്ദപ്പിള്ള നിരീക്ഷിച്ചിട്ടുണ്ട്.[8]

●

## കുറിപ്പുകൾ

1. മിതവാദി മാസിക, 1919 മാർച്ച് പേജ് 109
2. കേരളത്തിന്റെ സാംസ്കാരിക ചരിത്രം. പി.കെ ഗോപാലകൃഷ്ണൻ, പേജ് 511-529 കാണുക.
3. IBID
4. 'കുമാരനാശാൻ'-. എം.കെ. കുമാരൻ, കെ. ശ്രീനിവാസൻ പേജ് 69-72
5. വക്കം മൗലവിയുടെ തെരഞ്ഞെടുത്ത കൃതികൾ, ഇസ്ലാം മത നവീകരണം, പേജ് 158
6. IBID, പേജ് 168
7. വക്കം മൗലവിയുടെ അൽ ഇസ്ലാം (ഒറ്റ വാല്യത്തിൽ) പേജ് 27
8. വക്കം മൗലവിയും ഐക്യ മുസ്ലീം സംഘവും പി. ഗോവിന്ദപ്പിള്ള (വക്കം മൗലവി അവരുടെ കാഴ്ചപ്പാടിൽ) പേജ് 55,56

# മുസ്ലീം നവോത്ഥാനം

മുസ്ലീം സമൂഹത്തിൽ നിന്നും അന്ധവിശ്വാസ, അനാചാരങ്ങൾ ഉന്മൂലനം ചെയ്ത പുരോഗമനപരമായ വഴിയിൽ അവരെ നയിക്കുക എന്ന ലക്ഷ്യത്തോടെ പത്തൊമ്പതാം നൂറ്റാണ്ടിന്റെ മധ്യകാലം തൊട്ടുതന്നെ ഒറ്റപ്പെട്ട ശ്രമങ്ങളുണ്ടായിരുന്നു. ആ കൂട്ടത്തിൽ പ്രഥമ ഗണനീയനാണ് സയ്യിദ് സനാ ഉല്ല മക്ദി തങ്ങൾ (1847-1912). പൊന്നാനിയ്ക്കടുത്ത് വെളിയങ്കോട് ജനിച്ച അദ്ദേഹം ഒരു ബഹുഭാഷാ പണ്ഡിതനായിരുന്നു. തന്റെ സമുദായത്തിന്റെ അധഃസ്ഥിതിയിൽ മനം നൊന്ത മക്ദി തങ്ങൾ, ബ്രിട്ടീഷ് ഗവൺമെന്റിനു കീഴിലുള്ള ഉദ്യോഗം രാജിവെച്ചാണ് സമുദായ സമുദ്ധാരണ പ്രവർത്തനങ്ങളുമായി രംഗത്തിറങ്ങിയത്. ബ്രിട്ടീഷ് ഭരണകൂടത്തിന്റെ പിന്തുണയോടെ ക്രൈസ്തവ മിഷണറി പ്രവർത്തനങ്ങളെ അദ്ദേഹം ചോദ്യം ചെയ്തു. നിരവധി ഗ്രന്ഥങ്ങൾ അദ്ദേഹം പ്രസിദ്ധീകരിച്ചു. 1888 ൽ അദ്ദേഹം ആരംഭിച്ച 'സത്യപ്രകാശം' എന്ന വാരിക സ്മരണീയമാണ്. 1909ൽ 'തുർക്കി സമാചാരം' എന്ന പേരിൽ ഒരു സായാഹ്ന പത്രവും അൽപ്പകാലം അദ്ദേഹം നടത്തിയിരുന്നു.

മുസ്ലീം സമുദായത്തെ വഴിതെറ്റിക്കുന്നത് വിവരദോഷികളായ പൗരോഹിത്യമാണെന്ന് തങ്ങൾ ധീരമായി പ്രഖ്യാപിച്ചു. ഉത്തരമലബാർ മുതൽ തിരുവിതാംകൂർ വരെ നിരന്തരം യാത്രചെയ്ത അദ്ദേഹം നടത്തിയ പരിഷ്കരണ പ്രവർത്തനങ്ങളെ ഏറ്റവും രൂക്ഷമായി എതിർത്തത് മതപുരോഹിതന്മാർ തന്നെയായിരുന്നു. മതത്തെയോ ജീവിക്കുന്ന കാലത്തെയോ കുറിച്ച് അജ്ഞരായ പുരോഹിതന്മാർ, യഥേഷ്ടം മതവിധി പുറപ്പെടുവിക്കുന്നതിനെതിരെ മക്ദി തങ്ങൾ നടത്തിയ ആക്ഷേപഹാസ്യം ഇങ്ങനെയാണ്. "അട്ടക്കളെ വിട്ട്

പോയില്ല; അറിവുള്ളോരെ കണ്ടില്ല; അറിവുകളൊന്നും പഠിച്ചിട്ടില്ല. ഫ്ലൂവക്ക് ഒട്ടും മുട്ടില്ല."[1]

മലയാള ഭാഷ ഓത്തുപള്ളികളിൽ പഠിച്ചിരുന്നില്ലെന്ന മാത്രമല്ല; അതിന് വിലക്കുമുണ്ടായിരുന്നു. ആര്യൻ എഴുത്ത് മതപരമായി നിഷിദ്ധമാണെന്ന് പുരോഹിതന്മാർ വിധിച്ചു. മതപണ്ഡിതന്മാരുടെ ഭാഷാവിരോധത്തെ മഖ്ദി തങ്ങൾ നിശിതമായി വിമർശിക്കുകയുണ്ടായി. "കേട്ടു പഠിച്ച കെട്ട സംസാരം കൊണ്ടും സവിസ്താര ചരിത്രങ്ങളും കർമ്മാചാര വിധികളും എഴുതുന്നു. ആ വക ലേഖനങ്ങൾ മലയാള വ്യൂൽപത്തി അശേഷമില്ലാത്ത ബഹുജനത്തെ മഹാഅപകടത്തിലാക്കുന്നു. ഭാഷാവ്യവസ്ഥ, ഉച്ചാരണഭേദം, അബദ്ധ സുബദ്ധം, അർഥം, കാലം, ലിംഗം, വിഭക്തി, സന്ധി സമ്പ്രദായം മുതലായതൊന്നും അറിയാതെ പുസ്തകം എഴുതുന്നതും പ്രസിദ്ധപ്പെടുത്തുന്നതും സങ്കടം തന്നെ."[2] മലയാള ഭാഷാഭ്യസനത്തിന്റെ അനിവാര്യതയെ ശക്തമായി ഉദ്ബോധിപ്പിച്ചുകൊണ്ട് അദ്ദേഹം എഴുതി "മലയാള ഭാഷ മാതൃഭാഷയായും അത് 'ഈമാൻ' എന്ന വിശ്വാസ സംഗതികളെ ധരിപ്പിക്കുന്ന ഗുരുവായും മരണം വരെയും മരണാനന്തരം താൻ ദൈവത്തോട് അപേക്ഷിക്കുവാൻ തുണയായും ഇരിക്കുന്ന അവസ്ഥക്ക് ആദ്യം പഠിച്ചുണ്ടാക്കേണ്ടതായ ഈ ഭാഷയെ നിരസിച്ചും നിന്ദിച്ചും അഭ്യസിക്കാതിരിക്കുന്നത് പട്ടു മൂർക്ക് മാത്രം അലങ്കാരമായിരിക്കും." മലയാളം, ഇംഗ്ലീഷ്, സയൻസ്, ഫിലോസഫി തുടങ്ങിയ വിജ്ഞാനങ്ങൾ ആർജിക്കുന്നതിനെ എതിർത്ത പുരോഹിതപ്പരിഷകളെ 'പുഴക്കിലിട്ട് തച്ചലക്കി ശുദ്ധമാക്കണമെന്ന്' മഖ്ദി തങ്ങൾ എഴുതി! ഭൗതിക ജീവിതത്തിൽ നിന്ന് മാറിനിന്ന്, പുരോഗതിക്ക് വിഘ്നമുണ്ടാക്കുന്നവരെ വിമർശിച്ചുകൊണ്ട്, "ജീവിതാവശ്യമായ പഠനങ്ങൾ ഒന്നും നമുക്ക് വേണ്ട, രാജ്യസേവ, ഉദ്യോഗം മുതലായവ നമുക്ക് കൊള്ളരുതാത്തത്, പരചിന്ത (പരലോക ചിന്ത) മാത്രം നമുക്ക് വേണ്ടതാകുന്നു എന്നും മറ്റും ഉപദേശിക്കുന്നത് മൂത്ത മൂഢതയാകുന്നു"[2]

സ്ത്രീകളെ പള്ളിക്കൂടത്തിൽ അയക്കണമെന്നും മിശ്രവിദ്യാഭ്യാസമാണ് ആവശ്യമെന്നുമായിരുന്നു അദ്ദേഹത്തിന്റെ കാഴ്ചപ്പാട്. "സ്ത്രീകൾ പഠിക്കുന്നതിലേക്ക് പ്രത്യേക പാഠശാലകൾ ഏർപ്പെടുത്തി കിട്ടേണമെന്നപേക്ഷിക്കുന്നതും വിവരമില്ലായ്മയാകുന്നു. ഇസ്ലാം മുറതെറ്റാതെ തന്നെ പെൺപിള്ളേർ പൊതുപള്ളിക്കൂടത്തിൽ അഭ്യസിക്കാം"[3] കേരള മുസ്ലീംകളുടെ നവോത്ഥാന ചരിത്രത്തിൽ മഖ്ദി തങ്ങളുടെ സംഭാവനകൾ അതുല്യമാണ്.

മഖ്ദി തങ്ങളെപോലെ എഴുതുകയോ പ്രസംഗിക്കുകയോ

വിപ്ലവകരമായ ആശയങ്ങൾ മുന്നോട്ടു വെക്കുകയോ ചെയ്തവർ അക്കാലത്ത് അപൂർവമാണ്. അദ്ദേഹത്തിന്റെ സമകാലികരിൽ പ്രമുഖനായ ചാലിലകത്ത് കുഞ്ഞഹമ്മദ് ഹാജി (1856-1919) മഖ്ദി തങ്ങളുടെ വിദ്യാഭ്യാസ ആശയങ്ങളെ മുന്നോട്ടു കൊണ്ടുപോയ പരിഷ്കർത്താവാണ്. തെന്നിന്ത്യയിലെ പ്രശസ്ത വിദ്യാഭ്യാസ കേന്ദ്ര മായ വെല്ലൂരിലെ ലത്തീഫിയ കോളേജിൽ നിന്ന് ബിരുദം നേടിയ കുഞ്ഞഹമ്മദ് ഹാജി മലയാളം, അറബി, ഉർദു, പേർഷ്യൻ, തമിഴ്, സംസ്കൃതം ഭാഷകളിൽ അവഗാഹം നേടിയിരുന്നു. ജീർണിച്ച് മുരടിച്ച മതവിദ്യാഭ്യാസ മേഖലയെ പരിഷ്കരിക്കുകയായിരുന്നു അദ്ദേഹത്തി ന്റെ ഏറ്റവും പ്രധാന ലക്ഷ്യം. അതിനായി അദ്ദേഹം മലപ്പുറത്തെ വാഴക്കാട്ട്, കേരളത്തിലെ ആദ്യത്തെ ഉന്നത മതപഠനകേന്ദ്രമായ 'ദാറുൽ ഉലൂം' സ്ഥാപിച്ചു. മതവിജ്ഞാനീയങ്ങൾക്കൊപ്പം ഭാഷകളും ആധുനിക ശാസ്ത്രങ്ങളും ചരിത്രവും മറ്റും പാഠ്യപദ്ധതിയിൽ ഉൾപ്പെ ടുത്തി അദ്ദേഹം മതവിദ്യാഭ്യാസ രംഗത്ത് ഒരു നവീകരണത്തിന് നാന്ദി കുറിച്ചു. ബ്ലാക്ക് ബോർഡും ഗ്ലോബും അറ്റ്ലസുമൊക്കെ ബോധന സഹായികളായി സ്വീകരിച്ചു. 'ഇന്ദുലേഖ' ഉൾപ്പെടെയുള്ള അക്കാലത്ത് ലഭ്യമായ സാഹിത്യ കൃതികളും പത്രമാസികകളും വിദ്യാർത്ഥികൾക്ക് ലഭ്യമാക്കുകയും ചെയ്തു. ഉന്നത വിദ്യാഭ്യാസ മാത്ര കയോടൊപ്പം പ്രാഥമിക വിദ്യാഭ്യാസത്തിനുള്ള ഒരു പാഠ്യക്രമവും പാഠപുസ്തകങ്ങളും അദ്ദേഹം തയ്യാറാക്കുകയും നിരവധി പ്രാദേശിക സ്ഥാപനങ്ങളിൽ അത് പ്രചരിപ്പിക്കുകയും ചെയ്തു. വക്കം അബ്ദുൽ ഖാദർ മൗലവിയുമായി, ചാലിലകത്ത് അടുത്ത സൗഹൃദം നിലനിർ ത്തുകയും കത്തിടപാട് നടത്തുകയും ചെയ്തിരുന്നു[4].

തിരുകൊച്ചി പ്രദേശങ്ങളിൽ മുസ്ലീം നവോത്ഥാനത്തിന് ഊർജം പകർന്ന ആദ്യകാല നായകന്മാരിൽ പ്രമുഖൻ ശൈഖ് മാഹിൻ ഹമദാനി തങ്ങൾ (മരണം 1922) ആണ്. തിരുവിതാംകൂർ നിയമ സഭയായ ശ്രീമൂലം അസംബ്ലിയിൽ അംഗമായിരുന്നു അദ്ദേഹം. വട്ടുതലയിൽ ആണ് ജനിച്ചത്. വെല്ലൂരിലെ ലത്തീഫിയ കോളേജിൽ ഉന്നത പഠനം നടത്തി. നിരവധി ഭാഷകളിലും ആധുനിക വിജ്ഞാ നീയങ്ങളിലും ധാരണയുണ്ടായിരുന്നു. സമുദായത്തിന്റെ വിദ്യാഭ്യാസ രംഗത്തെ പിന്നോക്കാവസ്ഥയാണ് ഹമദാനിയെ ഏറെ അസ്വസ്ഥ മാക്കിയത്. അദ്ദേഹം മണപ്പാട് കുഞ്ഞഹമ്മദ് ഹാജിയുടെ ക്ഷണ പ്രകാരം കൊടുങ്ങല്ലൂരിൽ താമസിക്കുകയും വിദ്യാഭ്യാസ പ്രവർത്തന ങ്ങൾക്ക് നേതൃത്വം നൽകുകയും ചെയ്തിരുന്നു. മലയാളവും ഇംഗ്ലീഷും സ്ത്രീ പുരുഷ ഭേദമന്യെ സമുദായത്തിലെ ഓരോ അംഗത്തിനും

ലഭ്യമാക്കണമെന്ന് അദ്ദേഹം ആഹ്വാനം ചെയ്തു. അതിനുവേണ്ടി 1912 ൽ അദ്ദേഹം അഴിക്കോട് 'ലജ്നത്തുൽ ഹമദാനിയ്യ' സഭയും എറിയാട്ട് ലജ്നത്തുൽ ഇസ്ലാം സംഘവും സ്ഥാപിച്ചു. ലജ്നത്തുൽ ഹമദാനിയ്യയുടെ പ്രഥമ വാർഷിക യോഗത്തിൽ മൗലവി ആയിരുന്നു അധ്യക്ഷൻ. അലിഗഢ് മാതൃകയിൽ തിരുകൊച്ചിയിൽ ഒരു വിജ്ഞാന കേന്ദ്രം സ്ഥാപിക്കണമെന്ന് അദ്ദേഹത്തിന് ഉൽക്കടമായ അഗ്രഹമുണ്ടായിരുന്നു. ശ്രീമൂലം അസംബ്ലിയിൽ ഈ ആവശ്യമുന്നയിച്ച് അദ്ദേഹം സാധ്യമായ ശ്രമങ്ങൾ നടത്തുകയും ചെയ്തു. തൽഫലമായി ദിവാൻ സി രാജഗോപാലാചാരിയിൽ നിന്ന് കലാശാല സ്ഥാപിക്കുന്നതിലേക്ക് എട്ട് ഏക്കർ സ്ഥലം ആലുവയിൽ നേടിയെടുക്കാനും അദ്ദേഹത്തിന് സാധിച്ചു. വക്കം മൗലവിയും ആലുവ കോളേജ് പ്രവർത്തനങ്ങളിൽ സജീവപങ്കാളിയായിരുന്നു. എന്നാൽ തന്റെ ജീവിതകാലത്ത് ആ അഭിലാഷം സഫലീകരിക്കാൻ സാധിച്ചില്ല[5].

വക്കം മൗലവിയുമായി ഹമദാനി തങ്ങൾ നല്ല ബന്ധം നിലനിർത്തിയിരുന്നു. മൗലവി നടത്തിയ 'മുസ്ലീം' മാസികയിൽ 1916ൽ പ്രസിദ്ധീകരിച്ച ലേഖനത്തിൽ ശൈഖ് ഹമദാനി തങ്ങൾ സമുദായത്തിന് ഒരു വിദ്യാഭ്യാസ കർമ പരിപാടി സമർപ്പിച്ചിട്ടുണ്ട്. മത, ഭൗതിക സമന്വയ വിദ്യാഭ്യാസത്തിന്റെ പ്രസക്തിയും സമുദായം സാമ്പത്തിക അഭിവൃദ്ധി നേടേണ്ടതിന്റെ പ്രാധാന്യവും അതിൽ ചൂണ്ടിക്കാണിക്കുന്നുണ്ട്[6].

ഹമദാനി തങ്ങൾ കിളച്ച് പാകപ്പെടുത്തിയ കൊടുങ്ങല്ലൂരിലെ നവോത്ഥാന ഭൂമികയിലാണ് കേരളത്തിലെ സംഘടിത നവോത്ഥാന പ്രസ്ഥാനത്തിന് ബീജാവാപമുണ്ടായത്. 1921 ലെ മലബാർ സമരത്തിന് നേതൃത്വം നൽകിയ ഖിലാഫത്ത് നേതാക്കളിൽ പ്രമുഖനായ കെ.എം. മൗലവി (കാത്തിബ് മുഹമ്മദ് മൗലവി) രാഷ്ട്രീയ അഭയം തേടി, ബ്രിട്ടീഷ് മലബാറിന് പുറത്തുള്ള രാജ്യമായ കൊടുങ്ങല്ലൂരിൽ എത്തിയതാണ് ആ ചരിത്ര നിയോഗത്തിന് നിമിത്തമായത്. ഹമദാനി തങ്ങളുടെയും മറ്റും പ്രവർത്തനഫലമായി പുരോഗമനേച്ഛുകളും ഉൽപതിഷ്ണുക്കളുമായി മാറിയ നമ്പൂതിരി മഠത്തിൽ സീതിയും (കേരള നിയമസഭ സ്പീക്കറും മുസ്ലീം ലീഗ് നേതാവുമായ കെ.എം. സീതി സാഹിബിന്റെ പിതാവ്) മണപ്പാട് കുഞ്ഞിമുഹമ്മദ് ഹാജിയുമായിരുന്നു ഖിലാഫത്ത് പോരാളിയായ കെ.എം. മൗലവിക്ക് അഭയം നൽകിയത്. കെ.എം. മൗലവിയോടൊപ്പം കട്ടിലശ്ശേരി മുഹമ്മദ് മുസ്ല്യാർ എം.സി.സി. അബ്ദുറഹ്മാൻ മൗലവി

തുടങ്ങിയവരും കൊടുങ്ങല്ലൂരിൽ എത്തിച്ചേർന്നു. നവോത്ഥാനാശയ ക്കാരനായ ഇ.കെ. മൗലവി അക്കാലത്ത് എറണാകുളം മഹാരാജാസ് കോളേജിൽ അധ്യാപകനായിരുന്നു. അദ്ദേഹവും കൊടുങ്ങല്ലൂരിൽ സന്ധിക്കാനും ചർച്ച നടത്താനും തുടങ്ങി. സമുദായത്തിന്റെ അഭി വൃദ്ധിയും ആധുനികവത്കരണവുമായിരുന്നു അവരുടെ ചർച്ചകളുടെ മർമം. എന്നാൽ അതീവ യാഥാസ്ഥിതികതയിൽ അമർന്ന സമുദായ ത്തെ ഉയർത്തിക്കൊണ്ടു വരാൻ, അതിന്നു മുന്നോടിയായി പരസ്പരം കക്ഷി പിരിഞ്ഞു നിൽക്കുന്ന വിഭാഗങ്ങളെ ഒന്നിപ്പിക്കുകയാണ് ആവശ്യമെന്ന് അവർ വിശ്വസിച്ചു. കൊടുങ്ങല്ലൂരിലെ സമ്പന്ന കുടും ബങ്ങൾ പരസ്പരം ദീർഘകാലം കുടിപ്പകകൾകൊണ്ടു നടക്കുകയും ഏറ്റുമുട്ടുകയും പതിവായ കാലമായിരുന്നു അത്. ഈ അവസ്ഥയ്ക്ക് മാറ്റംവരുത്തി, അവർക്കിടയിൽ ഐക്യവും സമവായവുമുണ്ടാക്കിയി ട്ടല്ലാതെ പുരോഗമന പ്രവർത്തനങ്ങൾ അസാധ്യമായിരുന്നു. ഈ സാഹചര്യത്തിലാണ് 1922 ജനവരിയിൽ കൊടുങ്ങല്ലൂർ കേന്ദ്രീകരി ച്ച് 'നിഷ്പക്ഷസംഘം' എന്ന ഒരു സംഘടന രൂപീകരിച്ചത്. ഹമദാനി തങ്ങളുടെ അധ്യക്ഷതയിൽ 1922 ജനവരിയിൽ എറിയാട് ചന്തമൈ താനിയിൽ നിഷ്പക്ഷ സംഘത്തിന്റെ ആദ്യയോഗം നടന്നു. സീതി മുഹമ്മദ് സാഹിബ് പ്രസിഡണ്ടും മണപ്പാട് കുഞ്ഞിമുഹമ്മദ് ഹാജി ജനറൽ സെക്രട്ടറിയുമായി അതിന്റെ കമ്മറ്റിയും നിലവിൽ വന്നു. മൂന്നു മാസത്തെ നിരന്തര പ്രവർത്തനത്തിലൂടെ സമുദായത്തിലെ കക്ഷി വഴക്കുകൾക്കെതിരെ ബോധരൂപികരണം നടത്താനും ഐക്യം തുടിക്കുന്ന ഒരു അന്തരീക്ഷം നിർമ്മിച്ചെടുക്കാനും നിഷ്പക്ഷ സംഘത്തിന് സാധിച്ചു.

അന്തരീക്ഷം ശാന്തമായതോടെ നിഷ്പക്ഷ സംഘം ഒരു പ്രാദേശിക സംഘടനയായി ഒതുങ്ങിക്കൂടെന്നും വിപുലീകരിക്കണ മെന്നുമുള്ള ആവശ്യമുയർന്നു. 1922 ഏപ്രിൽ 24 ന് എറിയാട്ട് ചേർന്ന യോഗത്തിൽ 'ഐക്യ സംഘം' എന്ന് പുനർ നാമകരണം ചെയ്ത് സംഘടന വിപുലീകരിക്കാൻ തീരുമാനിച്ചു. സംഘത്തിന് 'കേരള മുസ്ലീം ഐക്യസംഘം' എന്ന നാമമാണ് ഉചിതമെന്ന് വക്കം മൗലവി നിർദേശിച്ചിരുന്നുവെങ്കിലും സാങ്കേതിക കാരണത്താൽ 'ഐക്യ സംഘം' എന്ന പേരിലാണ് രജിസ്റ്റർ ചെയ്തത്. സംഘത്തിന്റെ പ്ര സിഡണ്ടായി കോട്ടപ്പുറത്ത് നമ്പൂതിരി മഠത്തിൽ സീതി മുഹമ്മദും, ജനറൽ സെക്രട്ടറിയായി മണപ്പാട് കുഞ്ഞിമുഹമ്മദ് ഹാജിയും തുടർന്നു. സമുദായത്തിലെ അന്ധവിശ്വാസങ്ങളും അനാചാരങ്ങളും ദുരീകരിക്കുക, ആധുനിക ജീവിതത്തിനൊത്തവണ്ണം സമൂഹത്തെ

വാർത്തെടുക്കുക, സമൂഹത്തെ വിദ്യാഭ്യാസസമ്പന്നരാക്കുക, പെൺ കുട്ടികൾക്ക് ഇംഗ്ലീഷ് വിദ്യാഭ്യാസം നല്കുക, പൊതുധാരയിലേക്ക് മുസ്ലീംകളെ ഉയർത്തിക്കൊണ്ടുവരിക, നന്മ പ്രവർത്തിക്കുകയും തിന്മ വിരോധിക്കുകയും ചെയ്യുക എന്നിവയായിരുന്നു ഐക്യ സംഘത്തി ന്റെ പ്രഖ്യാപിത ലക്ഷ്യങ്ങൾ[7].

ഐക്യസംഘത്തിന്റെ രൂപീകരണം തൊട്ടുതന്നെ വക്കം മൗലവി അതിന്റെ സജീവ മാർഗദർശിയും ഗുണകാംക്ഷിയുമായിരുന്നു. ഐക്യസംഘത്തിന്റെ പ്രഥമ വാർഷികം 1923 സെപ്തംബറിൽ എറിയാട് നടന്നപ്പോൾ വക്കം മൗലവിയായിരുന്നു അതിന്റെ അധ്യ ക്ഷൻ. 'ഐക്യസംഘം' യോഗത്തിൽ മൗലവി നടത്തിയ അധ്യക്ഷ പ്രസംഗം നവോത്ഥാനത്തെ സംബന്ധിച്ച തന്റെ വീക്ഷണം അവത രിപ്പിക്കുന്നതാണ്. "ഇന്നലെകളുടെ കഥകൾ ഉരുവിട്ട് ആവേശം കൊള്ളുന്നതു കൊണ്ട് മാത്രം കാര്യമില്ല. അർഥ ഗർഭമായ ചരിത്ര ത്തിന്റെ ഭാഗമാകുന്നതോടൊപ്പം സ്വന്തം തലമുറയുടെ ജീവിതത്തി ന്റെ ഭാഗമാക്കുക എന്നതാണ് അടിയന്തരാവശ്യം. അതിന് നാം തയ്യാറാണോ? തയ്യാറാണെങ്കിൽ ഒരിളക്കി പ്രതിഷ്ഠ അനിവാര്യം. ഒരു ചിന്താവിപ്ലവം അതിനേക്കാൾ ആവശ്യം. അന്ധവിശ്വാസങ്ങ ളിൽ നിന്നും അനാചാരങ്ങളിൽ നിന്നും തീണ്ടാപ്പാട് അകന്ന് നിന്നേ മതിയാവൂ, ഇന്നലെ ചെയ്തോരബദ്ധം ഇന്നത്തെ ആചാരമായിക്കൂടാ. ഇന്നലെകളിൽ നിന്ന് തന്മതിന്മകൾ വേർതിരിച്ചെടുക്കുക. നന്മക ളുടെ മാത്രം അവകാശികളാവുക"[8] ഒരു വ്യാഴവട്ടക്കാലം ശക്തവും ധീരവുമായ നവോത്ഥാന പദ്ധതികളുമായി ഐക്യസംഘം മുന്നേറി. എല്ലാ വർഷവും വിപുലമായ വാർഷിക സമ്മേളനങ്ങൾ നടത്തി. കാസർകോട്ടു മുതൽ തിരുവനന്തപുരം വരെ വിവിധ പ്രദേശങ്ങളിൽ നടന്ന സമ്മേളനങ്ങൾ, സമുദായശാക്തീകരണത്തിനും പരിഷ്ക്ക രണത്തിനും അദമ്യമായ സംഭാവനകളാണ് നൽകിയത്. കേരള ജംഇയ്യത്തുൽ ഉലമ എന്ന പ്രഥമ പണ്ഡിത സഭക്ക് 1924 ൽ രൂപം നൽകിയത് ഐക്യ സംഘമാണ്. ഐക്യ സംഘത്തിന്റെ ആഭിമു ഖ്യത്തിൽ കൊച്ചിയിൽ ആരംഭിച്ച ബാങ്ക് വമ്പിച്ച വിവാദങ്ങളാണ് ഉണ്ടാക്കിയത്. വ്യാവസായിക കാർഷിക രംഗങ്ങളിൽ പ്രോത്സാ ഹനം നല്കാൻ ഐക്യ സംഘം ശ്രമിച്ചിരുന്നു. 1934 ൽ നടന്ന അവസാന വാർഷിക സമ്മേളനത്തിന്റെ ഭാഗമായി വിപുലമായ ഒരു കാർഷിക പ്രദർശനവും സംഘടിപ്പിച്ചിരുന്നു. സമുദായത്തിന്റെ സാമൂഹികവും സാംസ്കാരികവുമായ മണ്ഡലങ്ങളിൽ ശക്തമായ ഒരു കുതിപ്പിന് ഐക്യസംഘം ഇന്ധനം നൽകി എന്ന് ന്യായമായും വിലയിരുത്താം.

'സംഘടനയിലൂടെ ശക്തരാവുക' എന്ന ശ്രീനാരായണ ഗുരുവിന്റെ ഉദ്ബോധനം കേരള നവോത്ഥാനത്തിന്റെ ഏറ്റവും പ്രധാനപ്പെട്ട നിയാമക ശക്തിയായി വർത്തിച്ചിട്ടുണ്ടെന്നത് അനിഷേധ്യമാണ്. വക്കം മൗലവിയുടെയും സാമൂഹിക നവീകരണ കാഴ്ചപ്പാട് സമാന മായിരുന്നു. സാമൂഹ്യ പരിഷ്കരണം ശക്തവും ദിശാപൂർണവുമാവാൻ സംഘടിതമായ പ്രവർത്തനങ്ങളും പദ്ധതികളും അനിവാര്യമാണെ ന്ന് മൗലവി ദർശിച്ചിരുന്നു. തന്റെ പത്രമാസികകളിലൂടെ സാമൂഹിക സംഘാടനത്തിന്റെ ആഹ്വാനം നിരന്തരം നടത്തുകയും അത്തരം സംഘടനയുടെ നയപരിപാടികളെ കുറിച്ച് ദിശാബോധം പകരുകയും ചെയ്തു."മുഹമ്മദീയ സഭയുടെ ആവശ്യകത" എന്ന തലക്കെട്ടിൽ 'മുസ്ലീം' മാസികയിൽ അദ്ദേഹം എഴുതി, "കേരളത്തിലെ മുഹമ്മ ദീയ വർഗ്ഗക്കാർ ഏറ്റവും ശോചനീയമായ അവസ്ഥയിലാണെന്ന് പറയാതെ നിവൃത്തിയില്ല. ഈ വാസ്തവത്തെ അവർ തന്നെത്താൻ അറിഞ്ഞ് വേണ്ടത് പ്രവർത്തിക്കാതിരുന്നത് മാത്രമല്ല, ഇതര മതസ്ഥർ പത്രം മുഖേനയും മറ്റും പല വിധത്തിലും അവരെ ഓർമ്മി പ്പിച്ചിട്ടു പോലും ആരും ഈ വിഷയത്തിൽ ശ്രദ്ധിക്കാതിരുന്നതിൽ വ്യസനിക്കുകയല്ലാതെ എന്താണ് ചെയ്യുക? കേരളീയ മുഹമ്മദീയരെ കുറിച്ച് വിദ്യാഹീനന്മാർ എന്നുള്ള ധ്വനികൾ കർണങ്ങളെ ഭേദിക്കു മാറ് ഇപ്പോഴും ഏതു ഭാഗത്തുനിന്നും മുഴങ്ങിക്കൊണ്ടിരിക്കുന്നു."[9]

മൗലവിയുടെ സുഹൃത്തുക്കളെയും ബന്ധുക്കളെയും പരിഷ്കരണ പ്രവർത്തനങ്ങളിലേക്ക് ആകർഷിക്കാനും അവരെ ഉൾപ്പെടുത്തി സംഘങ്ങൾ രൂപീകരിക്കാനും അദ്ദേഹം ശ്രദ്ധിച്ചിരുന്നു. അദ്ദേഹ ത്തിന്റെ ബന്ധുവും വ്യാപാരിയും പണ്ഡിതനുമായ ആലപ്പുഴ സ്വദേശി എൻ.എ മുഹമ്മദ് കുഞ്ഞിന്റെ നേതൃത്വത്തിൽ, ആലപ്പുഴയിൽ മുസ്ലീം പരിഷ്കരണരംഗത്ത് പ്രഥമ സ്മരണീയമായ 'ലജ്നത്തുൽ മുഹമ്മദീയ', രൂപീകരിക്കപ്പെട്ടത് ആ വഴിക്കാണ്.'ലജ്നത്തുൽ മുഹമ്മദീയായുടെ മിക്കയോഗങ്ങളിലും അധ്യക്ഷൻ മൗലവിയായിരുന്നു. അതിന്റെ ഒരു വാർഷിക സമ്മേളനത്തിൽ വിദ്യാർത്ഥിയായ സീതി സാഹിബിനെ കൊണ്ടുപോയി 'നമ്മുടെ സമുദായം' എന്ന വിഷയത്തെകുറിച്ച് പ്രബന്ധമവതരിപ്പിച്ചത് സീതി സാഹിബ് അനുസ്മരിച്ചിട്ടുണ്ട്.10 മൗലവിയുടെ സുഹൃത്തുക്കളായ പി.എസ്. മുഹമ്മദ് സാഹിബ്, കൊല്ലം സ്വദേശി ബാവ സാഹിബ്, പിച്ച ബാവ, ബാപ്പു വൈദ്യർ, സൈനുൻ ആബിദീൻ തങ്ങൾ തുടങ്ങിയവർ 'ലജ്നത്തുൽ മുഹമ്മ ദീയ'യെ വളർത്തിക്കൊണ്ടുവരുന്നതിൽ നിർണായക പങ്ക് വഹിച്ചു. അന്ധവിശ്വാസങ്ങൾക്കെതിരായ പോരാട്ടവും സമുദായ പുനരുജ്ജീ വനവുമായിരുന്നു ആ സംഘത്തിന്റെ മുഖ്യലക്ഷ്യം.

ഐക്യ സംഘം രൂപീകരിക്കപ്പെടുന്നതിനു തൊട്ടുമുമ്പ്, മൗലവിയുടെ സ്വയം പ്രയത്നം കൊണ്ടും നേതൃത്വത്തിലും സ്വദേശത്ത് ഒരു സംഘടന ആരംഭിച്ചിരുന്നു. 'ചിറയിൻകീഴ് താലൂക്ക് മുസ്ലിം സമാജം' എന്നായിരുന്നു അതിന്റെ പേര്. 1923 മെയ് 5,6, തിയ്യതികളിൽ പെരുമാതുറയിൽ നടന്ന വിപുലമായ പ്രഥമ വാർഷിക സമ്മേളനത്തിൽ മൗലവിയാണ് അധ്യക്ഷത വഹിച്ചത്. ആ യോഗം അംഗീകരിച്ച 12 മാർഗ നിർദേശ തത്വങ്ങളിലൂടെ കടന്നു പോയാൽ മൗലവിയുടെ നവോത്ഥാനത്തെ സംബന്ധിച്ച ഭാവനയും കാഴ്ചപ്പാടും തെളിഞ്ഞു വരും. അത് ഇപ്രകാരമാണ്.

1. ഓരോ മഹല്ലിലും അധിവസിക്കുന്ന മുസ്ലീംകളുടെ വയസ്സ് മതപരവും ലൗകികവുമായ വിദ്യാഭ്യാസ യോഗ്യത, തൊഴിൽ, വാണിജ്യ വ്യവസായ നില, കൃഷി ഭൂമിയുടെ വിസ്തീർണം, കാർഷിക വരുമാനം മുതലായവ വെളിപ്പെടുത്തുന്ന സെൻസസ് എടുക്കുക.
2. മുസ്ലീം അൺകുട്ടികൾക്കും പെൺകുട്ടികൾക്കും കാലോചിതമായ വിദ്യാഭ്യാസം നൽകുകയും അവരെ ഉപരി പഠനത്തിന് പ്രോത്സാഹിപ്പിക്കുകയും ചെയ്യുക.
3. പള്ളികളിൽ വിവാഹം, വിവാഹ മോചനം, ജനനം, മരണം എന്നിവ രേഖപ്പെടുത്തുന്ന രജിസ്റ്റർ സൂക്ഷിക്കുക.
4. മഹല്ലുകളിൽ സമാജത്തിന്റെ യൂണിറ്റുകൾ സ്ഥാപിക്കുക.
5. പള്ളിയുടെ പുനരുദ്ധാരണം നടത്തുന്നതോടൊപ്പം പള്ളിയോടനുബന്ധിച്ച് മദ്രസ, ഗ്രന്ഥശാല, വായനശാല എന്നിവ സ്ഥാപിക്കുക.
6. പള്ളികളിൽ പുരോഗമന വാദികളും പണ്ഡിതന്മാരുമായ ഖത്തീബുമാരെ നിയമിക്കുക.
7. പള്ളികളിൽ നടത്തുന്ന ഖുതുബയും വിവാഹാവസരങ്ങളിലെ ഖുതുബയും-പ്രാർത്ഥനാഭാഗം ഒഴികെ- മലയാളത്തിൽ നടത്തുക.
8. അന്ധവിശ്വാസങ്ങളിൽ അധിഷ്ഠിതമായ അനാചാരങ്ങൾ നിർത്തുക.
9. മുസ്ലീംകളെ ലൗകിക വിദ്യാഭ്യാസത്തിലേക്ക് ആകർഷിക്കാനുതകും വിധം കൂടുതൽ വിദ്യാലയങ്ങൾ സ്ഥാപിക്കുക. ഗവൺമെന്റ് വിദ്യാലയങ്ങളിൽ അറബി അധ്യാപകരെ നിയമിക്കുക. ഈ അടിയന്തിരാവശ്യങ്ങൾ നേടുന്നതിനായി അധികൃത സമക്ഷം നിവേദനം സമർപ്പിക്കുക.

10. മുസ്ലീംകളുടെ ഇടയിലുള്ള സാമ്പത്തിക ദുരിതവും തൊഴിലി ല്ലായ്മയും പരിഹരിക്കുന്നതിനായി ഓരോ മഹല്ലിലും സാഹ ര്യങ്ങൾക്ക് യോജിച്ച കുടിൽ വ്യവസായങ്ങൾ ആരംഭിക്കുക.
11. ഇസ്ലാമിക ഗ്രന്ഥങ്ങൾ മലയാളത്തിലും അറബി മലയാളത്തി ലും പ്രസിദ്ധീകരിക്കുക.
12. ഒരു പ്രസിദ്ധീകരണാലയവും വൃത്താന്തപത്രവും തുടങ്ങുക.[10]

സംഘശക്തിയെ നവോത്ഥാന മുന്നേറ്റത്തിന്റെ ചാലക ശക്തി യാക്കുക എന്ന ആശയമാണ് വക്കം മൗലവി സ്വീകരിച്ചത് എന്ന് മുകളിൽ നല്കിയ മാർഗരേഖ സുതരാം വ്യക്തമാക്കുന്നു. പരിഷ്കരണ പദ്ധതിക്ക് ക്രമാനുഗതികത്വവും ചിട്ടയും ശാസ്ത്രീയ സംവിധാനവും ആവശ്യമാണെന്ന് അദ്ദേഹം നിഷ്കർഷിച്ചു. ഒരു സമുദായത്തിന്റെ പരിഷ്കരണത്തിനും മുന്നേറ്റത്തിനും അതിന്റെ സാമ്പത്തികാവ സ്ഥ നിർണായകമാണെന്ന് മൗലവിക്ക് ബോധ്യമുണ്ടായിരുന്നു. വാണിജ്യം, വ്യവസായം, കൃഷി, കുടിൽ വ്യവസായം തുടങ്ങിയ രംഗ ങ്ങളിൽ സമുദായത്തെ ശക്തിപ്പെടുത്തി തൊഴിൽ രാഹിത്യവും ദാരി ദ്ര്യവും ഇല്ലാതാക്കണമെന്ന് അദ്ദേഹം നിർദേശിച്ചു. സമുദായത്തിന്റെ പിന്നോക്കാവസ്ഥ പരിഹരിക്കാൻ സ്വയം ശ്രമിക്കുന്നതോടൊപ്പം സർക്കാറിനെകൊണ്ട് അത്തരം പദ്ധതികൾ ഏറ്റെടുപ്പിക്കാനുള്ള രാഷ്ട്രീയ നീക്കങ്ങൾ കൂടി ചെയ്യേണ്ടതാണെന്ന് മൗലവി ചൂണ്ടി ക്കാട്ടുന്നു. സ്ത്രീ വിദ്യാഭ്യാസം, അന്ധവിശ്വാസ ഉച്ചാടനം, വായനാ സംസ്കാരത്തിന്റെ പ്രാധാന്യം തുടങ്ങിയ പുരോഗമനപരമായ അജണ്ട കൾക്ക് മൗലവി മുൻഗണന നല്കി. വക്കം മൗലവി മുന്നോട്ടു വച്ച ഈ പരിഷ്കരണ കാഴ്ചപ്പാടിനും പരിപാടികൾക്കും ഇന്നും പ്രസക്തി ചോർന്നുപോയിട്ടില്ല എന്നതിൽ നിന്ന് അദ്ദേഹത്തിന്റെ ദീർഘവീ ക്ഷണത്തിന്റെ ഔന്നത്യം ഊഹിക്കാം.

സർക്കാർ, സമൂഹത്തിന്റെ വിദ്യാഭ്യാസ അഭ്യുന്നതിക്ക് നീക്കിവെ ക്കുന്ന ആനുകൂല്യങ്ങൾ മുസ്ലീം സമൂഹം പ്രയോജനപ്പെടുത്തുന്നില്ലെന്ന് വിദ്യാഭ്യാസ ഡയറക്ടർ റിപ്പോർട്ടു ചെയ്തതു പ്രകാരം 1914 ഡിസംബർ 5ന് തിരുവിതാംകൂർ സ്റ്റേറ്റ് പുറത്തിറക്കിയ ഒരു ഗസറ്റ് വിജ്ഞാപന ത്തിൽ മുസ്ലീം സമുദായത്തിന്റെ വിദ്യാഭ്യാസ പുരോഗതിക്ക് സമുദായ നേതൃത്വത്തിൽ നിന്ന് നിർദേശങ്ങൾ ക്ഷണിക്കുകയുണ്ടായി.[11] ഇതിനോട് പ്രതികരിച്ചു കൊണ്ട് മൗലവി തന്റെ പ്രസിദ്ധീകരണങ്ങ ളിലൂടെ സമുദായത്തിന്റെ വിദ്യാഭ്യാസ പുരോഗതിക്ക് ഉപകരിക്കുന്ന സുപ്രധാന നിർദേശങ്ങൾ അവതരിപ്പിക്കുകയുണ്ടായി. അതിന്റെ അടിസ്ഥാനത്തിൽ സമുദായ പ്രമാണികളെ കൂടി ഉൾപ്പെടുത്തി

വിദ്യാഭ്യാസ ഡയരക്ടർ വിളിച്ചുചേർത്ത യോഗത്തിൽ ചില പ്രധാന തീരുമാനങ്ങൾ കൈകൊണ്ടു. സമുദായാംഗങ്ങളെ വിദ്യാഭ്യാസത്തിന് പ്രേരിപ്പിക്കുക, അതിന് താലൂക്ക് തല സമിതികൾ രൂപീകരിക്കുക, മതവും അറബി ഭാഷയും പഠിക്കാനുള്ള സമുദായത്തിന്റെ നിഷ്ഠയെ പ്രയോജനപ്പെടുത്തി മുസ്ലീം വിദ്യാർത്ഥികൾ പഠിക്കുന്ന വിദ്യാലയ ങ്ങളിൽ അറബി പഠന സൗകര്യാർത്ഥം മുൻഷിമാരെ നിയമിക്കുക, മെട്രിക് മുതൽ പഠിക്കുന്ന വിദ്യാർത്ഥികൾക്ക് സ്കോളർഷിപ്പ് ഏർപ്പെ ടുത്തുക, മുസ്ലീം ഗ്രാന്റ് സ്കൂളുകൾക്ക് സർക്കാർ ശമ്പളം നൽകുക എന്നിവ അതിൽ പ്രധാനമാണ്. ആ തിരുമാനങ്ങൾ നടപ്പായപ്പോൾ അന്യാദൃശമായ പുരോഗതിയാണ് മുസ്ലീം വിദ്യാഭ്യാസ രംഗത്തുണ്ടാ യത്. "അവയുടെ അടിസ്ഥാനത്തിൽ 74 പ്രാദേശിക സമിതികൾ സ്ഥാപിക്കുകയും 75 പുതിയ മുസ്ലീം സ്കൂളുകൾ ആരംഭിക്കുകയും ചെയ്തു. ഈ സ്കൂളുകളിൽ ആധുനിക പാഠ്യപദ്ധതി അനുസരിച്ചുള്ള വിഷയ ങ്ങൾക്കു പുറമെ ഖുർആർ പഠിപ്പിക്കാനും വ്യവസ്ഥ ചെയ്തിരുന്നു. ഈ സ്കൂളുകളിലും മറ്റെല്ലാ പൊതു വിദ്യാലയങ്ങളിലും മുസ്ലീംകൾക്ക് ഫീസ് അനുകൂല്യവും അറബി മുൻഷിമാർക്ക് പ്രോത്സാഹകമായ സഹായധനവും നൽകിത്തുടങ്ങി. അറബി മുൻഷിമാരെ നിയമിക്കു ന്നതിന്നാവശ്യമായ യോഗ്യത നിർണയിക്കാൻ വക്കം മൗലവിയെ അധികാരപ്പെടുത്തി. പാഠ്യപദ്ധതി തയ്യാറാക്കുന്ന സമിതികളിൽ മൗലവിയും നിയമിക്കപ്പെട്ടു. പ്രാഥമിക വിദ്യാലയങ്ങളിൽ പഠിപ്പി ക്കാനുള്ള അറബി പാഠപുസ്തകങ്ങൾ മൗലവി തന്നെ തയ്യാറാക്കി.[12] വക്കം മൗലവിയുടെ വിദ്യാഭ്യാസ കാഴ്ചപ്പാടിനെ പി. ഗോവിന്ദപ്പിള്ള നിരീക്ഷിച്ചത് ശ്രദ്ധേയമാണ്. "ഇതിൽ നിന്ന് വ്യക്തമാകുന്ന ഒരു കാര്യം വക്കം മൗലവിയും പരിഷ്കർത്താക്കളും മുസ്ലീം വിദ്യാഭ്യാസ പ്രചാരണത്തിനുവേണ്ടി സ്വന്തമായ സ്കൂളുകൾ സ്ഥാപിക്കുന്നതിനു പകരം സർക്കാറിനെ കൊണ്ട് ആ കൃത്യം നിർവഹിപ്പിക്കുകയാ യിരുന്നു."[13] 'തിരുവിതാംകൂർ മുസ്ലീം മഹാജനസഭ' മൗലവി രൂപീ കരിച്ച മറ്റൊരു സംഘടനയാണ്. ഒരു അഖില തിരുവിതാംകൂർ മുസ്ലീം സംഘടനയുണ്ടാക്കാനുള്ള മൗലവിയുടെ ആഗ്രഹപ്രകാരം, സമുദായ നേതാക്കളെ വിളിച്ചുചേർത്തുകൊണ്ട് അദ്ദേഹം സംഘടി പ്പിച്ച യോഗത്തിൽ വെച്ചാണ് 'തിരുവിതാംകൂർ മുസ്ലീം മഹാജനസഭ' രൂപീകരിക്കപ്പെട്ടത്. ക്യാപ്റ്റൻ എ. മുഹമ്മദ് മൊയ്തീൻ, എസ് മുഹമ്മദ് സുലൈമാൻ സാഹിബ് തുടങ്ങിയവർ അതിന്റെ മുന്നണി പ്രവർത്തകരായിരുന്നു. പ്രസ്തുത സംഘടന ദീർഘകാലം നിലനിന്നി ല്ലെങ്കിലും, സമുദായ ശാക്തീകരണ ചരിത്രത്തിൽ അതിന്റെ നാമം സ്മരിക്കപ്പെടുക തന്നെ ചെയ്യും.

കാലോചിത വിദ്യാഭ്യാസം എന്നപോലെ തന്നെ സ്ത്രീ വിദ്യാഭ്യാസവും മൗലവിയുടെ പരിഷ്കരണ പദ്ധതികളിൽ മുഖ്യമായിരുന്നു. സ്ത്രീകൾക്കു വിദ്യാഭ്യാസം നൽകുക വഴി സമൂഹത്തിൽ മൊത്തത്തിൽ മാറ്റം വരാൻ ഇടയാകുമെന്ന് അദ്ദേഹം കരുതി. മതപരവും ഭൗതികവുമായ വിദ്യാഭ്യാസം നേടാൻ പുരുഷനു തുല്യമായ അർഹത സ്ത്രീക്കുമുണ്ടെന്ന അദ്ദേഹത്തിന്റെ വാദം പൗരോഹിത്യത്തെ ചൊടിപ്പിച്ചു. പൗരോഹിത്യത്തെ അദ്ദേഹം നിരന്തരം ചോദ്യം ചെയ്തുകൊണ്ടിരുന്നു. ഇസ്ലാമിൽ പൗരോഹിത്യത്തിന് ഇടമില്ലെന്ന് സധൈര്യം പ്രഖ്യാപിച്ച മൗലവി, മതത്തിന്റെ പേരിൽ പടച്ചുണ്ടാക്കിയ കൃത്രിമ ദിവ്യത്വ പരികൽപ്പനകളെയും പുണ്യാള സങ്കൽപ്പത്തെയും വലിച്ചു താഴെയിട്ടു. സാക്ഷാൽ ദൈവമല്ലാതെ ആരാധിക്കപ്പെടാൻ അർഹമായി മറ്റൊരു വ്യക്തിയോ ശക്തിയോ ഇല്ലെന്നും ദൈവത്തിന്റെ അവതാരങ്ങൾ എന്ന നിലയിലോ സമീപസ്ഥർ എന്ന നിലയിലോ കരുതപ്പെടുന്ന പുണ്യാത്മാക്കൾക്ക് ഒരു ദിവ്യ ഗുണവുമില്ലെന്നും അദ്ദേഹം തുറന്നെഴുതി.

●

**കുറിപ്പുകൾ**


1. ഇ. മൊയ്തു മൗലവി, മക്തി തങ്ങളുടെ ജീവചരിത്രത്തിന് എഴുതിയ ആമുഖം, ഉദ്ധരണം: മക്തി തങ്ങളുടെ സമ്പൂർണ കൃതികൾ, പേജ്: 19
2. മക്തി തങ്ങളുടെ സമ്പൂർണ കൃതികൾ, കെ. കെ. മുഹമ്മദ് അബ്ദുൽ കരീം, അവതാരിക, പേജ് 2-
3. IBID പേജ് 17
4. കെ.എം. മൗലവിയുടെ ജീവചരിത്രത്തിൽ ചാലിലകത്ത് കുഞ്ഞഹമ്മദ് ഹാജിയെ കുറിച്ചുള്ള ഭാഗം കാണുക, രചന: കെ കെ മുഹമ്മദ് അബ്ദുൽ കരീം ,സ്വദേശാഭിമാനി വക്കം മൗലവി, ഡോ.ജമാൽ മുഹമ്മദ്, പേജ് 65-72
5. സ്വദേശാഭിമമാനി വക്കം മൗലവി, ഡോ.ജമാൽ മുഹമ്മദ്, പേജ് 68-72
6. മുസ്ലീം മാസിക. 1916, പുസ്തകം 10

7,8. കേരളീയ നവോത്ഥാനവും മണപ്പാടനും, കാതിയാളം അബൂബക്കർ പേജ് 80,81

9. മുസ്ലീം മാസിക, 1906 ജനവരി
10. വക്കം മൗലവി അവരുടെ കാഴ്ചപ്പാടിൽ, എ സുഹൈർ, അജീർകുട്ടി, പേജ് 47

11,12. IBID പേജ് 48,19

13. വക്കം മൗലവിയും ഐക്യ മുസ്ലീം സംഘവും പി. ഗോവിന്ദ പിള്ള(അനുബന്ധം കാണുക)

# സ്വദേശാഭിമാനിയും മറ്റു പ്രസിദ്ധീകരണങ്ങളും

തന്റെ നാടും സമൂഹവും മുസ്ലീം സമുദായവും അനുഭവിക്കുന്ന അനീതിയും അസ്വാതന്ത്ര്യവും വക്കം മൗലവിയെ നിരന്തരം അസ്വസ്ഥമാക്കിക്കൊണ്ടിരുന്നു. അന്യായത്തോടും അധർമത്തോടും രാജിയാകാൻ സമ്മതിക്കാത്ത സമരോത്സുകമായ ഒരു മനസ്സിന്റെ ഉടമയായിരുന്നു മൗലവി. ആ സമരോത്സുകതയാണ് മൗലവിയുടെ രാഷ്ട്രീയം. നീതിയുക്തവും ധർമനിഷ്ഠവുമായ ഒരു ലോകത്തെക്കുറിച്ചുള്ള സങ്കല്പമാണ് മൗലവിയുടെ ജീവിത സാകല്യം. ഒരു വലിയ സംഘത്തിന്റെ പിന്തുണയോ സഹായമോ ഇല്ലാതിരുന്നിട്ടുകൂടി ശരിയുടെ പക്ഷത്ത് ഉറച്ചു നിൽക്കാനും ആ മാർഗത്തിൽ ഏകാകിയായി പോരാടാനും മൗലവി ആർജ്ജവം കാണിച്ചു. തന്റെ പോരാട്ടത്തിന് ഏറ്റവും ഉചിതവും മൂർച്ചയേറിയതുമായ ആയുധമായി മൗലവി തെരഞ്ഞെടുത്തത് പത്രപ്രവർത്തനമായിരുന്നു. അക്ഷരങ്ങളുടെ അഗ്നികൊണ്ട് മാത്രമേ അന്യായങ്ങളോട് പടവെട്ടാനും അന്ധതയുടെ ഇരുട്ട് അകറ്റാനും സാധിക്കൂ എന്ന് മൗലവി ഉറച്ചു വിശ്വസിച്ചു.

അക്കാലത്ത് തിരുവിതാംകൂർ ഭരിച്ചിരുന്നത് ശ്രീമൂലം തിരുനാൾ മഹാരാജാവ് ആയിരുന്നു. രാജ ഭരണത്തിന്റെ സ്വതസിദ്ധമായ ഏകാധിപത്യ പ്രവണതയും ഉദ്യോഗസ്ഥ ദുഷ്പ്രഭുത്വവും അധികാര മേഖലയിലെ ഉപജാപക പ്രവർത്തനങ്ങളും അഴിമതിയും മറ്റു അധാർമികതകളും അസഹ്യമായി മാറിയിരുന്നു. ദിവാൻ ഭരണ സമ്പ്രദായം, തമിഴ് ബ്രാഹ്മണരുടെ സ്വജനപക്ഷപാതത്തിൽ ദുഷിച്ചുനാറിയിരുന്നു. ഭരണത്തിന്റെ സർവാധികാരി രാജാവാണെങ്കിലും ദിവാനായിരുന്നു മുഖ്യകാര്യകർത്താവ്. ദിവാൻ പി. രാജഗോപാലാചാരി അധികാര ദുർവിനിയോഗത്തിന്റെ പര്യായമായി മാറിക്കഴിഞ്ഞിരുന്നു. ദിവാൻ

സാമ്പത്തിക അഴിമതികളിലും വ്യക്തിപരമായ അധർമ്മങ്ങളിലും സ്വേച്ഛാധിപത്യത്തിലും റിക്കാർഡ് ഭേദിച്ചു. ഈ സാഹചര്യം മുതലെടുത്ത് ദിവാന് പാദസേവ ചെയ്യുന്ന ബ്രാഹ്മണ അധികാര വർഗം സുഖലോലുപരായി കൂത്താടി. പൊതു മുതൽ ധൂർത്തടിച്ചും സ്വന്തമാക്കിയും അവർ ജനരോഷത്തിന് പാത്രമായി. വക്കം മൗലവിയെ പോലുള്ള ഒരു വിപ്ലവകാരിക്ക് ക്ഷമിക്കാവുന്നതായിരുന്നില്ല രാഷ്ട്രീയ രംഗത്തെ ആ വിളയാട്ടം. ഈ അനീതികൾക്കെതിരെ മുഖം തിരിക്കാൻ അദ്ദേഹത്തിന്റെ ധർമബോധം അനുവദിക്കുമായിരുന്നില്ല. രാജാവിനെയോ രാജഭരണത്തെയോ വിമർശിക്കുന്നത് രാജ്യത്തെ വിമർശിക്കുന്നതിനു തുല്യവും രാജ്യദ്രോഹവുമായി വിലയിരുത്തപ്പെട്ടുമെന്ന് പൂർണ ബോധ്യമുണ്ടെങ്കിലും ദിവാൻ ഭരണകൂടത്തിന്റെ ദുർഭരണത്തിനെതിരെ നിശ്ശബ്ദത പാലിച്ച് അടങ്ങിയിരിക്കാൻ മൗലവി തയ്യാറല്ലായിരുന്നു. നൈതികവും ധാർമികവുമായ തന്റെ രാഷ്ട്രീയ ബോധ്യത്തിൽ നിന്ന് മൗലവി രൂപപ്പെടുത്തിയ സമരമാണ് ജനാധിപത്യ കേരളത്തിന്റെ അടിത്തറയായി മാറിയതെന്ന് നിസ്സംശയം പറയാം. പൗരരാഷ്ട്രീയത്തിന്റെ ഏറ്റവും ഉജ്വലവും മൂർത്തവുമായ ആവിഷ്കാരമാണ്, കേരളത്തിൽ വക്കം മൗലവി തുടക്കം കുറിച്ച രാഷ്ട്രീയ പത്രപ്രവർത്തനം.

1905 ജനുവരി 19 നാണ് അഞ്ചുതെങ്ങിൽ നിന്ന് വക്കം മൗലവിയുടെ ഉടമസ്ഥതയിൽ 'സ്വദേശാഭിമാനി' പത്രം ആരംഭിച്ചത്. അതിനു മുമ്പുതന്നെ 1904 ആഗസ്റ്റിൽ സാഹിത്യകാരനായ പൈലോ പോൾ ബി.എ. സ്വദേശാഭിമാനി പ്രസ് ഉദ്ഘാടനം ചെയ്തിരുന്നു. ഒരു രാഷ്ട്രീയ പത്രികക്ക് ഏറ്റവും ചേരുന്ന പേര് തന്നെ മൗലവി കണ്ടെത്തി. ആ പേരിൽ നേരത്തെ അദ്ദേഹം ഒരു വായനശാലയും നടത്തിയിരുന്നു. മൗലവിയുടെ ദേശീയ ബോധം പ്രതിഫലിപ്പിക്കുന്നതാണ് ആ നാമകരണം. 'ഭയകൗടില്യ ലോഭങ്ങൾ, വളർക്കില്ലൊരു നാടിനെ' എന്നതായിരുന്നു. സ്വദേശാഭിമാനിയുടെ മുഖപേജിൽ മുദ്ര ചെയ്ത ആദർശവാക്യം. പത്രം ഏറ്റെടുക്കാൻ പോകുന്ന ദൗത്യത്തിലെ ധൈര്യവും ഗാംഭീര്യവും ആ വാക്കുകളിൽ ജ്വലിച്ചിരുന്നു.

'സ്വദേശാഭിമാനി' ഒരു കച്ചവട സ്ഥാപനമല്ലെന്ന് മൗലവി ആദ്യമേ തന്നെ പ്രസ്താവിച്ചിട്ടുണ്ട്. "ഞാനൊരു കച്ചവടക്കാരനല്ല. സാമൂഹ്യസേവനവും രാജ്യ സേവനവുമാണ് ഞാൻ പത്രംകൊണ്ടുദ്ദേശിക്കുന്നത്. എനിക്കു വേണ്ട പരമമായ ലാഭം പണമല്ല, ഞാൻ ഉദ്ദേശിക്കുന്നത് എനിക്കല്ല, എന്റെ രാജ്യത്തിന് കിട്ടുമെന്ന് തന്നെയാണ് എന്റെ ഉറച്ച വിശ്വാസം. എനിക്ക് അതുമതി."[1] പത്രത്തിന്റെ തുടക്കത്തിൽ

സി.പി ഗോവിന്ദൻ പിള്ളയെയാണ് മൗലവി പത്രാധിപരായി നിശ്ചയിച്ചത്. യൂറോപ്യൻ കമ്പനിയായ പിയേഴ്സ് ലെസ്ലി വഴി ലഭ്യമാക്കിയ, അക്കാലത്ത് ഏറ്റവും സാങ്കേതിക മേന്മയുള്ള പ്രസ്സിലാണ് 'സ്വദേശാഭിമാനി' അച്ചടിച്ചത്. ഇദം പ്രഥമമായി റോയിട്ടറുമായി ബന്ധം സ്ഥാപിച്ച് വിദേശ വാർത്തകൾ വരുത്തി പ്രസിദ്ധം ചെയ്ത മലയാള പത്രവും 'സ്വദേശാഭിമാനി' തന്നെ. തന്റെ കാലത്തെ മാധ്യമ സങ്കേതങ്ങളെകുറിച്ച് മൗലവിക്കുണ്ടായിരുന്ന അറിവിന്റെ ആഴം വ്യക്തമാക്കാൻ മറ്റു ഉദാഹരണങ്ങൾ ആവശ്യമില്ല. നൂറ് രൂപ നല്കിയാൽ തിരുവനന്തപുരം നഗരത്തിൽ ഒരു ഏക്കർ ഭൂമി വാങ്ങാൻ സാധിക്കുമായിരുന്ന കാലത്ത് പന്തീരായിരം രൂപ മുടക്കിയാണ് മൗലവി പ്രസ് വരുത്തിയത് എന്നുകൂടി ഓർമിക്കണം.

സ്വദേശാഭിമാനിയെ കുറിച്ചുള്ള മൗലവിയുടെ സ്വപ്നങ്ങളും സങ്കല്പങ്ങളും കൃത്യമായി രേഖപ്പെടുത്തുന്നതാണ് അതിന്റെ പ്രഥമ ലക്കത്തിന്റെ മുഖ പ്രസംഗം "സ്വദേശാഭിമാനിയുടെ ആദ്യലക്കത്തെ ഞങ്ങൾ മഹാജനങ്ങളുടെ മുമ്പാകെ ഇതാവെക്കുന്നു. മലയാളത്തിലുള്ള ഒരു വർത്തമാനപത്രം ആശിക്കുന്നതായ ഒരുക്കങ്ങളെല്ലാം ചെയ്തശേഷം, ഞങ്ങൾ മലബാർ തീരത്തിൽ പലയിടത്തും സഞ്ചരിച്ചു. ഇതിന്റെ ഫലമായി ഞങ്ങൾക്ക് പല മഹാന്മാരിൽ നിന്നും പല ഉപദേശങ്ങളും ലഭിച്ചതു കൂടാതെ മലയാള പത്രങ്ങൾക്കു കഴിഞ്ഞ കാലങ്ങളിലൊന്നും കിട്ടിയിട്ടില്ലാത്ത വിധം ഒരു വലിയ ജനസംഘം ഞങ്ങളുടെ വരിക്കാരായി ചേർന്നിട്ടുമുണ്ട്. വരിക്കാരുടെ സംഖ്യ നോക്കുന്നതായാൽ ഞങ്ങൾ ചെയ്തിട്ടുള്ള ഏർപ്പാടുകൾ അശേഷം മതിയായിട്ടില്ല. എല്ലാം ഒരു വിധം തൃപ്തിയായി നിർവഹിച്ച ശേഷം പത്രം പ്രസിദ്ധീകരിക്കാമെന്ന് വിചാരിക്കയായിരുന്നു.

ഇതിനിടക്ക് 'സ്വദേശാഭിമാനി'യുടെ ആവിർഭാവത്തെ കുറിച്ചുള്ള വിജ്ഞാപനം വളരെ ദിവസത്തേക്ക് മുമ്പേ പുറത്ത് വന്നിരിക്കുന്ന സ്ഥിതിക്ക് ഇനിയും താമസിക്കുന്നത് ഉചിതമല്ലെന്നും പ്രാരംഭത്തിലുള്ള വിഘ്നങ്ങൾ ബഹുജന സമക്ഷം ക്ഷന്തവ്യങ്ങളായിരിക്കാനേ ഇടയുള്ളൂവെന്നും മറ്റും എഴുതി അയച്ചു തന്ന പല മഹാന്മാരും ഞങ്ങളെ പ്രോത്സാഹിപ്പിച്ചതിനാലാണ് ഇപ്പോൾ 'സ്വദേശാഭിമാനി' ഇപ്രകാരം പ്രസിദ്ധീകരിക്കുന്നത്. കുറെ നാളത്തേക്ക് നിശ്ചിത ദിവസങ്ങളിൽ തന്നെ കൃത്യമായി പുറത്തിറക്കാൻ നിവൃത്തിയുണ്ടാകയില്ലെന്ന് ഞങ്ങൾ മഹാജനങ്ങളെ അറിയിച്ചു കൊള്ളുന്നു.

എന്നാൽ പ്രാരംഭ വിഘ്നങ്ങളെ നിവൃത്തിയുള്ളടത്തോളം വേഗത്തിൽ പരിഹരിച്ചു നേരെയാക്കാൻ ഞങ്ങൾ ഉത്സാഹിക്കുന്നുണ്ട്.

മലയാള ഭാഷ പ്രചാരമുള്ള പല സ്ഥലങ്ങളിലും നിവസിക്കുന്ന പല ജനസമുദായങ്ങളും പൊതുവായും മുഹമ്മദീയ സമുദായം പ്രത്യേകമായും ഞങ്ങളെ സഹായിക്കാൻ തയ്യാറായതു കൊണ്ട് ഈശ്വരാനുഗ്രഹം കൂടി ഉണ്ടായാൻ 'സ്വദേശാഭിമാനി' യുടെ ഭാവിശ്രേയസ്സിനെ സംബന്ധിച്ച് ഞങ്ങൾക്ക് അശേഷം അധൈര്യമില്ല.

'സ്വദേശാഭിമാനി' മുഹമ്മദീയ സമുദായത്തിനും അതിന്റെ ക്ഷേമത്തെ കാംക്ഷിക്കുന്ന മറ്റു സമുദായങ്ങൾക്കും വേണ്ടി വലിയ കാര്യങ്ങളെല്ലാം പ്രവർത്തിച്ചുകളയുമെന്ന് ഞങ്ങൾ ഘോഷിക്കുന്നില്ല.

'സ്വദേശാഭിമാനി'യുടെ പ്രവൃത്തികൊണ്ട്, ജനങ്ങൾക്ക് ക്ഷേമമുണ്ടാകണമെന്നാണ് ഞങ്ങളുടെ പ്രധാന ഉദ്ദേശം. ഈ ഉദ്ദേശം സാധിക്കാൻ ഞങ്ങൾ യഥാശക്തി ശ്രമിക്കുക തന്നെ ചെയ്യും. ഞങ്ങൾക്കുണ്ടാകുന്ന വല്ല ആപത്തുകളെയും ഭയന്ന് പൊതു ജനസങ്കടങ്ങളെ ഞങ്ങൾ മറച്ചുവെക്കുന്നതല്ല, നിശ്ചയം".[2] ഈ മുഖക്കുറിപ്പിൽ സാമുദായിക പരിഷ്കരണം ഈ പത്രത്തിന്റെ ലക്ഷ്യമല്ലെന്നും തികച്ചും രാഷ്ട്രീയമായിരിക്കും ഇതിന്റെ ഉള്ളടക്കമെന്നും ആ മാർഗത്തിൽ നിർഭയം മുന്നോട്ടു പോകുമെന്നും പ്രഖ്യാപനം ചെയ്യുന്നു. 'സ്വദേശാഭിമാനി'യുടെ ധീരമായ പുറപ്പാട് അക്കാലത്തെ പ്രശസ്തരായ എഴുത്തുകാരിൽ പ്രതീക്ഷ പകർന്നു. ഡോ. പൽപ്പു, സി.ശങ്കരൻ നായർ, കേരളവർമ ദേവൻ, ഐ.ആർ കോയിത്തമ്പുരാൻ, ഉള്ളൂർ തുടങ്ങിയവർ മൗലവിക്കും പത്രത്തിനും എല്ലാ സഹകരണങ്ങളും വാഗ്ദാനം ചെയ്തു. സാഹിത്യം, ചരിത്രം, കൃഷി, കരകൗശലം, കല തുടങ്ങി ജീവിതത്തിന്റെ സകല തുറകളെയും ഉൾക്കൊള്ളുന്ന പംക്തികളും രചനകളും പത്രത്തിൽ ചേർത്തു. തിരുവിതാംകൂർ ഹൈകോടതി ജഡ്ജിയായിരുന്ന സി.വി. ഗോവിന്ദപ്പിള്ളയെ പോലുള്ള പ്രമുഖർ 'സ്വദേശാഭിമാനി'യിൽ സ്ഥിരമായി എഴുതി.

1906 ജനുവരിയിൽ 'സ്വദേശാഭിമാനി'യുടെ പ്രസ്സും ഓഫീസും വക്കത്തേക്കു മാറ്റി. അപ്പോഴേക്കും വക്കത്ത് പുതിയ അഞ്ചൽ ആപ്പീസ് പ്രവർത്തനമാരംഭിച്ചിരുന്നു. ഒരു വർഷക്കാലം കൊണ്ട് പത്രത്തിന്റെ കീർത്തി ഉയർന്നെങ്കിലും മൗലവിയുടെ പ്രതീക്ഷക്കൊത്ത് ഒരു രാഷ്ട്രീയ പത്രമായി രൂപപ്പെടുത്തിയെടുക്കുന്നതിൽ ഗോവിന്ദപ്പിള്ളക്ക് വേണ്ടത്ര വിജയിക്കാൻ സാധിച്ചില്ല. അതിനിടെ മലയാള ബ്രാഹ്മണരുടെ പത്രമായിരുന്ന 'ആര്യഭൂഷണ' ത്തിന്റെ പത്രാധിപരമായി ചേർന്ന ഗോവിന്ദപ്പിള്ള 'സ്വദേശാഭിമാനി' വിടുകയും ചെയ്തു.

ഈ ഘട്ടത്തിൽ തന്റെ പത്രത്തിന് അനുയോജ്യനായ ഒരു പത്രാധിപരെ തേടിനടക്കുകയായിരുന്നു മൗലവി. പത്രപ്രവർത്തന

രംഗത്ത്, യുവപ്രായത്തിൽ തന്നെ മിടുക്ക് കാണിക്കുന്ന രാമകൃഷ്ണപ്പിള്ളയുടെ പേര് മൗലവിയുടെ പരിഗണനയിൽ വന്നു. 'രാമരാജ്യം' എന്ന ചെറിയ പത്രത്തിന്റെ ലേഖകനായി പത്രപ്രവർത്തനം ആരംഭിച്ച രാമകൃഷ്ണപ്പിള്ള മനോരമ, മലയാളി തുടങ്ങിയ പ്രസിദ്ധീകരണങ്ങളിലും എഴുതിയിരുന്നു. 'രാമരാജ്യം' പ്രസിദ്ധീകരണം നിലച്ചതോടെ രാമകൃഷ്ണപ്പിള്ള 'വഞ്ചി ഭൂവിപഞ്ചിക' എന്ന പേരിൽ സ്വന്തമായി ഒരു പത്രമാരംഭിക്കാൻ ശ്രമിച്ചെങ്കിലും അത് വിജയിച്ചില്ല. പിന്നീട്, രാമകൃഷ്ണപ്പിള്ള ബിരുദ വിദ്യാർത്ഥിയായിരിക്കേ 'കേരള ദർപ്പണം' എന്ന പേരിൽ ഒരു പത്രം സ്വയം ആരംഭിച്ചു. സാഹിത്യ വിമർശനത്തിലും ഗ്രന്ഥരചനയിലും തൽപരനായ രാമകൃഷ്ണപ്പിള്ള പത്രപ്രവർത്തനരംഗത്ത് വേറിട്ട വഴിയിലാണ് സഞ്ചരിച്ചത്. രാജസ്തുതിക്കപ്പുറം ശക്തമായ രാഷ്ട്രീയ വിമർശനങ്ങൾ ഉയർത്തുന്ന അദ്ദേഹത്തിന്റെ പത്രപ്രവർത്തന ശൈലി 'സ്വദേശാഭിമാനി' ക്ക് ഏറെ ഉചിതമായിരുന്നു. രാഷ്ട്രീയ പത്ര പ്രവർത്തനത്തിൽ രാമകൃഷ്ണപ്പിള്ളയുടെ സാമർത്ഥ്യവും സാഹസികതയും കൊണ്ടാണ് വക്കം മൗലവി അദ്ദേഹത്തോട് അടുത്തതും തന്റെ പത്രാധിപരായി അദ്ദേഹത്തെ നിയമിക്കാൻ തീരുമാനിച്ചതും. 1906 ജനുവരി 17 മുതൽ 'സ്വദേശാഭിമാനി' രാമകൃഷ്ണപിള്ളയുടെ പത്രാധിപത്യത്തിൽ വക്കത്തുനിന്ന് പ്രസിദ്ധീകരണം ആരംഭിച്ചു. ഈ ലക്കത്തിൽ 'ഞങ്ങൾ തന്നെ' എന്ന ശീർഷകത്തിൽ എഴുതിയ പ്രസ്താവനയിൽ പത്രാധിപർ മാറിയ വിവരം എടുത്തു പറയുന്നുണ്ട്.

"സ്വദേശാഭിമാനി ഇതാ രണ്ടാം വയസിൽ കടന്നിരിക്കുന്നു. കഴിഞ്ഞ ഒരാണ്ടുകാലം ഈ പത്രത്തിന് പല ന്യൂനതകളും വീഴ്ചകളും ഉണ്ടായിട്ടുള്ളത് ശൈശവ സാധാരണമാണെന്ന് കരുതി 'സ്വദേശാഭിമാനി'യെ അനുഗ്രഹിക്കുകയും സഹായിക്കുകയും ചെയ്തിട്ടുള്ള ബഹുജനങ്ങളോട് ഞങ്ങൾ വളരെ നന്ദി പറഞ്ഞു കൊള്ളുന്നു. 'സ്വദേശാഭിമാനി'യുടെ ഉദ്ഭവത്തിനും കഴിഞ്ഞ ഒരാണ്ടത്തെ വളർച്ചക്കും കാരണഭൂതനായിട്ടുള്ള മി. സി.പി. ഗോവിന്ദപ്പിള്ള ഇതിന്റെ അധിപസ്ഥാനത്തുനിന്ന് മാറിയിരിക്കുന്നതിനാൽ ഈ കാലത്തോടു കൂടി 'സ്വദേശാഭിമാനി' മറ്റൊരാളുടെ ആധിപത്യത്തിൽ ആരംഭം ചെയ്തിരിക്കുന്നു. മി. ഗോവിന്ദപ്പിള്ളയുടെ അധീനതയിൽ ഈ പത്രത്തിനുണ്ടായിരുന്ന അവസ്ഥയേയും പ്രചാരത്തേയും പറ്റി വായനക്കാർക്ക് അറിവുള്ളതാകയാൽ ഞങ്ങൾ അവയെക്കുറിച്ച് പറയണമെന്ന് വിചാരിക്കുന്നില്ല. അദ്ദേഹത്തിന്റെ ഉപകാരങ്ങൾക്കായി ഇതിന്റെ പ്രവർത്തകന്മാർ അദ്ദേഹത്തിന്റെ പേരിൽ സദാ

കൃതജ്ഞരായിരിക്കുന്നു.

വക്കത്തേക്ക് ഓഫീസ് മാറ്റുകയായാലും പത്രാധിപരുടെ മാറ്റത്തിലുണ്ടായ ചില കുഴപ്പങ്ങളാലും പകരം ഒരാളെ ഇത് ഏൽപ്പിക്കുന്നതിൽ നേരിട്ട സ്വൽപ്പ താമസത്താലും പത്രത്തിൽ ആ കൃതിയിൽ കുറേ മാറ്റം വരുത്തേണ്ടിയിരുന്നതിനാലും ഈ ഒന്നാം ലക്കം അൽപം വൈകി പുറപ്പെടേണ്ടി വന്നതിനെപ്പറ്റി വായനക്കാർ ഞങ്ങളോട് ക്ഷമിക്കുമെന്ന് തന്നെ ഞങ്ങൾ വിശ്വസിക്കുന്നു.

പൊതുജനങ്ങളുടെ ഹിതങ്ങളെയും അവകാശങ്ങളേയും ഗവൺമെന്റിനെ ധരിപ്പിക്കുന്നതിനും ഗവൺമെന്റിന്റെ നടപടികളെ പൊതുജനങ്ങളെ അറിയിക്കുന്നതിനും ഞങ്ങൾ ജാഗ്രൂകതയോടു കൂടി തന്നെ ഇരിക്കുന്നതാകുന്നു"[3] പ്രസ്താവനയിൽ സൂചിപ്പിച്ച പോലെ "സ്വദേശാഭിമാനി"യുടെ രണ്ടാം പുസ്തകം ഒന്നാംലക്കം മുതൽ ഡബ്ള് റോയൽ സൈസിലാണ് ഇറങ്ങിത്തുടങ്ങിയത്. ഒന്നാം പേജിന്റെ മുകൾ ഭാഗത്തായി ഉടമസ്ഥൻ എം. മുഹമ്മദ് അബ്ദുൽ ഖാദർ, പത്രാധിപർ കെ. രാമകൃഷ്ണപ്പിള്ള എന്നിങ്ങനെ മലയാളത്തിലും ഇംഗ്ലീഷിലും കൊടുത്തിരുന്നു. ഒരു വർഷത്തിനു ശേഷം 1907 ൽ പത്രവും പ്രസ്സും വീണ്ടും സ്ഥലം മാറി. വക്കത്തു നിന്ന് തിരുവനന്തപുരത്തേക്കാണ് മാറിയത്. രാമകൃഷ്ണപ്പിള്ളയ്ക്ക് നിയമ പഠനത്തിന് സൗകര്യമൊരുക്കാൻ വേണ്ടിയാണ് പത്രം തിരുവനന്തപുരത്തേക്ക് മാറ്റിയത്. ദ്വൈവാരികയിൽ നിന്നും ത്രൈ വാരികയായി പുറത്തിറങ്ങിയ 'സ്വദേശാഭിമാനി' നിയമസഭ സമ്മേളന കാലത്ത് ദിനപ്പത്രമായും പുറത്തിറങ്ങി. 1908 നവംബറിൽ ദിനപത്രമായി ഇറങ്ങിയ സ്വദേശാഭിമാനി കേരളത്തിലെ ആദ്യത്തെ പ്രതിദിന വൃത്താന്തപത്രം എന്ന വിശേഷണവും സ്വന്തമാക്കി.

ശ്രീമൂലം തിരുനാളിന്റെ ഭരണത്തെ കൃത്യമായ ഓഡിറ്റിംഗിന് വിധേയമാക്കുകയാണ് 'സ്വദേശാഭിമാനി'യുടെ ലക്കങ്ങൾ. ദിവാനെയും ഉപജാപക വൃന്ദത്തെയും നഗ്നമാക്കി പൊതു ജനങ്ങൾക്കു മുന്നിൽ നിർത്തുന്ന ശക്തമായ മുഖപ്രസംഗങ്ങൾ 'സ്വദേശാഭിമാനി'യെ അനന്യമാക്കി നിർത്തുന്നു. 1907 ഏപ്രിൽ 17ന് "തിരുവിതാംകൂറിലെ കൈക്കൂലിക്കാര്യം" എന്ന പേരിൽ എഴുതിയ മുഖപ്രസംഗം കാണുക:

"തിരുവിതാംകൂർ കൈക്കൂലിയിലും മറ്റഴിമതികളിലും വളർന്നു വളർന്ന് ഭയങ്കരാകാരത്തെ പ്രാപിച്ചു കഴിഞ്ഞു എന്നുള്ളത് നിശ്ശേഷം വാസ്തവമാകുന്നു. കൈക്കൂലിക്കാര്യത്തിൽ കാരണങ്ങളായി 'മലയാളി' പറയുന്ന സംഗതികളിൽ പ്രധാനമായി നിൽക്കുന്നത് തിരുവിതാം

ക്കുറിന് 'ധർമരാജ്യം' എന്നുള്ള പേരിനേയും അധിപതിയായ 'ധർമ രാജാവിനെ'യും അധഃകരിച്ച് 'അഴിമതി രാജ്യം' എന്ന പേരിനെയും അഴിമതി രാജ്യത്തിന്റെ സാക്ഷാൽ ഭരണ കർത്താവ് എന്ന നിലയേയും സ്ഥാപിച്ചിരിക്കുന്ന വലിയ കൊട്ടാരം സേവകന്മാരുടെ ദുഷ്കൃത്യങ്ങളാകുന്നു.

ഈ സേവകന്മാരിൽ വയസ്സുകൊണ്ട് മുൻപനായ ആൾ നിർവാണ മായ അഗ്നിപർവതം പോലെ ഇപ്പോൾ സംസ്ഥാനത്തിൽ അടങ്ങി ശക്തി പൊങ്ങിക്കാതെ കിടക്കുകയാണെങ്കിലും മറ്റേയാൾ സ്വതന്ത്ര ക്രിയകളിൽ വിഹരിക്കുന്നു എന്നു ജനങ്ങൾക്കു ബോധ്യമായിട്ടുണ്ട്. ഇവരുടെ അഴിമതികളെ പറ്റി വർത്തമാന പത്രങ്ങൾ മുറവിളി കൂട്ടിയി ട്ട് ഇരുപത് കൊല്ലത്തിന് മേലെയായി...."[4] ഭരണകൂടം മുങ്ങിത്താണി രിക്കുന്ന അഴിമതിയുടെ ആഴങ്ങൾ അനാവരണം ചെയ്തുകൊണ്ട് 1907 ഏപ്രിൽ 24 ന് വീണ്ടും 'സ്വദേശാഭിമാനി' എഴുതി "തിരുവിതാംകൂർ രാജ്യഭരണത്തിന്റെ ആധുനികദശയുടെ അധിദേവതയായ 'അഴിമതി' മിസ്റ്റർ രാമരായർ മന്ത്രിപദം പ്രാപിച്ച സുമുഹൂർത്തത്തിൽ ഹജ്ജൂർ കച്ചേരിയിലും ഗവൺമെന്റ് കാര്യങ്ങളിലും അതിന്റെ ഇരിപ്പിടം ഉറപ്പിച്ച്അതിന്മേൽ സുഖവാസം ചെയ്തു തുടങ്ങി എന്നു പറഞ്ഞേ കഴിയൂ. ഈ 'അഴിമതി' എന്ന മൂർത്തിയുടെ ഇടംവലം കൈകളായ 'കോഴയും കൊള്ളയും' നാട്ടിൽ മറവന്മാരെപോലെ കടന്നു പിടികൂടി എന്നും നാം ഓർത്തേണ്ടതാകുന്നു.[5] ഇത്ര ശക്തവും ധീരവുമായി ഒരു ജനാധിപത്യ സർക്കാറിനെ പോലും വിമർശിച്ച മലയാള പത്രങ്ങൾ ദുർലഭമായിരിക്കും. 1908 ഫെബ്രുവരി 10ന് സ്വദേശാഭിമാനി പ്രസിദ്ധീ കരിച്ച 'പോർട്ടുഗലിലെ രാജവധം' എന്ന മുഖപ്രസംഗം പ്രശസ്തമാണ്. "ജനങ്ങളുടെ പരിഷ്കൃതാഭിപ്രായഗതിയെ നിരോധിക്കുവാൻ ഉദ്യമി ക്കുന്നവരുടെ യത്നം, ബാല മൃണാളതന്തുക്കളെ കൊണ്ട് വ്യാളത്തെ രോധിക്കുന്നതുപോലെയോ അസാധ്യമെന്നു നാം അറിഞ്ഞിരിക്കേ ണ്ടതാകുന്നു. രാജാവ് ഈശ്വരാംശമാണെന്നും രാജാവ് പറയുന്നതും പ്രവർത്തിക്കുന്നതുമായ ഏതു സംഗതികളും അവ ജനങ്ങൾക്ക് എത്രതന്നെ ദോഷകരങ്ങളും നാടിന് എത്രതന്നെ നാശകാരങ്ങളും ആയിരുന്നാലും ജനങ്ങൾ അവശ്യം അനുസരിക്കേണ്ടതാണെന്നും ഉള്ള വിചാരങ്ങളുടെ കാലം എത്രയോ മുൻപ് കഴിഞ്ഞുപോയി. ജനസമുദായമാണ് ഈശ്വരാംശമെന്നും ജനങ്ങളുടെ വാക്കിനേയും പ്രവൃത്തിയെയും അനുസരിക്കുകയാണ് രാജാവിന്റെ കൃത്യമെന്നും" മുഖപ്രസംഗം താക്കീതു നല്കുന്നു.[6]

സ്വദേശാഭിമാനി ഓരോ ലക്കം ചെല്ലുംതോറും ഭരണ സംവിധാനത്തിന്റെ ജനവിരുദ്ധതയെ തുറന്നുകാട്ടുക മാത്രമല്ല, രാജഭരണ വ്യവസ്ഥയുടെ അടിത്തറ തന്നെ തകർക്കുന്നതിലേക്ക് നിലപാട് ശക്തമാക്കി. ആ സമയത്ത് ഇന്ത്യ ഒരു ജനാധിപത്യ രാഷ്ട്രമാകുമെന്ന പ്രതീക്ഷപോലും ഉദിച്ചിട്ടുണ്ടായിരുന്നില്ലെന്ന് ആലോചിക്കുമ്പോഴാണ് സ്വദേശാഭിമാനിയുടെ നട്ടെല്ലിന്റെ ഉറപ്പ് ബോധ്യപ്പെടുക. 1908 ഫെബ്രുവരി 15ന് 'വിപരീത ശക്തികൾ' എന്ന മുഖപ്രസംഗം പ്രജാപ്രഭുത്വത്തെക്കുറിച്ച് പരാമർശിക്കുന്നു. "ജനസമുദായ ശക്തിയുടെ അഭിവൃദ്ധി സർവ ശക്തനായ ഈശ്വരന്റെ ഇച്ഛയാണെന്നും മനുഷ്യകുലത്തിന്റെ അഭിവൃദ്ധി മാർഗത്തിൽ ഇനിയത്തെ പദം സൃഷ്ടിവാദ പ്രയുക്തമായ പ്രജാപ്രഭുത്വമാണെന്നും നാം അറിയുമ്പോൾ, ജനങ്ങളുടെ നേർക്ക് സ്വേച്ഛാപ്രഭുത്വം പ്രയോഗിക്കുന്ന രാജക്കന്മാരുടെ പ്രവൃത്തി ലിസ്ബണിൽ നാം കണ്ടിരിക്കുന്ന വിധം ഒരു ഭയങ്കരമായ പ്രതിക്രിയയെ ജനിപ്പിക്കുമെന്ന വസ്തുത നമുക്ക് ബോധ്യപ്പെടുന്നതാണ്"
[7] ഈ മുഖപ്രസംഗങ്ങളിൽ ഉപയോഗിച്ച 'പ്രജാപ്രഭുത്വം' എന്ന വാക്കാണ് മലയാളത്തിൽ ജനാധിപത്യത്തിന്റെ പ്രഗ് രൂപമെന്ന് കാണാം. 1909 നവംബർ 24ന്റെ മുഖപ്രസംഗത്തിൽ 'രാജഭക്തി' എന്ന സംജ്ഞമാറ്റി രാജ്യഭക്തി എന്നു പറയണമെന്നും രാജാവിനേക്കാളും രാജ ഭക്തിയേക്കാളും മഹത്തായിട്ടുള്ളത് രാജ്യവും രാജ്യഭക്തിയും ജനങ്ങളുമാണെന്നും പ്രഖ്യാപിക്കുന്നുണ്ട്.

'സ്വദേശാഭിമാനി' പ്രസിദ്ധീകരിച്ച ശ്രദ്ധേയമായ രാഷ്ട്രീയ പ്രാധാന്യമുള്ള മുഖപ്രസംഗങ്ങൾ ഇവയാണ് 'അകട വിലാസം' തിരുവിതാംകൂറിലെ കൈക്കൂലി കാര്യം, പ്രജകളുടെ പണം, രാജസേവകന്മാരും തിരുവിതാംകൂർ ഗവൺമെന്റും, തിരുവിതാംകൂർ രാജ്യഭരണം, തിരുവിതാംകൂർ, പോർത്തുഗലിലെ രാജ വധം, വിപരീത ശക്തികൾ, കൊട്ടാരങ്ങളിലെ കൊലപാതകം, നവ്യശക്തി, ബംഗാളിലെ ബോംബ ബഹളം (ബോംബു കേസ്), വലിയ കൊട്ടാരം, സർക്കാർ സർവീസ് ദൂഷ്യം, രാജ ഭക്തി വർധന, ശങ്കരൻ നമ്പിയെ നാടു കടത്തരുതോ?, ചാല ലഹളയും ഗവൺമെന്റും, സ്വരാജ് അലയടി, പ്രജാ സഭാ പ്രാതിനിധ്യ തർക്കം, തിരുവിതാംകൂർ നവീകരണം, ഭണ്ഡാരശക്തി, വടശ്ശേരി അമ്മവീട്ടിലെ കെട്ടുകല്യാണത്തിന് (ശ്രീമൂലത്തിന്റെ മകളുടെ കെട്ടു കല്യാണത്തിന് ഒരുലക്ഷത്തിലേറെ രൂപ ചെലവാക്കിയതിനെ വിമർശിച്ചു കൊണ്ട് എഴുതിയത്) 'ഒരു ലക്ഷം രൂപ', 'തിരുവിതാംകൂർ ദിവാൻജി, മന്ത്രി ജാലം, പ്രജാസഭ ചട്ടങ്ങൾ. ഇവയിൽ ഭൂരിപക്ഷവും ദിവാൻ രാജഗോപാലാചാരിയുടെ ദുർഭരണത്തെയും

ഉദ്യോഗസ്ഥരുടെ കെട്ടുകാര്യസ്ഥതയെയും രാജഭരണത്തിന്റെ സ്വേച്ഛാധിപത്യത്തെയും രൂക്ഷമായി വിമർശിച്ചു കൊണ്ടുള്ളതാണ്.

'സ്വദേശാഭിമാനിയുടെ' ധീരവും അതിശക്തവുമായ നിലപാട് പത്രാധിപർ രാമകൃഷ്ണപ്പിള്ളയുടെ തൂലികയുടെ കരുത്ത് മാത്രമായി ന്യൂനീകരിക്കാനാവില്ല. പത്ര ഉടമയായ വക്കം മൗലവിയുടെ രാഷ്ട്രീയ നയവും ധാർമിക പിന്തുണയുമാണ് രാമകൃഷ്ണപ്പിള്ളക്ക് ഇതിനുള്ള ധൈര്യവും ചങ്കുറപ്പും നല്കിയത്. പത്ര ഉടമ എന്ന നിലയിൽ, രാമകൃഷ്ണപ്പിള്ളയുടെ സ്വാതന്ത്ര്യത്തിൽ കൈകടത്താൻ മൗലവി ഒരിക്കൽ പോലും ശ്രമിച്ചില്ലെന്നത് അദ്ദേഹത്തിന്റെ ഔന്നത്യത്തെ ദൃഢമായി അടയാളപ്പെടുത്തുന്നു. ഒരു രാജഭരണകൂടത്തെ തൊലിയുരിഞ്ഞു കൊണ്ടുള്ള, നിഷ്കരുണമായുള്ള നിലപാട് 'സ്വദേശാഭിമാനി' പത്രത്തിന്റെ നിലനിൽപ്പിനെയും അതിന്റെ ഉടമയുടെ ഭാവിയെയും പ്രതികൂലമായി ബാധിക്കുക തന്നെ ചെയ്യുമെന്ന് മൗലവിക്ക് നല്ല നിശ്ചയമുണ്ടായിരുന്നു. മൗലവിയുടെ ബന്ധുക്കളിൽ ചിലർ പത്രത്തിന്റെ ഈ മട്ടിലുള്ള പോക്കിൽ ഭയക്കുകയും അസംതൃപ്തി പ്രകടിപ്പിക്കുകയും ചെയ്തിരുന്നു. അതൊന്നും മൗലവി ഗൗരവമായി എടുത്തില്ല.

"ഒരു ദിവസം രാജസേവകന്മാരെ രൂക്ഷമായി ശകാരിക്കുന്ന ഒരു ലേഖനമെഴുതിക്കൊടുത്തിട്ട് പത്രാധിപർ സ്വദേശമായ നെയ്യാറ്റിൻകരയിൽ ഒരത്യാവശ്യത്തിന് പോയി. അപ്പോൾ മൗലവിയുടെ ഒരു സഹോദരൻ, മൗലവിയുമായി പ്രസ്സിൽ വരാനിടയായി. മുഖപ്രസംഗമായി ചേർത്ത ആ ലേഖനത്തിന്റെ പ്രൂഫ് സഹോദരൻ കണ്ടു. മുഖപ്രസംഗത്തിന്റെ രൂപത്തിലും ഭാവത്തിലും കാര്യമായ മാറ്റം വരുത്താതെ പത്രം അച്ചടിച്ചിറക്കാൻ പാടില്ലെന്ന് സഹോദരൻ വാശിപിടിച്ചു. മൗലവിയുടെ എതിർപ്പുകൾ വിലപ്പോയില്ല. എന്തുചെയ്യണമെന്നറിയാതെ മൗലവി കുഴങ്ങി. മാറ്റം വരുത്തിയാൽ പത്രാധിപരോട് ചെയ്തിരുന്ന വാഗ്ദത്ത ലംഘനം, മാറ്റം വരുത്തിയില്ലെങ്കിൽ സഹോദരനുമായി പിണക്കം. മൗലവി പ്രശ്നം കത്തുമൂലം രാമകൃഷ്ണപ്പിള്ളയെ അറിയിച്ചു. രാമകൃഷപ്പിള്ള ഒരു നിമിഷം ആലോചിച്ചുനിന്നില്ല. മൗലവി സാഹിബ് ആഗ്രഹിക്കുന്ന മാറ്റം വരുത്തിക്കൊള്ളാൻ പൂർണ്ണ സമ്മതം നൽകിയുള്ള മറുപടി. ആരുടെ മുന്നിലും വഴങ്ങാത്ത പത്രാധിപർ വഴങ്ങിയിരിക്കുന്നു! ആ ലക്കം പുറത്തുവന്നു. രാമകൃഷ്ണപ്പിള്ള പത്രം കൈയ്യിലെടുത്തു. തെല്ലൊരു നൊമ്പരത്തോടെ പത്രം സസൂക്ഷ്മം നോക്കി ആദ്യന്തം വായിച്ചു. ആ കണ്ണുകൾ നനഞ്ഞു, നിറഞ്ഞു. കണ്ഠനാളം ഇടറി. അദ്ദേഹത്തിന് ഒട്ടും വിശ്വസിക്കാൻ കഴിഞ്ഞില്ല. അതെ, താനെഴുതിക്കൊടുത്തതിൽ നിന്നും ഒരക്ഷരം

പോലും മാറ്റിയിട്ടില്ല. മൗലവി അക്ഷരം പ്രതി വാഗ്ദാനം പാലിച്ചു.[8] (രാമകൃഷ്ണപ്പിള്ളക്ക് മൗലവി നല്കിയ സ്വാതന്ത്ര്യത്തിന്റെ വ്യാപ്തിയും അവർ തമ്മിലുണ്ടായ സ്നേഹബന്ധത്തിന്റെ ആഴവും വികാരതീവ്രതയോടു വിവരിച്ചുകൊണ്ട്, രാമകൃഷ്ണപ്പിള്ളയുടെ ഭാര്യ ബി. കല്യാണിക്കുട്ടി അമ്മയും മകൾ ഗോമതി അമ്മയും എഴുതിയ കുറിപ്പുകൾ ഈ പുസ്തകത്തിൽ അനുബന്ധമായി ചേർത്തതു കാണുക)

ദിവാൻ ഭരണകൂടത്തിന്റെ മസ്തകത്തിന് പ്രഹരിക്കുന്ന ഒരു മുഖപ്രസംഗവുമായാണ് 1910 ആഗസ്റ്റ് 24ന്റെ 'സ്വദേശാഭിമാനി' പുറത്തിറങ്ങിയത്. 'ഗർഹ്യമായ നടത്ത' എന്നായിരുന്നു അതിന്റെ ശീർഷകം. രൂക്ഷമായ ഭാഷയിൽ ദിവാനെ ഭർത്സിക്കുന്നതായിരുന്നു ആ മുഖപ്രസംഗം: "ദിവാൻ മിസ്റ്റർ രാജഗോപാലാചാരി തിരുവിതാംകൂർ സംസ്ഥാനത്തിൽ മന്ത്രിസ്ഥാനം കൈയേറ്റതിന്റെ ശേഷമായി ഈ നാട്ടിലെ സദാചാര ബോധത്തിന് മുൻപ് യാതൊരു ദിവാൻജിയുടെയും കാലത്ത് ഉണ്ടായിട്ടില്ലാത്ത വിധത്തിൽ വൈകല്യം തട്ടിയിട്ടുണ്ടെന്ന് ഞങ്ങൾ ഒന്നിലധികം പ്രാവശ്യം പറഞ്ഞിട്ടുണ്ട്. ഇങ്ങനെ പറയേണ്ടിവന്ന സന്ദർഭങ്ങളൊക്കെയും മിസ്റ്റർ ആചാരിയുടെ നടത്തയെക്കുറിച്ച് ബഹുജനങ്ങൾക്ക് രോഷമുണ്ടാകത്തക്കവണ്ണം അദ്ദേഹം സദാചാരത്തിൽ നിന്ന് വ്യതിയാനം ചെയ്തതു നിമിത്തം ജനങ്ങൾ ശ്രദ്ധിച്ചുവശായ സന്ദർഭങ്ങളായിരുന്നു." ആചാരിയുടെ വിഷയാസക്തിയിലേക്ക് സൂചന നൽകുന്ന നിരവധി സംഭവങ്ങൾ എടുത്തുദ്ധരിച്ചു കൊണ്ടായിരുന്നു ഈ മുഖപ്രസംഗം. കല്യാണനാളിൽ ദേഹം മറയ്ക്കാതെ അനന്തപുരത്തിൽ കിടന്നുറങ്ങിയതും ഹജ്ജൂരാഫീസിൽ നിഷ്കൗപീനനായി ഒരു പാവമുണ്ടും ബനിയനും ധരിച്ചുകൊണ്ട് സന്നിഹിതനായതും ശ്രീമൂലം ഭരണ ജൂബിലി ആഘോഷത്തിനിടെ മാന്യസ്ത്രീകൾക്കു വേണ്ടി മാറ്റി വെച്ച സ്ഥലത്ത്, ഘോഷാസ്ത്രീകൾ തിങ്ങിനിറഞ്ഞ പെൺ പാഠശാലയുടെ മുകളിൽ കടന്നു ചെന്നതുമെല്ലാം ഹാസ്യോക്തിയോടെ വിവരിക്കുന്നുണ്ട്. ഈ പ്രസംഗത്തിൽ മിസ്റ്റർ ആചാരിയുടെ 'സദാചാരലംഘനം' പ്രശ്നവൽക്കരിച്ച രാമകൃഷ്ണപ്പിള്ളയുടെ യഥാർത്ഥ ലക്ഷ്യം ജനവികാരം അദ്ദേഹത്തിനെതിരെ തിരിച്ചുവിട്ട് രാഷ്ട്രീയ പ്രക്ഷോഭം സൃഷ്ടിക്കുകയായിരുന്നുവെന്ന് വ്യക്തം, മുഖപ്രസംഗം അവസാനിക്കുന്നത് ഇങ്ങനെയാണ്:

"വിശാഖം തിരുനാൾ തിരുമനസ്സു കൊണ്ടായിരുന്നുവെങ്കിൽ മിസ്റ്റർ ആചാരിയുടെ ഇന്നത്തെ കുറ്റത്തിന് തിരുമനസ്സിലെ കുതിരക്കാരന്റെ കവുഞ്ചി കൊണ്ട് ഈ മന്ത്രസ്ഥാന വ്യഭിചാരിയുടെ തൊലി പൊളിച്ചുവിടുമായിരുന്നു എന്നുള്ളതിൽ ഞങ്ങൾക്ക് സന്ദേഹമില്ല".[9]

ദിവാൻ പി. രാജഗോപാലാചാരിയുടെ ആഭാസങ്ങളെ എണ്ണി യെണ്ണി വിമർശിക്കുകയും രാജഭരണത്തിനെതിരെ ജനവികാരം ഉണർത്തുകയും ചെയ്യുക 'സ്വദേശാഭിമാനി'യുടെ രാഷ്ട്രീയ നയമായി മാറിയതോടെ അതിനെതിരെ ശക്തമായ നടപടി എടുക്കാൻ തിരുവിതാംകൂർ തീരുമാനിച്ചു. ദിവാനും രാജാവിനും രാജസേവ കർക്കും അധർമികളായ ഉദ്യോഗസ്ഥർക്കും എതിരായി തൂലിക ചലിപ്പിച്ച മറ്റൊരു പത്രമോ പത്രാധിപരോ അന്ന് തിരുവിതാംകൂ റിൽ ഉണ്ടായിരുന്നില്ല. മാത്രമല്ല, മറ്റു പത്രങ്ങൾ രാജഭരണത്തിന് സ്തുതി പാടുന്നതിൽ മത്സരിക്കുകയായിരുന്നു, 1910 സപ്തംബർ 26 ന് 'സ്വദേശാഭിമാനി' പത്രം നിരോധിച്ചുകൊണ്ടും പത്രാധിപരെ നാടുക ടത്തിക്കൊണ്ടും പ്രസ്സും എല്ലാ ഉപകരണങ്ങളും കണ്ടുകെട്ടിക്കൊണ്ടും ശ്രീമൂലം തിരുനാൾ മഹാരാജാവ് വിളംബരം പുറപ്പെടുവിച്ചു.

"തിരുവനന്തപുരത്തു നിന്നും പ്രസിദ്ധം ചെയ്യുന്ന സ്വദേശാഭിമാനി എന്ന വർത്തമാന പത്രത്തെ അമർച്ച ചെയ്യുന്നതും ആ പത്രത്തിന്റെ മാനേജിംഗ് പ്രോപ്രൈറ്ററും എഡിറ്ററുമായ കെ. രാമകൃഷ്ണപ്പിള്ളയെ നമ്മുടെ നാട്ടിൽ നിന്ന് നീക്കം ചെയ്യുന്നതും പൊതു ക്ഷേമത്തിന് ആവശ്യമെന്ന് നമുക്ക് ബോധ്യപ്പെട്ടിരിക്കുന്നതിനാൽ, മേൽപ്പറഞ്ഞ കെ. രാമകൃഷ്ണപ്പിള്ളയെ ഉടനെ അറസ്റ്റ് ചെയ്തു നമ്മുടെ സംസ്ഥാനത്തി ന്റെ അതിർത്തിക്ക് പുറത്താക്കുകയും നാം വേറെ വിധം ആജ്ഞാപി ക്കുന്ന വരേയ്ക്കും മേൽപ്പറഞ്ഞ കെ രാമകൃഷ്ണപ്പിള്ള നമ്മുടെ സംസ്ഥാ നത്തിൽ തിരിയെ വരികയോ പ്രവേശിക്കുകയോ ചെയ്യുന്നതിനെ വിരോധിക്കുകയും ചെയ്യണമെന്ന് നാം ഇതിനാൽ ആജ്ഞാപിക്കു ന്നു. യാതൊരു സ്ഥലത്തും കാണപ്പെടുന്ന സ്വദേശാഭിമാനി എന്ന പത്രത്തിന്റെ എല്ലാ പ്രതികളും അച്ചടിച്ചു വരുന്ന അച്ചടി യന്ത്രവും അതിന്റെ അനുസാരികളും അതിനെ സംബന്ധിച്ചുള്ള മറ്റു വസ്തുതകളും നമ്മുടെ ഗവൺമെന്റിലേക്കു കണ്ടുകെട്ടി എടുക്കപ്പെടണമെന്നും നാം ആജ്ഞാപിക്കുന്നു. മേൽ അടങ്ങിയ നമ്മുടെ ആജ്ഞകളെ അനുസ രിച്ചോ ആസ്പദമാക്കിയോ അപ്രകാരമെന്ന് ഗണിച്ചോ ചെയ്യപ്പെടുന്ന യാതൊരു പ്രവൃത്തിയെയും സംബന്ധിച്ച് നമ്മുടെ ഗവൺമെന്റി ന്റെയോ നമ്മുടെ ഗവൺമെന്റിന്റെ യാതൊരു ഉദ്യോഗസ്ഥന്റെയോ പേരിൽ സിവിലായോ ക്രിമിനലായോ യാതൊരു വ്യവഹാരത്തിനും ഇടയില്ലാത്തതാകുന്നു എന്നും കൂടി നാം ആജ്ഞാപിക്കുന്നു.[10]

'സ്വദേശാഭിമാനി' ദിവാൻ രാജ ഗോപാലാചാരിയെ എത്രമാ ത്രം അസ്വസ്ഥമാക്കിയിരുന്നു എന്നതിന് തെളിവായി, അദ്ദേഹം തൽസ്ഥാനത്തു നിന്ന് വിരമിക്കുന്നതിന് ഏതാനും മാസങ്ങൾക്കു

മുമ്പ് നാടുകടത്തലിന്റെ രണ്ടാമാണ്ടിൽ ഡർബാറിന് നല്കിയ രഹസ്യ റിപ്പോർട്ട് ധാരാളം മതി. പത്രം കണ്ടുകെട്ടിയതിനെയും രാമകൃഷ്ണ പ്പിള്ളയെ നാടുകടത്തിയതിനെയും സാധൂകരിക്കുന്നതാണ് ആ റിപ്പോർട്ട്

"മഹാരാജാവിന്റെ നേർക്കുള്ള വ്യക്തിപരമായ ആക്രമണങ്ങളെക്കാളും വഞ്ചനാത്മകമായത് 'സ്വദേശാഭിമാനി' നിലനിന്ന കാലത്ത് കടുംപിടിയോടെ പ്രചരിപ്പിക്കാൻ ശ്രമിച്ച ഗവൺമെന്റിനെ സംബന്ധിച്ച അസാധാരണ സിദ്ധാന്തമാണ്. നാട്ടുരാജ്യ ഗവൺമെന്റിന്റെ അടിസ്ഥാന ശിലയായ വ്യക്തി ഭരണാശയത്തിന് എതിരായി തീക്ഷ്ണവും നിഷ്ഠുരവുമായ സമരം 'സ്വദേശാഭിമാനി' നടത്തി. ഈ പത്രത്തിന്റെ അഭിപ്രായത്തിൽ രാജകുടുംബത്തിൽ പിറന്നതു കൊണ്ടു മാത്രം ആരും ബഹുമാനമർഹിക്കുന്നില്ല. ജനനന്മയ്ക്കു വേണ്ടിയാണ് രാജാധികാരം വ്യവസ്ഥാപിതമായിരിക്കുന്നത്. പോർട്ടുഗലിലെ രാജവധം, രാജാക്കന്മാരെ അവരുടെ കർത്തവ്യങ്ങളെ സംബന്ധിച്ച് പ്രത്യേകിച്ച് അവർ ജനതയുടെ നിർദേശങ്ങളെ അനുസരിക്കണമെന്നും രാജാക്കന്മാരുടെ ദൈവികാവകാശം നിരാകാരിക്കപ്പെട്ട ഒന്നാണെന്നും ദൈവികാഭാവത്തിൽ പങ്കാളികൾ ജനതയാണെന്നും മറ്റുമുള്ള നിത്യസ്മരണീയങ്ങളായ പാഠങ്ങൾ പഠിപ്പിക്കേണ്ടതാണ്; രാജ്യത്തിന്റെയും ജനതയുടെയും പ്രതിനിധി മാത്രമാണ് രാജാവ്; രാജാവിനോടുള്ള ബഹുമാനം എന്നു പറഞ്ഞാൽ രാഷ്ട്രത്തോടുള്ള ബഹുമാനം എന്നാണ്... ഒരുവന്റെ ദിവ്യമായ സ്വാതന്ത്ര്യവും അവകാശവും ബലി ചെയ്തിട്ട് ഒരു രാജാവിനോട് കൂറു കാട്ടണമെന്ന് ഒരു പ്രമാണവുമില്ല; രാജാവിന്റെ ജനക്ഷേമവിരുദ്ധങ്ങളായ പ്രവൃത്തികളെ ചെറുക്കുക എന്നത് കൂറില്ലായ്മയൊന്നുമല്ല. നീതിയെ നിരാകരിക്കുകയും രാജ്യത്തെയും ജനതയെയും ക്രമേണ നാശത്തിലേക്ക് നയിക്കുകയും ചെയ്യുന്ന ഒരു രാജാവിനെ ആദരിക്കുന്നത് ഒരിക്കലും കൂറല്ല; തന്റെ പ്രജകൾക്ക് ദുഃഖമുളവാക്കുന്ന പ്രവൃത്തികളിൽ സ്വയം വഴങ്ങിക്കൊടുക്കുന്ന ഒരു രാജാവിനെ ബഹുമാനിക്കുന്നതും സ്തുതിക്കുന്നതും രാജഭക്തിയല്ല; രാജാവിനോടുള്ള ഭക്തിയേക്കാൾ ഉൽകൃഷ്ടം രാഷ്ട്രത്തോടുള്ള ഭക്തിയാണുതാനും"- ഇങ്ങനെ "സ്വദേശാഭിമാനി" രാഷ്ട്രീയ സ്വാതന്ത്ര്യത്തിന്റെ സുവിശേഷം നിരന്തരം പ്രചരിപ്പിച്ചു പോന്നു. മനുഷ്യ സമുദായത്തിന്റെ ഉൽക്കർഷത്തിന് രാഷ്ട്രീയ സ്വാതന്ത്ര്യം അനുപേക്ഷണീയമാണ്; സ്വാതന്ത്ര്യത്തിന് വേണ്ടിയുള്ള ആഹ്വാനം എങ്ങും മുഴങ്ങുന്നു; രാഷ്ട്രീയ സ്വാതന്ത്ര്യം സ്വായത്തമാക്കുന്നതിനുള്ള വാദം രാജ്യദ്രോഹ പ്രവൃത്തിയല്ല; ഒരുവന്റെ

അതിദിവ്യങ്ങളായ സ്വാതന്ത്ര്യവും അവകാശങ്ങളും ബലി ചെയ്തിട്ട് ഒരു രാജാവിനോടും കൂറു കാട്ടണമെന്ന് ഒരു പ്രമാണവും അനുശാസിക്കുന്നില്ല എന്നിങ്ങനെ അനുദിനം ആഹ്വാനം ചെയ്യുന്നതിനുമുപരി മഹാരാജാവ് തിരുമനസ്സിലെ ഭരണം പ്രജകളുടെ സ്വാതന്ത്ര്യം ഇല്ലായ്മ ചെയ്യുന്നതിനും പ്രേരണ നൽകിയെന്നും സ്വദേശാഭിമാനി പത്രം പ്രസ്ഥാവിച്ചു... അധർമ കൃത്യങ്ങളോടുള്ള ബഹുജന രോഷത്തിന്റെ സ്വഭാവഗതിയെ തടയാൻ സ്വദേശാഭിമാനിയുടെ അഭിപ്രായത്തിൽ, ഒരു ഗവൺമെന്റിനും ശക്തിയില്ല. എന്ന് മാത്രമല്ല, ആ ബഹുജനരോഷം ദിവ്യവും അതിന്റെ വിജയം സുനിശ്ചിതവുമാണ്; ഗവൺമെന്റിന്റെ അതിപ്രധാന ഘടകം ജനതയുടെ ഇച്ഛാശക്തിയാണ്; ജനഹിതവുമായി പൊരുത്തപ്പെടാത്ത ഒരു ഗവൺമെന്റിനെ വെച്ചു പൊറുപ്പിക്കരുത്..." എന്നിങ്ങനെ സ്വദേശാഭിമാനി പറഞ്ഞുകളഞ്ഞു. അതുകൊണ്ട് പത്രം നിരോധിക്കേണ്ടതും പത്രാധിപരെ നാടുകടത്തേണ്ടതും പൊതുജനക്ഷേമത്തിന് ആവശ്യമാണെന്ന് ശ്രീമൂലത്തിനും അദ്ദേഹത്തിന്റെ ദിവാൻ പി. രാജഗോപാലാചാരിക്കും ബോധ്യപ്പെട്ടു"[11]

ഈ രഹസ്യ റിപ്പോർട്ട്, സുപ്രധാനമായ ഒരു രാഷ്ട്രീയ തിരിച്ചറിവിന്റെ വിളംബരം കൂടിയാണ്. രാജാവിനെയും ദിവാനെയും വ്യക്തിപരമായി അക്ഷേപിക്കുന്നതിനപ്പുറം രാജത്വം, രാജ ഭക്തി, തുടങ്ങിയ 'പരിശുദ്ധ' ആശയങ്ങളെ തകർത്ത് പകരം പൗരാവകാശം, ജനാധിപത്യ ബോധം തുടങ്ങിയ ആധുനിക രാഷ്ട്രീയ ആശയങ്ങളെ പ്രതിഷ്ഠിക്കാനുള്ള ശ്രമം 'സ്വദേശാഭിമാനി'യുടെ ഇടപെടലുകളിൽ പ്രതിഫലിക്കുന്നുണ്ട് എന്നതാണത്. വാസ്തവത്തിൽ രാമകൃഷ്ണപ്പിള്ള മാത്രം ഉദ്ദേശിച്ചാൽ സാധിക്കുന്നതായിരുന്നില്ല ഈ ദൗത്യം. അതിന് മൗലവിയുടെ ശക്തമായ ഇച്ഛാശക്തിയും ആശീർവാദവും തുണയായി ഉണ്ടായിരിക്കണം. ദിവാന്റെ രഹസ്യ റിപ്പോർട്ടിന്റെ അവസാന ഭാഗത്ത് അക്കാര്യം സൂചിപ്പിക്കുന്നുണ്ട്. "നിരോധിച്ച പത്രം പുനഃപ്രസിദ്ധീകരിക്കുന്നതിന് അനുവദിക്കുന്നതും കണ്ടുകെട്ടിയ പ്രസ് മടക്കി കൊടുക്കുന്നതും ഗൗരവമേറിയ തെറ്റുകളായിരിക്കും. രാമകൃഷ്ണപ്പിള്ള ഒരു ദരിദ്രനായിരുന്നു. പ്രസിന്റെ നാമമാത്രമായ ഉടമയായിരുന്നു. അയാളുടെ നയങ്ങൾക്ക് വഴികാട്ടികളായി അയാളുടെ പിന്നിൽ ഉണ്ടായിരുന്ന ചരടു വലിക്കാരിൽ നിന്നുമായിരിക്കണം അയാൾക്ക് ആവശ്യമായ പണം ലഭിച്ചിരുന്നത്"[12]

ഒരു പത്രത്തെ നിരോധിക്കുകയും പ്രതാധിപരെ നാടുകടത്തുകയും ചെയ്യുക എന്ന അനുഭവം നമ്മുടെ ചരിത്രത്തിൽ അപൂർവ്വമാണ്.

എന്നിട്ടും ആ നടപടിയിൽ പ്രതിഷേധിക്കുകയോ അത് തിരുത്താൻ ആവശ്യപ്പെടുകയോ ചെയ്യുന്നതിനു പകരം 'സ്വദേശാഭിമാനിയുടെ' സഹജീവികളായ മറ്റു പത്രങ്ങൾ രാജാവിനെ വാഴ്ത്തിപ്പാടുകയാണുണ്ടായത്! മനോരമ(കോഴിക്കോട്), നസ്രാണി ദീപിക (ഇപ്പോഴത്തെ ദീപിക) എന്നീ പത്രങ്ങൾ 'സ്വദേശാഭിമാനി'യെ നിശിതമായി വിമർശിച്ചു. അതേ സമയം ഇംഗ്ലീഷ് പത്രങ്ങളായ 'ഹിന്ദു'വും 'മദ്രാസ് സ്റ്റാൻഡേർഡും' പത്രം കണ്ടുകെട്ടിയ നടപടിയെ വിമർശിക്കുകയുണ്ടായി. 'മലബാരി' എന്ന പത്രവും രാജതിട്ടൂരത്തെ ചോദ്യം ചെയ്തുകൊണ്ട് എഴുതിയിരുന്നു.

ഈ ഘട്ടത്തിലും തന്റെ ആദർശങ്ങളിൽ അടിയുറച്ച് നിൽക്കുകയായിരുന്നു വക്കം മൗലവി. അദ്ദേഹത്തിന്റെ കുടുംബാംഗങ്ങളോ സുഹൃത്തുക്കളോ വിലപിടിപ്പുള്ള പ്രസ് വീണ്ടു കിട്ടുന്നതിന് വേണ്ടി ചെറിയ വിട്ടുവീഴ്ച ചെയ്യാൻ അദ്ദേഹത്തെ ഉപദേശിക്കുമ്പോഴെല്ലാം അതവഗണിക്കുകയാണ് മൗലവി ചെയ്തത്. പത്രാധിപരെ ഒഴിവാക്കുകയോ ഒരു മാപ്പ് എഴുതിക്കൊടുക്കുകയോ ചെയ്തിരുന്നുവെങ്കിൽ 'സ്വദേശാഭിമാനി' തിരിച്ചു കിട്ടിയേനെ. എന്നാൽ പത്രാധിപരെ കൂടാതെ പത്രം തനിക്കാവശ്യമില്ല എന്ന ഉറച്ച നിലപാടിൽ നിന്ന് അദ്ദേഹം ഒരിക്കലും വ്യതിചലിച്ചില്ല. മാത്രമല്ല രാമകൃഷ്ണപ്പിള്ളയെ നാടുകടത്തിയ നടപടിയിൽ അദ്ദേഹം അങ്ങേയറ്റം ദുഖിച്ചു. രാമകൃഷ്ണപ്പിള്ളയെ കാണാൻ കൊതിച്ചു. കത്തിലൂടെ ബന്ധം നിലനിർത്തി. രാമകൃഷ്ണപ്പിള്ളയുടെ കുടുംബത്തെ സന്ദർശിക്കുകയും ആശ്വസിപ്പിക്കുകയും ചെയ്തു. രാജനടപടി ഒഴിവാക്കിക്കിട്ടാൻ നിയമപരമായി ചെയ്യാവുന്ന കാര്യങ്ങൾ ചെയ്തു കൊണ്ടിരുന്നു. മാത്രമല്ല, സാധ്യമായ സാമ്പത്തിക സഹായങ്ങളും രാമകൃഷ്ണപ്പിള്ളക്കും കുടുംബത്തിനും ചെയ്തുകൊടുക്കാനും മൗലവി ശ്രദ്ധിക്കുകയുണ്ടായി. രാമകൃഷ്ണപ്പിള്ളയുടെ വാക്കുകളിൽ നിന്നും അദ്ദേഹത്തിന്റെ ഭാര്യ ബി. കല്ല്യാണിക്കുട്ടിയും മകൾ ഗോമതി അമ്മയും മൗലവിയെക്കുറിച്ച് എഴുതിയ സ്മരണകളിൽ നിന്നും നാടുകടത്തപ്പെട്ട ശേഷം മൗലവി എത്ര ആത്മാർത്ഥമായ സ്നേഹമാണ് അവരോട് കാണിച്ചതെന്ന് വ്യക്തമാകുന്നു[13].

നാടുകടത്തലിന്റെ രണ്ടാം വർഷമാണ് (1912ൽ) മൗലവിയും രാമകൃഷ്ണപിള്ളയും വീണ്ടും കാണുന്നത്. മൗലവിയുടെ കൂടി നിർദേശപ്രകാരം അഴീക്കോട് നടന്ന 'ലജ്നത്തുൽ ഹമദാനിയ്യ' എന്ന സംഘടനയുടെ യോഗത്തിന്റെ അധ്യക്ഷനായി രാമകൃഷ്ണപ്പിള്ളയെ ക്ഷണിക്കുകയായിരുന്നു. കണ്ണൂരിൽ നിന്നെത്തിയ രാമകൃഷ്ണപ്പിള്ളയെ ഹൃദയവായ്പ്പോടെയാണ് മൗലവി വരവേറ്റത്. ആ സന്ദർഭത്തിൽ

ഇരുവരും വികാരഭരിതമായിരുന്നുവെന്നും ദീർഘ നേരം പല കാര്യങ്ങളെ സംബന്ധിച്ചും സംസാരിച്ചിരുന്നുവെന്നും ആ പുനഃസമാഗമത്തിന് ദൃക്സാക്ഷിയായ കെ.എം. സീതി സാഹിബ് രേഖപ്പെടുത്തിയിട്ടുണ്ട്.[14] രാമകൃഷ്ണപ്പിള്ളയായിരുന്നു ആ യോഗത്തിൽ നിശ്ചയിക്കപ്പെട്ട അധ്യക്ഷനെങ്കിലും രാമകൃഷ്ണപ്പിള്ളയുടെ നിർബന്ധത്തിന് വഴങ്ങി ഒടുവിൽ മൗലവി തന്നെയാണ് അധ്യക്ഷത വഹിച്ചത്[15].

ഇന്ത്യ സ്വതന്ത്രമായതിനു ശേഷം, കേരളത്തിൻ ഇ.എം.എസ്. മുഖ്യമന്ത്രിയായി നിലവിൽ വന്ന സർക്കാരാണ് 1956-ൽ സ്വദേശാഭിമാനി പ്രസ് മൗലവിയുടെ പുത്രനും സാഹിത്യകാരനുമായ വക്കം അബ്ദുൽ ഖാദറിന് തിരിച്ചു നൽകിയത്[16]. അപ്പോഴേക്കും പ്രസ്സ് ഉപകാരശൂന്യമായിരുന്നു.

## മുസ്ലീം മാസിക

രാജ്യത്തിന്റെ പൊതുവായ സ്വാതന്ത്ര്യത്തിനും നന്മയ്ക്കും വേണ്ടി പൊരുതുന്നതോടൊപ്പം താൻ ജനിച്ചും ജീവിച്ചും വരുന്ന സ്വന്തം സമുദായത്തിന്റെ വിമോചനത്തിനും ഉയർച്ചയ്ക്കും വേണ്ടി കഠിനശ്രമങ്ങൾ ഏറ്റെടുക്കുക കൂടി ചെയ്തു കൊണ്ടാണ് വക്കം മൗലവി ജീവിതം സാർഥകമാക്കിയത്. ഈ രംഗത്തും പത്രപ്രവർത്തനത്തെയാണ് മൗലവി മാധ്യമമായി സ്വീകരിച്ചത്.

സമുദായത്തിന്റെ തകർച്ചയ്ക്കും അധോഗതിക്കുമുള്ള സുപ്രധാന കാരണം വിദ്യാഭ്യാസക്കുറവാണെന്ന നിഗമനത്തിലാണ് മൗലവി എത്തിച്ചേർന്നത്. അതിനാൽ, സമുദായത്തെ വിദ്യാഭ്യാസരംഗത്ത് ഉണർത്തിക്കൊണ്ടുവരാൻ അദ്ദേഹം സാധ്യമായ എല്ലാ ശ്രമങ്ങളും ചെയ്തു. 1906 ജനുവരിയിൽ അദ്ദേഹം ആരംഭിച്ച 'മുസ്ലീം' മാസിക പ്രധാനമായും ഈ ലക്ഷ്യംമുൻനിർത്തിയുള്ളതായിരുന്നു. മുസ്ലീം മാസികയുടെ പ്രഥമ ലക്കത്തിലെ മുഖ പ്രസംഗത്തിൽ തന്നെ, മാസിക വിദ്യാഭ്യാസ പ്രചാരണം മുൻനിർത്തിയുള്ളതാണെന്ന് വിശദീകരിക്കുന്നുണ്ട്.

"മലയാളത്തിൽ പത്രങ്ങളും മാസികകളും നാൾക്കുനാൾ അധികമായി ഉണ്ടായിക്കൊണ്ടിരിക്കുമ്പോൾ, മുസ്ലീം പത്രിക അനാവശ്യമല്ലയോ എന്ന് ചിലർ ചോദിക്കാനിടയുണ്ട്. ഓരോ സമുദായക്കാരും അവരവരുടെ അഭിവൃദ്ധിക്കുവേണ്ടി പ്രവർത്തിച്ചു വരുന്ന ഇക്കാലത്ത് മുസൽമാൻമാരും അതിൻവണ്ണം പ്രവർത്തിക്കേണ്ടതാണല്ലോ. സമുദായത്തിൽ ആവശ്യപ്പെട്ട പരിഷ്കാരങ്ങൾ ഇന്നവയെന്നു പറഞ്ഞ് അതത് വർഗക്കാർക്ക് മനസ്സിലാക്കി കൊടുക്കുകയും

ആ വഴിയായി കഴിയുന്നതോളം പരിഷ്ക്കാരങ്ങൾ വരുത്തുകയും ചെയ്യുന്നതിൽ ആർക്കും ശ്രമിക്കാവുന്നതാണ്. കേരളത്തിലെ പല ജാതിക്കാരും അവരവരുടെ അഭിവൃദ്ധിക്കായി വേണ്ടതു പ്രവർത്തിച്ചു തുടങ്ങിയിരിക്കുന്ന ഇക്കാലത്ത് മുസൽമാന്മാർക്ക് ഇങ്ങനെ ഒരു ഉദ്യമം അത്യന്താവശ്യമാകുന്നു. ഇക്കഴിഞ്ഞ കാനേഷുമാരി കണക്കു നോക്കിയാൽ മലയാളത്തിലെ മുസൽമാന്മാർ വിദ്യാഭ്യാസ വിഷയത്തിൽ വളരെ പിന്നിൽ നിൽക്കയാണെന്ന് മനസ്സിലാക്കാം.[17]

മുസ്ലീം സമുദായം മതവിശ്വാസങ്ങളിൽ കണിശത കാണിച്ചിരുന്നു. എന്നാൽ, മത പുരോഹിതന്മാർ പ്രേഷണം ചെയ്യുന്ന അതീവ യാഥാസ്ഥിതികമായ മതവീക്ഷണമായിരുന്നു അവർക്കുണ്ടായിരുന്നത്. അതിനാൽ മതത്തിന്റെ മൂലഗ്രന്ഥങ്ങൾ തന്നെ ഉപയോഗപ്പെടുത്തി പുരോഹിത വ്യാഖ്യാനങ്ങളുടെ പൊള്ളത്തരം തുറന്നുകാട്ടുകയും അവ മതത്തിന്റെ അന്തസ്സാരത്തിന് വിരുദ്ധമാണെന് തെളിയിക്കുകയും ചെയ്യുന്ന ഒരു സമീപനമാണ് 'മുസ്ലീം' മാസികയിലൂടെ മൗലവി സ്വീകരിച്ചത്. പരിഷ്ക്കരണവാദം ഉന്നയിക്കുമ്പോൾ മതവിരുദ്ധൻ എന്നും 'കാഫിർ'(നിഷേധി) എന്നും വിളിച്ച് സമുദായ ഭ്രഷ്ട് കൽപ്പിക്കാൻ ശ്രമിച്ച പുരോഹിതന്മാരെ വിശുദ്ധ ഖുർആനും പ്രവാചകന്റെ വചനങ്ങളും ഉദ്ധരിച്ചുകൊണ്ട് തന്റെ വാദങ്ങളെ ന്യായീകരിക്കുകയാണ് മൗലവി ചെയ്തത്. അത് വിശ്വാസികളെ ചിന്തിപ്പിക്കുകയും ചെയ്തു. അതോടൊപ്പം സാമൂഹിക യാഥാർത്ഥ്യങ്ങളെ ശാസ്ത്രീയമായി വിശകലനം ചെയ്യുന്ന സമീപനമായിരുന്നു 'മുസ്ലീം' മാസിക അടിസ്ഥാനമാക്കിയത്. സെൻസസ് രേഖകൾ ഉദ്ധരിച്ചു കൊണ്ട്, സമുദായത്തിന്റെ വിദ്യാഭ്യാസ രംഗത്തെ ദയനീയാവസ്ഥ വിവരിക്കുന്ന 'മുസ്ലീ' മിലെ ലേഖനം ഈ വസ്തുതക്ക് അടിവരയിടുന്നു.

"തിരുവിതാം കൂറിൽ 190566 മുഹമ്മദീയ മതക്കാരുണ്ട്. ഇവർ ആകെ കൂടിയുള്ള ജനസംഖ്യയിൽ നൂറ്റിന് ആറര വീതമേ ആകുന്നുള്ളൂ. ഈ സംഖ്യ സാധാരണയിൽ കുറവാണെന്ന് പറഞ്ഞു കാണുന്നു. സ്ത്രീ പുരുഷന്മാരുടെ കണക്ക് നോക്കുന്നതായാൽ, മുസൽമാന്മാരിൽ പതിനഞ്ചു പുരുഷന് ഒരു സ്ത്രീ വീതമാണ് അക്ഷരജ്ഞാനമുള്ളവരെന്നും വെളിവാകുന്നതാണ്. മുസൽമാന്മാരിൽ ആയിരം ആണുങ്ങളിൽ 84 പേർ വീതം അക്ഷരജ്ഞാനമുള്ളവരാണ്. സ്ത്രീകളാകട്ടെ നൂറ്റിന് ഒരാൾ വീതമേ അക്ഷരജ്ഞാനമുള്ളവരായുള്ളൂ. ഇരുപതു വയസ്സിനു മേൽ പ്രായമുള്ള മുസൽമാന്മാരിൽ നൂറ്റിൽ എഴുപത്തിമുന്നേ മുക്കാലിൽ പരം വീതം ആളുകൾ എഴുതുവാനോ വായിക്കുവാനോ പരിചയമില്ലാത്തവരാകുന്നു. ആ വിധ കണക്കുകൾ നോക്കുമ്പോൾ

ഈ നാട്ടിലെ മുസൽമാന്മാരുടെ ഉയർച്ചയില്ലായ്മയെപ്പറ്റി വ്യസനം തോന്നുന്നു. കൃഷി, കച്ചവടം, ചില്ലറ കൈത്തൊഴിൽ എന്നീ മേഖലകളിലാണ് മുസൽമാന്മാർ കാലക്ഷേപം കഴിച്ചു പോരുന്നത്. ഇവ നടത്തുന്നത് പാരമ്പര്യത്തിൽ കിട്ടിയ അറിവ് കൊണ്ടല്ലാതെ അതാതു തൊഴിലിലുള്ള വിശേഷ വിദ്യാഭ്യാസം കൊണ്ടല്ല. പഠിത്തം കൂടാതെ നടത്തിവരുന്ന ഈ തൊഴിലുകളിലും മുസൽമാന്മാർ താഴോട്ടു പോകുന്നു എന്നു ശങ്കിക്കാൻ വക കാണുന്നുണ്ട്. ഈ സമുദായത്തിന്റെ ഇടയിലുള്ള മതാചാരങ്ങളുടെയും നടപടികളുടെയും സംഗതിയിലും പല കുറവുകളും ഉണ്ടായിട്ടുണ്ട്. ഈ വിഷയങ്ങളിൽ മുസൽമാന്മാർ ശരിയായ അറിവും വഴിയും മനസ്സിലാക്കേണ്ടത് അത്യാവശ്യമെന്ന് കണ്ടിരിക്കുന്നു. മുഹമ്മദീയരുടെ ഇടയിൽ കാലോചിത വിദ്യാഭ്യാസത്തിന് അഭിവൃദ്ധിയുണ്ടാകാത്തതു മതസംബന്ധമായ തടസ്സത്താലാണെന്ന് ചിലർക്ക് ഒരു പക്ഷമുണ്ട്. ഇത് തീരേ അടിസ്ഥാനമില്ലാത്തതാകുന്നു.

പള്ളിക്ക് പള്ളിക്കൂടത്തിൽ ചേർന്നു പഠിക്കുവാൻ കുട്ടികളെ അയക്കുന്നതിന് ഈ ജനങ്ങൾക്കു വേണ്ടുവോളം ഉത്സാഹം ഉണ്ടായിട്ടുമില്ല. പള്ളിക്കൂടങ്ങളുടെ വിഷയത്തിൽ പത്രികകളും വളരെ ശക്തിയുള്ള യന്ത്രങ്ങളാകുന്നു. മേൽപറഞ്ഞ പല കാര്യങ്ങളും മുസൽമാന്മാർക്കു മാത്രമല്ല, കൊച്ചി, മലബാർ മുതലായ മുസൽമാന്മാർക്കും ഈ പത്രിക പ്രത്യേകം ഉപകാരപ്പെടത്തക്കവണ്ണം നടത്തുന്നതിനാകുന്നു ഇതിന്റെ ഭാരവാഹികൾ കരുതുന്നത."[15] വക്കം മൗലവി എന്ന പരിഷ്കർത്താവിന്റെ ഉൾക്കാഴ്ചയെയും നയപരിപാടികളെയും സൂക്ഷ്മമായി പ്രതിഫലിക്കുന്നതാണ് 'മുസ്ലീം' പ്രസിദ്ധീകരിച്ച ഈ കുറിപ്പ്.

സമുദായത്തെ വളർത്തിയെടുക്കാൻ കേവലം മത ഉദ്ബോധന പ്രബന്ധങ്ങൾ മാത്രം പോരെന്ന കാഴ്ചപ്പാട്, മുസ്ലീം മാസികയിൽ നിഴലിക്കുന്നുണ്ട്. പ്രഥമ ലക്കം തന്നെ തുടങ്ങുന്നത് 'മനുഷ്യത്വം' എന്ന ലേഖനത്തോടെയാണെന്നത് ഏറെ ചിന്തനീയമാണ്. മുസ്ലീംകളെ ഉദ്ദേശിച്ചാണ് 'മുസ്ലീം' പുറത്തിറക്കുന്നതെങ്കിലും മുസ്ലീം സമുദായത്തിനു പുറത്തുള്ളവരുടെ ലേഖനങ്ങളും അതിൽ ഉൾപ്പെടുത്തി. കെ. രാമകൃഷ്ണപ്പിള്ള അതിൽ എഴുതാറുണ്ടായിരുന്നു. വിദ്യാഭ്യാസത്തിന്റെ പൊതുവായ പ്രാ ധാന്യം, കാലിക വിദ്യാഭ്യാസത്തിന്റെ പ്രസക്തി, പൊതു പള്ളിക്കൂടങ്ങളിൽ വിദ്യ അഭ്യസിക്കേണ്ടതിന്റെ ആവശ്യകത, ഇംഗ്ലീഷ്, ആധുനിക വിദ്യാഭ്യാസം നേടുന്നതിൽ സമുദായത്തിന്റെ അവഗണന, സ്ത്രീകൾ വിദ്യാഭ്യാസം നേടേണ്ടതിന്റെ അടിയന്തിര

പ്രാധാന്യം, മലയാള ഭാഷ ഓരോ വ്യക്തിയും ആർജ്ജിക്കേണ്ടതിന്റെ അനിവാര്യത എന്നിങ്ങനെ, വിദ്യാഭ്യാസ രംഗത്തെ അടിയന്തിര പ്രാധാന്യമുള്ള ഓരോ വശത്തെയും കുറച്ച് ഈടുറ്റ പഠനങ്ങളാണ് 'മുസ്ലീ' മിന്റെ ലക്കങ്ങളിൽ പ്രസിദ്ധീകരിച്ചത്. വിദ്യാഭ്യാസ രംഗത്ത് പിച്ചവെച്ചു വരുന്ന പ്രദേശങ്ങളെക്കുറിച്ചുള്ള ഫീച്ചർ പ്രസിദ്ധീകരിച്ചു കൊണ്ട് അതിലൂടെ സമുദായത്തിൽ പ്രേരണ സൃഷ്ടിക്കാനും മൗലവി ശ്രദ്ധിക്കുകയുണ്ടായി.

തിരുവിതാംകൂറിലെ മുസ്ലീംകളെ അപേക്ഷിച്ച് ഇംഗ്ലീഷ് വിദ്യാഭ്യാസത്തോട് കടുത്ത എതിർപ്പായിരുന്ന മലബാറിലെ മുസ്ലീംകൾക്ക്. ബ്രിട്ടീഷുകാരുമായുള്ള നിരന്തരമായ ഏറ്റുമുട്ടൽ കാരണം, ബ്രിട്ടീഷ് സർക്കാറിന്റെയും ക്രൈസ്തവ മിഷന്റെയും പള്ളിക്കൂടങ്ങൾ ബഹിഷ്കരിച്ച മുസ്ലീംകൾ ഇംഗ്ലീഷ് ഭാഷയോടും വിരോധം പുലർത്തി. ഈ അവസ്ഥ വരച്ചു കാണിക്കുന്ന കുറിപ്പുകൾ 'മുസ്ലീ'മിൽ കാണാം. ബ്രിട്ടീഷുകാരെ രാഷ്ട്രീയമായി എതിർത്തുകൊണ്ട് തന്നെ, ഇംഗ്ലീഷ് -ആധുനിക വിദ്യാഭ്യാസം ആർജ്ജിക്കുകയാണ് ് ബുദ്ധിപരമായ വഴി എന്ന നിലപാടാണ് മൗലവിയും 'മുസ്ലീം' മാസിക യും പിന്തുടർന്നിരുന്നത്. വിദ്യാഭ്യാസ പ്രചാരണത്തിന് നൽകുന്ന പ്രാധാന്യം തിരിച്ചറിഞ്ഞ തിരുവിതാംകൂർ വിദ്യാഭ്യാസ വകുപ്പ്, അത്തരം പ്രവർത്തനങ്ങളെ പ്രശംസിക്കുകയും 'മുസ്ലീം' മാസികയിൽ പ്രകടിപ്പിക്കുന്ന അഭിപ്രായങ്ങൾ പ്രാവർത്തികമാക്കുകയും അതിന് നേതൃത്വം നൽകാൻ വക്കം മൗലവിയെ നിയോഗിക്കുകയും ചെയ്യുകയുണ്ടായി.

ഒരു ദശകക്കാലം, ഒരു ലക്കം പോലും മുടക്കം വരാതെ 'മുസ്ലീം' മാസിക നടത്താനായത് മൗലവിയുടെ കഠിന സപര്യയുടെ ഫലമായിട്ടാണ്. അദ്ദേഹത്തിന് സഹായവും പിന്തുണയും നൽകാൻ വലിയ സംഘടനയോ വ്യക്തികളോ ഉണ്ടായിരുന്നില്ലെന്നു കൂടി ഓർക്കുമ്പോഴാണ് ആ മഹാമനീഷിയുടെ ഇച്ഛാ ശക്തിയുടെ ദൃഢത ഊഹിക്കാനാവുക. അറബി ഭാഷയിലുള്ള ഖുർആൻ വിവർത്തനം ചെയ്യരുതെന്ന പുരോഹിത വിലക്ക് മറികടന്ന്ഖുർആൻ മലയാളത്തിലേക്ക് വിവർത്തനം ചെയ്യാൻ 'മുസ്ലിമി' ന്റെ താളുകൾ അദ്ദേഹം നീക്കിവെച്ചു. മൗലവിയുടെ സുപ്രധാന കൃതികളായ ഇസ്ലാം മത സിദ്ധാന്ത സംഗ്രഹം, തൗഹീദും ശിർക്കും, ഇസ്ലാഹുദ്ദീനിയ (മത പരിഷ്കരണം) തുടങ്ങിയവ 'മുസ്ലീം' മാസികയിൽ ഖണ്ഡശ്ശ പ്രസിദ്ധീകരിച്ചതാണ്. ഒരു മഹാപ്രസ്ഥാനം നൽകിയതിനേക്കാൾ മൂല്യവത്തായ സംഭാവനയാണ് കേരള മുസ്ലീംകളുടെ നവോത്ഥാനചരിത്രത്തിൽ 'അൽമുസ്ലീം' എന്ന പ്രസിദ്ധീകരണം അർപ്പിച്ചത് എന്ന് തറപ്പിച്ചു പറയാം.

## അൽഇസ്ലാം

മലയാളി മുസ്ലീംകൾ, മലയാളഭാഷയിൽ തന്നെ സംസാരിക്കുകയും മലയാള ലിപി ഉപയോഗിച്ച് തന്നെ എഴുതുകയും വേണമെന്ന കാഴ്ചപ്പാടാണ് വക്കം മൗലവിക്ക് ഉണ്ടായിരുന്നത്. ഉത്തരേന്ത്യയിൽ പലേടത്തും മുസ്ലീംകൾ പൊതു ഭാഷയായി ഉർദു സ്വീകരിക്കുകയും തദ്ദേശഭാഷകളിൽ നിന്ന് അകന്നു നില്ക്കുകയും ചെയ്യുക വഴിയുണ്ടാകുന്ന സാംസ്കാരിക ധ്രുവീകരണം അദ്ദേഹം കണക്കിലെടുത്തിട്ടുണ്ടാകണം. മലയാളി സമൂഹത്തിന്റെ ഭാഗമായി, അതിന്റെ മഖ്യധാരയിൽ നിലകൊള്ളുന്ന ഒരു സമുദായമായിരിക്കണം മുസ്ലീംകൾ എന്ന് മൗലവി ആഗ്രഹിച്ചു. അതിന് മലയാളം വിനിമയ ഭാഷയായി മാറണമെന്ന് അദ്ദേഹം വിശ്വസിച്ചു. അതുകൊണ്ടു തന്നെയാണ്, 'അൽമുസ്ലീം' മാസിക മലയാളത്തിൽ നടത്തിപ്പോന്നത്. എന്നാൽ സമുദായത്തിലെ മഹാഭൂരിപക്ഷത്തിനും മലയാളം എഴുതാനും വായിക്കാനുമറിയില്ല എന്ന യാഥാർത്ഥ്യം അദ്ദേഹത്തെ കുഴക്കി. താൻ മുന്നോട്ടു വെക്കുന്ന പരിഷ്കരണാശയങ്ങൾ സമൂഹത്തിലേക്ക് വിനിമയം ചെയ്യാൻ സാധിക്കണമെങ്കിൽ ആദ്യം അത് വായിക്കാനും ഉൾക്കൊള്ളാനും അവർക്ക് സാധിക്കണമല്ലോ സമൂഹത്തിൽ ഏറ്റവും കൂടുതൽ അടിച്ചമർത്തപ്പെടുകയും വിവേചനങ്ങൾക്ക് ഇരയാവുകയും അക്ഷരാഭ്യാസം പോലും നിഷേധിക്കപ്പെടുകയും ചെയ്യുന്ന സ്ത്രീകളെ മലയാളലിപിയിൽ പ്രസിദ്ധീകരിക്കുന്ന ഒരു പ്രസിദ്ധീകരണത്തിലൂടെ അഭിസംബോധന ചെയ്യാൻ സാധിക്കുന്ന സാഹചര്യമായിരുന്നില്ല അത്. കാരണം മുസ്ലീം സ്ത്രീകളിൽ ഏറെ പേർക്കും അറബി മലയാളം ലിപി മാത്രമേ വശമുണ്ടായിരുന്നുള്ളൂ. ഈ സാഹചര്യത്തിലാണ്, സമുദായത്തിലെ താഴെ തട്ടിലുള്ളവരിലേക്ക് വെളിച്ചം പ്രസരിപ്പിക്കാൻ അവർക്ക് പ്രാപ്യമായ അറബി മലയാളം ലിപി ഉപയോഗിച്ച് തന്നെ പ്രസിദ്ധീകരണം പുറത്തിറക്കാൻ മൗലവി ഉദ്യുക്തനായത്. 'അൽഇസ്ലാം' മാസികയുടെ പ്രഥമ ലക്കത്തിന്റെ ആമുഖത്തിൽ അദ്ദേഹം എഴുതി "മലയാള മുസ്ലിങ്ങളൊക്കെ മലയാള ഭാഷ സംസാരിക്കുന്നവർ തന്നെയാണെങ്കിലും അതിനെ ഒരു അന്യ ഭാഷയുടെ നിലയിലാണവർ വിചാരിച്ചു പോന്നിട്ടുള്ളത്... അതിന്റെ ഫലമായിട്ടാണ് 'അറബി മലയാളം അക്ഷരം' അവരുടെ ഇടയിൽ ഉൽഭവിച്ചിട്ടുള്ളത്'"[18]

അറബി മലയാള ലിപിയാണ് ഉപയോഗിച്ചതെങ്കിലും, ക്രമപ്രവൃദ്ധമായി ഭാഷയിലും സംസ്കാരത്തിലും അവരെ വളർത്തിക്കൊണ്ടു വരിക എന്നതു തന്നെയായിരുന്നു മൗലവിയുടെ ലക്ഷ്യം. ഒരു മാനക

മലയാള ഭാഷയിലേക്ക് തന്റെ വായനക്കാരെ ഉയർത്തിക്കൊണ്ടു വരേണ്ടതുണ്ടെന്ന് മൗലവി നിർബന്ധം പിടിച്ചിരുന്നു. തലശ്ശേരിയിൽ നിന്ന് 'അൽഇസ്ലാം' മാസികയുടെ ഒരു വായനക്കാരൻ, അൽ ഇസ്ലാമിന്റെ ഭാഷയെ വിമർശിച്ചുകൊണ്ട് എഴുതിയ കത്തിന് പ്രസാധകക്കുറിപ്പിലൂടെ മൗലവി നൽകിയ മറുപടിയിൽ ഇക്കാര്യം വ്യക്തമാണ്. "അൽ ഇസ്ലാമിന്റെ ഭാഷ കഴിയുന്നതും ലളിതമാക്കണമെന്നതാണ് ഞങ്ങളുടെ അഭിപ്രായം. എന്നാൽ സാധാരണ പത്രങ്ങളിലും മാസികകളിലും സംഭാഷണങ്ങളിൽ തന്നെയും ഉപയോഗിച്ച് മലയാളത്തിന്റെ നിലയായിത്തീർന്നിട്ടുള്ള ചില സംസ്കൃത പദങ്ങൾ അതിൽ വന്നു പോയിട്ടുണ്ടായിരിക്കാമെന്ന് ഞങ്ങൾ സമ്മതിക്കുന്നു. ആ വക വാക്കുകൾ അറിയാത്തവരായി 'അൽഇസ്ലാം" വായനക്കാരിൽ അധികം പേരുണ്ടായിരിക്കില്ലെന്നും ചുരുക്കം പേർക്ക് ചില വാക്കുകളുടെ അർത്ഥം മനസ്സിലാകാതെ വന്നാൽ പോലും പൊതുവിൽ സംഗതി ധരിക്കുന്നതിന് അത് മാത്രം തടസ്സമായി വരാനിടയില്ലെന്നുമാണ് ഞങ്ങളുടെ വിശ്വാസം. വാക്കുകളുടെ അർഥമോ കാര്യഭാഗമോ മനസ്സിലാകാത്തവർ അറിയുന്നവരോട് ചോദിച്ച് മനസ്സിലാക്കുക. മാസികകളും പത്രങ്ങളും പുസ്തകങ്ങളുമൊക്കെ എല്ലാത്തരം ആളുകൾക്കും - വായന ശീലിച്ചിട്ടുള്ളവർക്കും ആദ്യമായി വായിക്കുന്നവർക്കും - ഒരേ പോലെ അന്യ സഹായം കൂടാതെ മനസ്സിലാകണമെന്നത് കുറെ പ്രയാസകരമാണെന്നാണ് ഞങ്ങൾക്ക് തോന്നുന്നത്. യാതൊരുത്തർക്കും മനസ്സിലാകാത്തതായി യാതൊരു വാക്കും വരാതെ വിഷയങ്ങളെ എഴുതി ഫലപ്പിക്കുന്ന കാര്യം എളുപ്പമല്ലെന്ന് ഭാഷാ പരിചയമുള്ള വായനക്കാരൊക്കെ സമ്മതിക്കുമെന്ന് ഞങ്ങൾ വിശ്വസിക്കുന്നു...

മാസികകളും പത്രങ്ങളും കൊണ്ടുള്ള പൊതുവായ ഉദ്ദേശ്യങ്ങളിലൊന്ന് പൊതുജനങ്ങളുടെ ഇടയിൽ ഭാഷാശുദ്ധി ഉണ്ടാവുക എന്നതാണെന്നും ക്ഷമയോടു കൂടി രണ്ടുമൂന്നു ലക്കം വായിക്കുമ്പോൾ ഭാഷ സംബന്ധമായ വൈഷമ്യങ്ങൾ തീരുന്നതാണെന്നും ഞങ്ങളുടെ വായനക്കാരിൽ ഭാഷാപരിജ്ഞാനമില്ലാത്തവരെ അറിയിച്ചു കൊള്ളട്ടെ"[19].

'അൽഇസ്ലാം' മാസികയിൽ ധാരാളം പേജുകൾ വിനിയോഗിച്ചത് സ്ത്രീകളുടെ വിദ്യാഭ്യാസത്തിന് പ്രോത്സാഹനം നല്കുന്നതിനുവേണ്ടിയാണ്. നമ്മുടെ സ്ത്രീകൾ, ഇസ്ലാം മതവും സ്ത്രീകളും, സ്ത്രീകളെ കയ്യെഴുത്ത് പഠിപ്പിക്കാമോ തുടങ്ങിയ ശീർഷകത്തിൽ മൗലവി എഴുതിയ ലേഖനങ്ങൾ ഇക്കൂട്ടത്തിൽ എടുത്തു പറയേണ്ടതാണ്. സ്ത്രീകളെ കയ്യെഴുത്തു പഠിപ്പിക്കുന്നത് മതനിഷിദ്ധമാണെന്ന പുരോഹിതാജ്ഞയെ

വെല്ലുവിളിച്ചുകൊണ്ട് വളരെ യുക്തിസഹമായ ഒരു സംവാദം വിവിധ ലക്കങ്ങളിൽ 'അൽ മുസ്ലിം' അവതരിപ്പിക്കുകയുണ്ടായി. സമുദായത്തിൽ പടർന്നു പിടിച്ച അന്ധവിശ്വാസ അനാചാരങ്ങളെ ശക്തമായി വിമർശിക്കുന്ന ലേഖനങ്ങളും സമുദായത്തെ പിന്നോക്ക അവസ്ഥയിൽ നിന്ന് മുന്നോട്ടു നയിക്കുന്ന മാർഗനിർദേശ പാഠങ്ങളും 'അൽ ഇസ്ലാം' നൽകുകയുണ്ടായി. വിശുദ്ധ ഖുർആൻ മലയാളത്തിൽ വ്യാഖ്യാന സഹിതം വിവർത്തനം ചെയ്തു ഒരു പംക്തി അൽ ഇസ്ലാമിന്റെ മുഖ്യ ആകർഷണമാണ്. ഖുർ ആൻ വചനങ്ങൾക്ക് വളരെ ലളിതവും എന്നാൽ ബുദ്ധിപരവുമായ വ്യാഖ്യാനം നല്കുന്ന ശൈലിയാണ് മൗലവി ഇതിൽ അവലംബിച്ചത്.

വിപ്ലവചിന്തയും നവോത്ഥാനാദർശവും പകർന്നു നൽകിയ അൽ ഇസ്ലാം മാസികയുടെ ആറു ലക്കങ്ങൾ മാത്രം പ്രസിദ്ധീകരിക്കാനേ മൗലവിക്കു സാധിച്ചുള്ളൂ. അപ്പോഴേക്കും രോഗ ബാധിതനായി നീണ്ട ചികിത്സക്കു വിധേയനാകേണ്ടിവന്നു. സഹപ്രത്രാധിപന്മാരോ മറ്റു സൗകര്യങ്ങളോ ഉണ്ടായിരുന്നുമില്ല. അതിനു പുറമെ 'സ്വദേശാഭിമാനി' കണ്ടു കെട്ടിയതും മുസ്ലീം മാസിക വരുത്തിവെച്ചതുമായ സാമ്പത്തിക ബാധ്യതകളും പ്രസിദ്ധീകരണം നടക്കുന്നതിന് വിഘ്നങ്ങളുണ്ടാക്കി. ആറു മാസക്കാലമേ നടന്നുള്ളുവെങ്കിൽ പോലും ആ പ്രസിദ്ധീകരണത്തിന്റെ ഉള്ളടക്കവും നിലവാരവും ഇന്നും നമ്മെ അതിശയിപ്പിക്കുന്നതാണ്. പൗരോഹിത്യത്തെ ഏറ്റവും ഭയപ്പെടുത്തിയ ഒരു പ്രസിദ്ധീകരണമാണ് വക്കം മൗലവിയുടെ 'അൽ ഇസ്ലാം'

## ദീപിക

മൗലവിയുടെ വിയോഗത്തിന് ഏതാനും മാസങ്ങൾക്കു മുമ്പ് (1932) ആരംഭിച്ച പ്രസിദ്ധീകരണമാണ് 'ദീപിക.' മുസ്ലീം, അൽ ഇസ്ലാം എന്നിവയിൽ നിന്ന് വ്യത്യസ്തമായ ദൗത്യമായിരുന്നു 'ദീപിക'ക്കുണ്ടായിരുന്നത്. കേരളത്തിൽ അക്കാലത്ത് നിലവിലുണ്ടായിരുന്ന സാംസ്കാരിക പ്രസിദ്ധീകരണങ്ങളോടു കിടപിടിക്കുന്ന ഒന്നായിരുന്നു അത്. മുസ്ലീം സമുദായത്തിന്റെ ആഭ്യന്തര വിഷയങ്ങളാണ് മൗലവി ആദ്യം ആരംഭിച്ച രണ്ടു പ്രസിദ്ധീകരണങ്ങളിലും ഊന്നിപ്പറഞ്ഞിരുന്നത്. എന്നാൽ ദീപിക കേരളത്തിന്റെ പൊതു മണ്ഡലത്തെയാണ് അഭിമുഖീകരിക്കാൻ ശ്രമിച്ചത്. ഇസ്ലാം സാംസ്കാരത്തിന്റെ മൂല്യങ്ങൾ ഉയർത്തിപ്പിടിച്ചു കൊണ്ട് സമൂഹത്തിന്റെ സർവ്വ പ്രശ്നങ്ങളെയും അവലോകനം ചെയ്യുകയാണ് ദീപിക ചെയ്തത്.

പ്രഥമ ലക്കത്തിൽ പത്രാധിപർ എഴുതിയ ആമുഖക്കുറിയിൽ

'ദീപിക'യുടെ ഉദ്ദേശ്യ ലക്ഷ്യങ്ങൾ വിവരിച്ചിട്ടുണ്ട്: 'ദീപികയുടെ പ്രസ്താവനയായി ഞങ്ങൾക്കു ചുരുക്കത്തിൽ നാലുവാക്കു മാത്രമേ പറയേണ്ടതായിട്ടുള്ളൂ. മതം, സമുദായം, വിദ്യാഭ്യാസം, സന്മാർഗം, സാഹിത്യം ശാസ്ത്രം, ചരിത്രം ഇവയൊക്കെയായിരിക്കും 'ദീപിക' യുടെ പ്രധാന പ്രതിപാദ്യ വിഷയങ്ങൾ. ഇവയ്ക്കു പുറമെ വിജ്ഞാന പ്രദങ്ങളും പ്രയോജനകരങ്ങളുമായ ഇതര വിഷയങ്ങളും ദീപികയുടെ പുറങ്ങളെ അലങ്കരിക്കുന്നതാണ്. അമുസ്ലീംകൾക്ക് ഇസ്ലാംമതത്തെ സംബന്ധിച്ചുള്ള തെറ്റിദ്ധാരണകളെ അകറ്റുക, നാസ്തിക ബുദ്ധിയുടെ പ്രചാരത്തെ എതിർക്കുക, ഇവ ദീപികയുടെ പ്രധാനോദ്ദേശ്യങ്ങളിൽ പെട്ടവയാകുന്നു. കാര്യസമ്പൂർണങ്ങളും ഹൃദ്യങ്ങളുമായ ലേഖനങ്ങൾ മാത്രമേ ഞങ്ങൾ ദീപികയിൽ പ്രസിദ്ധീകരിക്കുകയുള്ളൂ. അറബി, ഉറുദു, ഇംഗ്ലീഷ് എന്നീ ഭാഷകളിലുള്ള വിശിഷ്ട ലേഖനങ്ങളെ വിവർത്തനം ചെയ്തു ഞങ്ങൾ ഇതിൽ ചേർക്കുന്നതാണ്. പരിശുദ്ധ ഖുർആന്റെ ഒരു പരിഭാഷ സവ്യാഖ്യാനം അല്പാല്പമായിട്ടെങ്കിലും ദീപിക മുഖേന പ്രസിദ്ധീകരിക്കുവാൻ ഞങ്ങൾ നിശ്ചയിച്ചിരിക്കുന്നു[20]

ആമുഖ പ്രസ്താവനയെ സാധൂകരിക്കുന്നതാണ് 'ദീപിക'യുടെ ഓരോ ലക്കവും. 'ദീപിക' യുടെ ആമുഖക്കുറിപ്പുകൾ മൗലവിയുടെ ലോകവിവരവും പരന്ന വായനയും പ്രതിഫലിപ്പിക്കുന്നതു കൂടിയാണ്. അതിൽ കടന്നുവരാത്ത വിഷയങ്ങളുണ്ടായിരുന്നില്ല. പ്രഥമ ലക്കത്തിലെ കുറിപ്പുകളിൽ, സമസ്ത കേരള സാഹിത്യ പരിഷത്തിന്റെ വാർഷിക സമ്മേളനത്തെ അവലോകനം ചെയ്തുകൊണ്ടുള്ള കുറിപ്പ് കാണാം. ആഗോള തലത്തിൽ നടക്കുന്ന രാഷ്ട്രീയവും സാമൂഹികവുമായ സംഭവഗതികളെയും ചിന്താലോകത്തെ പുതിയ സംഭവങ്ങളെയും ആ പംക്തിയിൽ വിശകലനം ചെയ്തു. ദേശീയ സ്വാതന്ത്ര്യ സമരവുമായി ബന്ധപ്പെട്ടതും ഖിലാഫത്ത് സമരവുമായി ബന്ധപ്പെട്ടതുമായ കുറിപ്പുകൾ യഥേഷ്ടം കാണാം. പുതിയ പുസ്തകങ്ങളെ പരിചയപ്പെടുത്തുന്ന കുറിപ്പുകൾ കൊടുക്കുമ്പോൾ 'ദീപിക'യുടെ വിരുദ്ധ പക്ഷത്തുള്ളവ കൂടി പരിഗണിച്ചിരുന്നുവെന്നത് ശ്രദ്ധേയമാണ്. അറബി, ഇംഗ്ലീഷ്, ഉർദു, ആനുകാലികങ്ങളിൽ നിന്നുള്ള വിവർത്തനങ്ങളും വാർത്താ സംഗ്രഹങ്ങളും അതിൽ പ്രസിദ്ധീകരിച്ചു. മനോഹരമായ ഭാഷയും വൈജ്ഞാനിക ഗരിമയും ദീപികയെ വേറിട്ടതാക്കുന്നു.

ചരിത്രാഖ്യാനങ്ങൾക്കും കഥയ്ക്കും ഇടം നൽകാൻ 'ദീപിക' പ്രത്യേകം ശ്രദ്ധിച്ചു. മൗലവിയുടെ സാഹിത്യാഭിരുചി ദീപികയിൽ നിറഞ്ഞു നിൽക്കുന്നതു കാണാം. യുക്തി വാദി, സഹോദരൻ തുടങ്ങി അക്കാലത്ത് പുകൾപെറ്റ ആനുകാലികങ്ങളിൽ വരുന്ന

ലേഖനങ്ങളെ എതിർത്തും അതിലെ ആശയങ്ങളോട് പ്രതികരിച്ചുമുള്ള ലേഖനങ്ങൾ, ആദ്യകാല മലയാള പ്രസിദ്ധീകരണങ്ങളിൽ വളർന്നു വന്ന ആശയസംവാദത്തിന്റെ നിദർശനങ്ങളാണ്. യുക്തിവാദത്തെയും നിരീശ്വരവാദത്തെയും 'ദീപിക' നിരന്തരം ചർച്ചാവിഷയമാക്കുകയുണ്ടായി. ഇതര സമുദായങ്ങളിൽ നടക്കുന്ന നവോത്ഥാന മുന്നേറ്റങ്ങളെ അഭിനന്ദിക്കാനും അതിൽ നിന്ന് ഊർജം സ്വീകരിച്ച് അനുകരിക്കാനും 'ദീപിക' അഹ്വാനം ചെയ്തിരുന്നു. എസ്.എൻ.ഡി.പി.യുടെ സമ്മേളനത്തിന്റെ മാതൃകയും ക്രൈസ്തവ സാഹിത്യ പരിഷത്തിന്റെ രൂപവത്കരണത്തെയും 'ദീപിക' പ്രകീർത്തിച്ചതു കാണാം.

പന്ത്രണ്ടു ലക്കങ്ങൾ പുറത്തിറക്കിയെങ്കിലും അത് തുടർന്നു കൊണ്ടുപോകാൻ മൗലവിക്കു സാധിച്ചില്ല. രോഗവും പ്രയാധിക്യവും സാമ്പത്തിക പ്രതിസന്ധിയുമൊക്കെ അതിന്റെ കാരണങ്ങളിൽ പെടുന്നു. 'ദീപിക'യുടെ മുഴുവൻ ലക്കങ്ങളുടെയും വിഷയ വൈപുല്യവും ഗഹനതയും പരിശോധിച്ചാൽ, തത്തുല്യമായ മറ്റൊരു പ്രസിദ്ധീകരണം മുമ്പോ ശേഷമോ ഉണ്ടായിട്ടില്ലെന്നു കാണാം.'ദീപിക' പിന്തുടർന്ന ഭാഷയും സമീപനവും ഇക്കാലത്തെ അനുകാലികങ്ങളെ പോലും അതിശയിക്കുന്നുവെന്ന് വാദിച്ചാൽ അതിൽ ഒട്ടും അതിശയോക്തിയില്ല.

പത്രത്തിനും ആനുകാലികങ്ങൾക്കും പുറമെ, വക്കം മൗലവി രണ്ടു പ്രധാന ഗ്രന്ഥങ്ങൾ രചിച്ചിട്ടുണ്ട്. ഇസ്ലാമിന്റെ ദാർശനിക വ്യതിരിക്തത പ്രകാശിപ്പിക്കുന്ന 'ഇസ്ലാം മത സിദ്ധാന്ത സംഗ്രഹം' ആണതിൽ പ്രധാനപ്പെട്ടത്. നവോത്ഥാന നായകന്മാരായ ഇബ്നു തൈമിയ, മുഹമ്മദ് ബ്നു അബ്ദിൻ വഹാബ് എന്നിവരെ കുറിച്ച് പുരോഹിതന്മാർ പ്രചരിപ്പിച്ച ദുഷ്പ്രചാരണങ്ങളെ സത്യസന്ധമായി വിശകലനം ചെയ്യുന്ന പ്രഭാതവെളിച്ചം' (ഔഉസ്സ്സബാഹ്) ആണ് രണ്ടാമത്തേത്. മുൻഗാമികളായ നവോത്ഥാന ചിന്തകന്മാരെ വസ്തുനിഷ്ഠമായി പഠന വിധേയമാക്കുകയും അവരുടെ ആശയങ്ങളെ അനാവരണം ചെയ്യുകയും ചെയ്യുന്ന ഈ കൃതി എന്നാൽ ആരെയും അന്ധമായി അനുകരിക്കാൻ ആവശ്യപ്പെടുന്നില്ല. ഇമാം ഗസ്സാലിയുടെ 'ആനന്ദത്തിന്റെ രസതന്ത്രം' എന്ന പേർഷ്യൻ കൃതിയുടെ വിവർത്തനം മൗലവിയുടെ ഏറ്റവും മികച്ച സംഭാവനയാണ്. സയ്യിദ് സുലൈമാൻ നദ്വി ഉർദുവിൻ രചിച്ച 'അഹ്ലുസ്സുന്ന വൽജമാഅ' എന്ന പുസ്തകത്തിന്റെ വിവർത്തനം പ്രസക്തമാണ്. ഇവക്കു പുറമെ, അധ്യാപകർക്കും വിദ്യാർത്ഥികൾക്കും പാഠപുസ്തകങ്ങളായി ചില കൃതികൾ മൗലവി പുറത്തിറക്കിയിട്ടുണ്ട്.

●

## കുറിപ്പുകൾ

1. പുതുപ്പള്ളി രാഘവൻ, കേരള പത്രപ്രവർത്തന ചരിത്രത്തിൽ ഉദ്ധരിച്ചത്
2. സ്വദേശാഭിമാനി, ലക്കം 1, 1905 ജനുവരി 19
3. സ്വദേശാഭിമാനി, പുസ്തകം 2 ലക്കം 1 1906 ജനുവരി 17
4. സ്വദേശാഭിമാനി 1907 ഏപ്രിൽ 17
5. സ്വദേശാഭിമാനി 1907 ഏപ്രിൽ 24
6. സ്വദേശാഭിമാനി 1908 ഫെബ്രുവരി 10
7. സ്വദേശാഭിമാനി, 1908 ഫെബ്രുവരി 15
8. എം. മുഹമ്മദ് കണ്ണ്, വക്കം മൗലവിയുടെ ജീവചരിത്രത്തിൽ ഉദ്ധരിച്ചത്.
9. സ്വദേശാഭിമാനി, 1910 ആഗസ്റ്റ് 24
10. പുതുപ്പള്ളി രാഘവൻ, കേരള പത്രപ്രവർത്തക ചരിത്രം.
11. IBID, വക്കം മൗലവി അവരുടെ കാഴ്ചപ്പാടിൽ പേജ് 11
12. കെ.എം. ബഷീർ, IBID പേജ് 66,67
13. ബി. കല്യാണിക്കുട്ടി, ഗോമതി അമ്മ എന്നിവരുടെ ഓർമ്മക്കുറിപ്പുകൾ കാണുക (അനുബന്ധം)
14. വക്കം മൗലവിയെപ്പറ്റി ചില സ്മരണകൾ, കെ.എം. സീതി സാഹിബിന്റെ അനുസ്മരണം (അനുബന്ധം)
15. എം. മുഹമ്മദ് കണ്ണ്, വക്കം മൗലവി (ജീവചരിത്രം)
16. 1958 ജനുവരി 26ന് പുറത്തിറക്കിയ വിജ്ഞാപനത്തോടെയാണ് പ്രസ് കൈമാറിയത്.
17. മുസ്ലീം മാസിക, 1906 ജനുവരി
18. അൽ ഇസ്ലാം മാസിക, 1918 ഏപ്രിൽ
19. അൽ ഇസ്ലാം മാസിക 1918 മെയ്
20 'ദീപിക'യുടെ പ്രഥമ ലക്കത്തിലെ മുഖ പ്രസംഗം 1931.

# ദേശീയ പ്രസ്ഥാനവും മൈത്രി ബന്ധങ്ങളും

കേരള നവോത്ഥാന നായകന്മാരിൽ പ്രമുഖരൊന്നും ദേശീയ പ്രസ്ഥാനത്തിന്റെ മുൻനിരയിൽ പ്രവർത്തിച്ചിരുന്നില്ല. ശ്രീനാരായണഗുരുവും അദ്ദേഹത്തിന്റെ ശിഷ്യന്മാരും ബ്രിട്ടീഷ് സർക്കാറിനെ നേരിട്ട് എതിർക്കാൻ മുന്നോട്ടു വന്നിരുന്നില്ല. മാത്രമല്ല, ബ്രിട്ടീഷ് സർക്കാറിന്റെ ആനുകൂല്യങ്ങളെ നാരായണഗുരു പ്രകീർത്തിക്കുകയും ചെയ്തിരുന്നു. എസ്.എൻ.ഡി.പിയുടെ മൂന്നാം വാർഷിക സമ്മേളനത്തിൽ (1906) സായിപ്പന്മാരും മദാമ്മമാരും പങ്കെടുത്തിരുന്നുവത്രെ. "എന്തിനയേ സ്വരാജ്യം" എന്ന കുമാരനാശാന്റെ പ്രസ്താവന വിമർശിക്കപ്പെടാറുണ്ട്. ഇത്തരമൊരു നിലപാടിന് അതിന്റേതായ സാമൂഹികവും രാഷ്ട്രീയവുമായ കാരണങ്ങളുണ്ടായിരുന്നു[1]. വക്കം മൗലവിയും ദേശീയ സ്വാതന്ത്ര്യസമരത്തിൽ മുൻനിര പോരാളിയായിരുന്നില്ല. അദ്ദേഹം തന്റെ ദൗത്യം സാമൂഹിക നവോത്ഥാനമാണ് എന്ന് തിരിച്ചറിഞ്ഞതാകാം അതിന്റെ മുഖ്യകാരണം. അതേസമയം അധിനിവേശത്തിനും സ്വേച്ഛാധിപത്യത്തിനുമെതിരായ ഒരു പൗരബോധവും സമത്വാധിഷ്ഠിത മാനവിക ദർശനവും തന്റെ രാഷ്ട്രീയ നിലപാടായി അദ്ദേഹം ഉയർത്തിപ്പിടിച്ചിരുന്നു. വക്കം മൗലവിയുടെ രാഷ്ട്രീയ നിലപാടിനെ രൂപപ്പെടുത്തിയത് പ്രധാനമായും രണ്ടു ഘടകങ്ങളാണ്. ഒന്ന്) മനുഷ്യന്റെ സ്വാഭിമാനത്തെ ഇല്ലാതാക്കുന്ന അധികാരക്കോയ്മയും അടിച്ചേൽപ്പിക്കുന്ന ആധിപത്യങ്ങളും സാധുവല്ലെന്ന് അദ്ദേഹം വിശ്വസിച്ചു. ഏകനും പരമാധിപനുമായ ദൈവമല്ലാതെ, ഒരു വ്യക്തിയും ശക്തിയും മനുഷ്യന്റെ ഇച്ഛക്കു മുകളിൽ അടക്കി വാഴാൻ യോഗ്യമല്ലെന്ന മതദർശനം അദ്ദേഹം പിന്തുടർന്നു. രണ്ട്) അദ്ദേഹം ജീവിച്ച കാലത്ത് ലോക

സാമ്രാജ്യ ശക്തിയായ ബ്രിട്ടന്റെ ദുഷ്ടമായ അധിനിവേശത്തിന്റെ ഫലമാണ് ഖിലാഫത്തിന്റെ തകർച്ചയും ലോകമുസ്ലീം സമൂഹത്തിന്റെ രാഷ്ട്രീയവും സാമൂഹികവും വൈജ്ഞാനികവുമായ പ്രതാപ നഷ്ടവുമെന്ന് അദ്ദേഹം വിശ്വസിച്ചു. അതിനാൽ ബ്രിട്ടന്റെ സമ്രാജ്യത്വത്തെ എതിർത്തു തോൽപ്പിക്കേണ്ടത് ആവശ്യമാണെന്ന് അദ്ദേഹം ചിന്തിച്ചു. അദ്ദേഹത്തിന്റെ ചിന്തയെ രൂപപ്പെടുത്തിയവരിൽ പ്രധാനിയായ ജമാലു ദ്ദീൻ അഫ്ഗാനി, ഇന്ത്യയിൽ ഉൾപ്പെടെ സഞ്ചരിച്ച് ബ്രിട്ടീഷ് ഭരണത്തിനെതിരെ ഇളക്കിവിട്ട സ്വാതന്ത്ര്യസമരത്തിന്റെ ഓളങ്ങൾ അദ്ദേഹത്തെ ആഴത്തിൽ സ്വാധീനിച്ചിരുന്നു.

മലബാറിലെ മുസ്ലീം സമുദായം ബ്രിട്ടീഷുകാരുമായി ഏറ്റുമുട്ടിയ പോലെ തിരിവിതാംകൂറിൽ ഉണ്ടായില്ല. കാരണം അവിടെ ശ്രീമൂലം രാജാവിന്റെ ഭരണമായിരുന്നു നിലനിന്നിരുന്നത്. ബ്രിട്ടീഷ് മലബാറിൽ മുസ്ലീംകൾ കടുത്ത അവഗണനയും അടിച്ചമർത്തലും നേരിട്ടതിനാലാണ് അവിടെ ഖിലാഫത്ത് പ്രക്ഷോഭം ആഞ്ഞടിച്ചത്. വക്കം മൗലവിയുടെ സഹയാത്രികരായ നവോത്ഥാന വാദികൾ മലബാർ സമരത്തിന്റെ മുന്നണിയിലുണ്ടായിരുന്നു താനും. മലബാറിലെ ഖിലാഫത്ത് പ്രക്ഷോഭത്തോട് വക്കം മൗലവിക്ക് ഐക്യദാർഢ്യമാണുണ്ടായിരുന്നത് എന്നത് ഖിലാഫത്ത് പോരാളികളുമായുള്ള അദ്ദേഹത്തിന്റെ ബന്ധത്തിൽ നിന്ന് മനസ്സിലാക്കാം. ഖിലാഫത്ത് നേതാവ് കെ.എം. മൗലവി, വക്കത്ത് മൗലവിയുടെ വീട്ടിൽ ഏറെ നാളുകൾ താമസിച്ചിരുന്നു.

തിരുവിതാംകൂറിലെ ദിവാൻ ഭരണത്തിലെ അനീതികൾക്കെതിരെ മൗലവിയുടെ പോരാട്ടത്തിന്റെ മൂർത്ത രൂപമാണ് 'സ്വദേശാഭിമാനി' പത്രമെന്ന് മുൻ അധ്യായത്തിൽ സവിസ്തരം വ്യക്തമാക്കിയതാണല്ലോ. രാജാവിനെ കൺകണ്ട ദൈവമായി കാണുകയും തിരുവായ്ക്ക് എതിർവാ പാടില്ലെന്ന സമീപനം പുലർത്തുകയും ചെയ്യാൻ മൗലവി ഒരുക്കമായിരുന്നില്ല. രാജഭരണത്തിന്റെ സർവ്വാധികാരം നിലനിൽക്കുന്ന ഘട്ടത്തിൽ പോലും, തന്റെ രാഷ്ട്രീയ നിലപാട് വ്യക്തമാക്കാൻ മൗലവി ധൈര്യം കാണിക്കുകയും ചെയ്തിരുന്നു.

ശ്രീ ചിത്തിരത്തിരുനാൾ മഹാരാജാവ് തിരുവിതാം കൂറിന്റെ ഭരണാധിപനായി സ്ഥാനാരോഹണം ചെയ്യുന്ന സന്ദർഭത്തിൽ വക്കം മൗലവി തന്റെ 'ദീപിക' പത്രത്തിൽ എഴുതിയ ' സിംഹാസാരോഹണം' എന്ന കുറിപ്പിൽ അദ്ദേഹം പ്രജായത്ത ഭരണരീതിയെ സംബന്ധിച്ച അഭിലാഷം പ്രകടിപ്പിക്കുന്നതുകാണാം. മറ്റു പത്രമാധ്യമങ്ങൾ രാജസ്തുതികളാൽ മുഖരിതമായിരിക്കേയാണ് മൗലവിയുടെ

ഇടപെടലുണ്ടായത്. "ലോകത്തിന്റെ പല ഭാഗങ്ങളിലും സാമുദായി കമായും സാമ്പത്തികമായും രാഷ്ട്രീയമായുമുള്ള പരിവർത്തനങ്ങൾ നടന്നുകൊണ്ടിരിക്കുന്ന കാലമാണിത്. രാഷ്ട്രീയമായ ഒരു പ്രബുദ്ധത ലോകമെങ്ങും ഇന്നു കാണപ്പെടുന്നുണ്ട്. ഈ കാലത്ത് ജനങ്ങൾ അധികവും സ്വതന്ത്രേച്ഛുകളും സ്വേച്ഛാധിപത്യ വിദ്വേഷികളും വിപ്ല വതൽപ്പരരുമായിട്ടാണ് കണ്ടു വരുന്നത്. അതിനാൽ പലതുകൊണ്ടും ഇക്കാലത്ത് ജനങ്ങൾ അധികവും സ്വതന്ത്രേച്ഛുക്കളും സ്വേച്ഛാധിപ ത്യ വിദ്വേഷികളും വിപ്ലവതൽപ്പരരുമായിട്ടാണ് കണ്ടുവരുന്നത്. അതിനാൽ പലതുകൊണ്ടും ഇക്കാലത്തെ ഭരണാധികാരികൾ യാദൃച്ഛികമായി പല വിഷമതകളും അഭിമുഖീകരിക്കേണ്ടതായി വരു ന്നതിൽ അത്ഭുതപ്പെടാനില്ല. ഇന്ത്യയിൽ പൊതുവെയുള്ള ഭരണ ചക്ര ഗതിക്കു തന്നെ ഒരു മാറ്റം ആസന്നമായിരിക്കുന്നുവെന്ന് ഇന്നത്തെ പരിതസ്ഥിതികൾ നോക്കുമ്പോൾ വിചാരിക്കുവാൻ ധാരാളം വക കാണുന്നുണ്ട്."[2] രാജാവിനെ ഉപദേശിക്കുന്നത് രാജ കോപവും രാജ്യ ദ്രോഹവുമായി കരുതപ്പെട്ടിരുന്ന ഒരു കാലത്ത് ഇങ്ങനെയെഴുതാൻ സാധിക്കണമെങ്കിൽ, ഒരു ഉറച്ച രാഷ്ട്രീയ ബോധം വേണമെന്ന് പ്രത്യേകം പറയേണ്ട കാര്യമില്ലല്ലോ.

1922ൽ മഹാത്മാഗാന്ധി തിരുവിതാംകൂർ സന്ദർശിച്ചപ്പോഴാണ് വക്കം മൗലവി അദ്ദേഹത്തെ ആദ്യമായി കാണുന്നത്. (ആ സന്ദർ ഭത്തിൽ തന്നെയാണ് ശ്രീ നാരായണ ഗുരു ആദ്യമായി ഗാന്ധിയെ കണ്ടതും) മൗലവിയുടെ അനുയായിയായ പാറയിൽ ശംസുദ്ദീനൊ പ്പമാണ് ആ കൂടിക്കാഴ്ച്ച ഉണ്ടായത്. ദേശീയ പ്രസ്ഥാനത്തോടുള്ള താത്പര്യം കൊണ്ട് വക്കം മൗലവി തന്റെ പുത്രനെ ജാമിഅ മില്ലി യ്യയിൽ അയച്ചു പഠിപ്പിക്കുന്നുണ്ടായിരുന്നു. അലിഗറിനു പകരം ജാമിഅ തെരഞ്ഞെടുത്തത് മൗലവിയുടെ രാഷ്ട്രീയാഭിമുഖ്യം വെളിപ്പെ ടുത്തുന്നുണ്ട്. "മൗലവി സാഹിബിന്റെ പുത്രൻ ജാമിഅ മില്ലിയ്യയിൽ പഠിക്കുന്ന വിവരം കേട്ടപ്പോൾ ഗാന്ധിജി വളരെ സന്തുഷ്ടനായി. ജാമിഅ മില്ലിയ്യയെയും അതിന്റെ നടത്തിപ്പിൽ നേരിട്ടിരുന്ന സാമ്പ ത്തികമായ വിഷമതകൾ ഇല്ലാതാക്കുവാൻ ഉദാരമതികളായ ചില മുസ്ലീംകളുടെ സഹായം തനിക്കു ലഭിച്ചു കൊണ്ടിരിക്കുന്നതിനെയും കുറിച്ച് ഗാന്ധിജി ഞങ്ങളോട് പല വിവരങ്ങളും ഉത്സാഹപൂർവ്വം പറയുകയുണ്ടായി. ആ യാത്രയിൽ മലബാർ സന്ദർശിക്കുന്നതിന് ഗാന്ധിജി തടസ്സമായി പറഞ്ഞ ഒരു കാരണം, തന്റെ കൂടെ മുസ്ലീം നേതാക്കൾ ആരും അപ്പോൾ ഉണ്ടായിരുന്നില്ലെന്നുള്ളതാണ്. ആ പ്രകൃതത്തിൽ അലി സഹോദരന്മാരെയും ഡോ. അൻസാരിയെയും

തയ്യിബ് ഖുറൈശിയെയും കുറിച്ച് വളരെ സ്നേഹാദങ്ങളോടെ അദ്ദേഹം സംസാരിക്കുകയുണ്ടായി. മൗലാനാ മുഹമ്മദലി ദിനചര്യകളിൽ ചിട്ട വെക്കാത്തതാണ് അദ്ദേഹത്തിന്റെ അനാരോഗ്യത്തിന്റെ പ്രധാന കാരണമെന്നും ഗാന്ധിജി പറഞ്ഞു. ഹക്കിംജിയും ഡോ. അൻസാരിയും അവരുടെ കൃത്യനിർവഹണത്തിൽ ജീവനെ ബലി കഴിക്കാൻ പോലും മടിക്കാതെ ഉറച്ച നിൽക്കുന്നവരാണെന്ന് അദ്ദേഹം പറഞ്ഞു"[3] ഈ കുടിക്കാഴ്ചക്ക മുമ്പുതന്നെ വക്കം മൗലവി ദേശീയ പ്രസ്ഥാനവുമായി ബന്ധപ്പെട്ടിരുന്നു എന്നതിന് തെളിവാണ്, 1921-ൽ ഒറ്റപ്പാലത്തു നടന്ന ഇന്ത്യൻ നാഷണൽ കോൺഗ്രസിന്റെ സമ്മേളനത്തിൽ അദ്ദേഹം പങ്കെടുത്തത്. ആ യോഗത്തിൽ വെച്ചാണ് കോൺഗ്രസ് അനുകൂലികളായ മുസ്ലീം മതപണ്ഡിതന്മാരുടെ വേദിയുടെ മലബാർ ഘടകം രൂപീകരിക്കപ്പെട്ടത്. 'മജ്ലിസുൽ ഉലമ' എന്ന ആ സംഘടനയുടെ വൈസ് പ്രസിഡണ്ടായിരുന്നു വക്കം മൗലവി. ആ സംഘടനയിൽ വക്കം മൗലവിയെ കൂടാതെ മുസ്ലീം നവോത്ഥാന നായകന്മാരായ കെ.എം. മൗലവി, എം.വി. മുഹമ്മദ് മൗലവി തുടങ്ങിയവരുമുണ്ടായിരുന്നു. സ്വാതന്ത്ര്യ സമര സേനാനിയായ മൊയ്തു മൗലവിയായിരുന്നു ജനറൽ സെക്രട്ടറി. മൊയ്തു മൗലവിയുമായുള്ള സഹപ്രവർത്തനം വക്കം മൗലവിയിൽ ദേശീയ പ്രസ്ഥാനത്തോടുള്ള താൽപര്യം കൂട്ടിയിരിക്കാം. ദേശീയ പ്രസ്ഥാനവുമായി താത്വികമായി താദാത്മ്യം പ്രാപിച്ചിരുന്നുവെങ്കിലും അതിന്റെ എല്ലാ സമരരീതികളും മൗലവിക്ക് സ്വീകാര്യമായിരുന്നില്ല. തർക്കേ മുവാലാത്തി' (നിസ്സഹകരണസമരം) ന്റെ അടിസ്ഥാനത്തിൽ മുസ്ലീംകൾ ആധുനിക വിദ്യാഭ്യാസം വെടിയുകയും സർക്കാർ പള്ളിക്കൂടങ്ങൾ ഉപേക്ഷിക്കുകയും ചെയ്യുന്നത് അദ്ദേഹം ഇഷ്ടപ്പെട്ടില്ല. സ്വതേ പിന്നാക്കമായ സമുദായം കൂടുതൽ കൊടിയ പിന്നാക്കമാകാനേ അത് ഉപകരിക്കു എന്നതായിരുന്നു മൗലവിയുടെ നിലപാട്. സ്വാതന്ത്ര്യ സമരത്തിന്റെ ഭാഗമായി വിദ്യാലയം ബഹിഷ്കരിക്കാനുള്ള ആഹ്വാനം സ്വീകരിച്ച് കോളേജ് വിടാനൊരുങ്ങിയ മൗലവിയുടെ മരു മകൻ ഹബീബ് മുഹമ്മദിനെയും കെ.എം. സീതി സാഹിബിനെയും മൗലവി വിലക്കിയതായി സീതി സാഹിബ് തന്നെ വ്യക്തമാക്കിയിട്ടുണ്ട്[4].

വക്കം മൗലവിയുടെ പിതാവ് പുന്ത്രാൻ വിളാകം മുഹമ്മദ് കുഞ്ഞിന് ശ്രീനാരായണഗുരുമായുള്ള ബന്ധം പ്രസിദ്ധമാണ്. ഗുരു നാണുവാശാനായിരുന്ന കാലത്ത് പുന്ത്രാൻ വിളാകം തറവാട്ടിൽ സന്ദർശിക്കുകയും പല വിഷയങ്ങളും സംസാരിക്കുകയും

ചെയ്യുമായിരുന്നു. ബാലനായ അബ്ദുൽ ഖാദർ അപ്പോൾ മുതൽക്കു തന്നെ നാണുവാശാനുമായി സ്നേഹബന്ധമുണ്ടായിരുന്നു. എന്നാൽ 1884ലെ അരുവിപ്പുറം പ്രതിഷ്ഠക്കുശേഷം നാരായണഗുരു കൂടുതൽ സമയം ആശ്രമ ജീവിതത്തിലായിരുന്നു. സമുദായ പരിഷ്കരണവുമായി ബന്ധപ്പെട്ട തിരക്കുകളിലുമായി. അതിനാൽ വക്കത്ത് വരുന്ന പതിവുകൾ കുറഞ്ഞു. അബ്ദുൽ ഖാദർ വളർന്നപ്പോഴേക്കും നാരായണഗുരു കേരളം മുഴുക്കെ അറിയപ്പെട്ടു കഴിഞ്ഞിരുന്നു. ഗുരുവിനെ കാണാൻ അബ്ദുൽ ഖാദർ ഏറെ മോഹിക്കുകയും ചെയ്തിരുന്നു. അങ്ങനെ ഒരിക്കൽ ഒരു തീവണ്ടിയാത്രയിൽ യുവാവായ അബ്ദുദുൾ ഖാദർ നാരായണ ഗുരുവിനെ കണ്ടുമുട്ടി. സ്വയം പരിചയപ്പെടുത്തി. ഗുരുവിന് ആളെ മനസ്സിലായി. സ്നേഹകുശലങ്ങൾ പറയുകയും തന്റെ ആശ്രമത്തിലേക്ക് ക്ഷണിക്കുകയും ചെയ്തു. പിന്നീട് മൗലവി നാരായണഗുരുവിനെ അരുവിപ്പുറം ആശ്രമത്തിൽ ചെന്നു കാണുകയും സംസാരിക്കുകയും ചെയ്തിരുന്നു.[5] നാരായണഗുരുമായുള്ള അടുപ്പം, രണ്ടു വ്യക്തികൾ തമ്മിലുള്ള ബന്ധം മാത്രമായിരുന്നില്ല. രണ്ടു സമുദായങ്ങൾ തമ്മിൽ നിലനിന്നിരുന്ന മൈത്രി ബന്ധത്തിന്റെ ഉദാഹരണം കൂടിയാണ്. വക്കം മൗലവിയുടെ ജീവിതത്തിൽ ആദ്യന്തം മതമൈത്രി നിറഞ്ഞു വഴിയുന്നത് ഇത്തരം അനുഭവങ്ങളുടെ സ്വാധീനം കൊണ്ട് കൂടിയായിരിക്കണം. അദ്ദേഹം രചനകളിലും പ്രസിദ്ധീകരണങ്ങളിലും മറ്റു സമുദായങ്ങളെ അംഗീകരിക്കുകയും അവരുടെ നല്ല മാതൃകകളെ കലവറയില്ലാതെ സ്വീകരിക്കുകയും ചെയ്തതിന് ഒട്ടേറെ ഉദാഹരണങ്ങൾ കാണാം.

സ്വദേശാഭിമാനി പത്രം ആരംഭിച്ചപ്പോൾ അതിന്റെ പത്രാധിപന്മാരായി മൗലവി തെരഞ്ഞെടുത്തത് സി പി ഗോവിന്ദൻ പിള്ളയെയും രാമകൃഷ്ണപ്പിള്ളയെയുമാണ്. രാമകൃഷ്ണപ്പിള്ളയുടെ ജാമാതാവായിരുന്ന ബാരിസ്റ്റർ എ.കെ. പിള്ളയുമായി മൗലവിക്ക് ഗാഢമായ സ്നേഹബന്ധമുണ്ടായിരുന്നു. ഇന്ത്യൻ ദേശീയ സ്വാതന്ത്ര്യ സമരത്തിൽ പങ്കെടുക്കുന്നതിനു വേണ്ടി ഓക്സ്ഫോഡിലെ പഠനം മതിയാക്കി നാട്ടിലേക്ക് മടങ്ങിയ സ്വാതന്ത്ര്യ സമര സേനാനിയായിരുന്നു അദ്ദേഹം. എ.കെ. പിള്ളയുമായി മൗലവി സഹകരിച്ചു പ്രവർത്തിച്ചിരുന്നു. എ.കെ. പിള്ളയോടൊപ്പം തമ്പാന്നൂരിൽ നടന്ന ഒരു സമ്മേളനത്തിൽ മൗലവി സജീവമായി പങ്കെടുത്തിരുന്നു. അതിൽ മന്നത്തു പത്മനാഭനും പ്രസംഗിച്ചിരുന്നു[7]. ചിറയിൻകീഴ് ശാർക്കര ക്ഷേത്രത്തോടനുബന്ധിച്ച് ദിവാൻ ബഹദൂർ എം. ഗോവിന്ദൻ പിള്ളയുടെ അധ്യക്ഷതയിൽ കൂടിയ യോഗത്തിലും

മൗലവി പങ്കെടുത്തിരുന്നു. ഗോവിന്ദൻ പിള്ള മൗലവിയുടെ വളരെ അടുപ്പക്കാരനായിരുന്നു. രാമകൃഷ്ണപ്പിള്ളയുമായി മൗലവിക്കുണ്ടായ ആത്മബന്ധം എത്രമാത്രം ശക്തമായിരുന്നുവെന്ന് രാമകൃഷ്ണപ്പിള്ള യുടെ മകൾ എം. ഗോമതി അമ്മയും ഭാര്യ കല്യാണികുട്ടിയമ്മയും മൗലവിയെക്കുറിച്ച് എഴുതിയ അനുസ്മരണങ്ങളിൽ പ്രതിഫലിക്കുന്നു ണ്ട്.7 രാമകൃഷ്ണപ്പിള്ളയെ നാടുകടത്തിയ ശേഷവും അദ്ദേഹവുമായി കത്തിടപാട് നടത്തുകയും അദ്ദേഹത്തിന്റെ കുടുംബത്തെ ഒരു രാക്ഷാ ധികാരിയെപോലെ പരിചരിക്കുകയും ചെയ്തു.

നാടുകടത്തൽ സംഭവത്തിനു ശേഷം മൗലവിയും രാമകൃഷ്ണപ്പിള്ള യും തമ്മിൽ കണ്ടുമുട്ടിയ വൈകാരിക മുഹൂർത്തം ആരുടെയും കണ്ണു നനയ്ക്കുന്നതാണ്. സീതി സാഹിബിന്റെ വീട്ടിൽ വെച്ചായിരുന്നു ആ പുനസ്സമാഗമം. മൗലവി തന്നെ നിർദ്ദേശിച്ച പ്രകാരം, അഴീക്കോ ട്ടെ ലജ്നത്തുൽ മുഹമ്മദീയ സഭയുടെ യോഗത്തിൽ അദ്ധ്യക്ഷത വഹിക്കാനാണ് രാമകൃഷ്ണപ്പിള്ളയെ ക്ഷണിച്ചു വരുത്തിയിരുന്നത്. "സ്വപ്നത്തിലെന്നപോലെ അവർ അന്യോന്യം നോക്കി. അവരുടെ കണ്ണുകൾ നിറഞ്ഞു. ഇരുവരും ആലിംഗനം ചെയ്തു. പറയാൻ വാക്കുക ളില്ലാത്ത നിമിഷം. വിങ്ങിപ്പൊട്ടുന്ന ഹൃദയങ്ങൾ. പുനസ്സമാഗമത്തിനു സാക്ഷ്യം വഹിച്ച പലരുടെയും കണ്ണുകൾ നിറഞ്ഞു.

"ഞാൻ മുഖാന്തിരം പ്രസ്സും പത്രവും നഷ്ടപ്പെട്ടതിൽ എനിക്കു ദുഃഖമുണ്ട്." രാമകൃഷ്ണപ്പിള്ള മൗനം ഭേദിച്ചു. മൗലവി അപ്പോഴും സമനില വീണ്ടെടുത്തിരുന്നില്ല. നിറകണ്ണുകളോടെ അദ്ദേഹം പറഞ്ഞു. "എനിക്കതിൽ അശേഷം സങ്കടമില്ല. എന്റെ രാജ്യത്തിനു വേണ്ടിയാണ് അതു നഷ്ടപ്പെട്ടത്. എനിക്കുള്ള സങ്കടം രാമകൃഷ്ണപ്പി ള്ളയുടെ നഷ്ടത്തിൽ മാത്രമാണ്."

രാമകൃഷ്ണപ്പിള്ള യോഗത്തിൽ അധ്യക്ഷത വഹിച്ചില്ല. മൗലവിയാണ് അധ്യക്ഷ വഹിക്കേണ്ടതെന്ന് അദ്ദേഹം വാശിപി ടിച്ചു. മൗലവിക്ക് അതു സമ്മതിക്കാതെ തരമില്ലായിരുന്നു. സമ്മേളന നടപടികൾ കഴിഞ്ഞു. ആളുകൾ പിരിയാൻ തുടങ്ങി. എന്നാൽ, രണ്ടുപേർ മാത്രം പിരിയാൻ മനസ്സുസമ്മതിക്കാതെ കുഴങ്ങി നിന്നു. വേർപെടാതെ പറ്റില്ലല്ലോ.

ഇനി എന്നാണു കാണുക? ഇനി കാണാൻ കഴിയുമോ? മനസ്സുകൾ മന്ത്രിച്ചു. നിറകണ്ണുകളോടെ വീണ്ടും അവർ ആശ്ലേഷിച്ചു. പിരായാൻ നേരം മൗലവി സ്വന്തം പോക്കറ്റിൽ തപ്പി. ഒരു കടലാസു പൊതി ആരും കാണാതെ പുറത്തെടുത്തു. രാമകൃഷ്ണപ്പിള്ളയുടെ പോക്കറ്റിലേ ക്ക് നിക്ഷേപിച്ചു.

"എന്താ ഇത്?" രാമകൃഷ്ണപ്പിള്ള

"ഒന്നുമില്ല, ഒരു ചെറിയ സമ്മാനം" മൗലവി. രാമകൃഷ്ണപ്പിള്ള പൊതി അഴിച്ചു നോക്കി. അഞ്ചു കുതിരപ്പവൻ"

"വേണ്ടായിരുന്നല്ലോ" എന്നു പറഞ്ഞ് തിരികെയേൽപ്പിക്കാൻ രാമകൃഷ്ണപ്പിള്ള നോക്കിയപ്പോൾ, മൗലവി തിരിഞ്ഞു നിന്ന് കരയുകയായിരുന്നു. ആശ്വസിപ്പിക്കാൻ കഴിയാതെ രാമകൃഷ്ണപ്പിള്ള നിന്നു"[8]

നാരായണഗുരുവിനോടെന്ന പോലെ സഹോദരൻ അയ്യപ്പനോടും മൗലവിക്ക് നല്ല സ്നേഹവും ബഹുമാനവുമായിരുന്നു. സഹോദരൻ മാസിക മൗലവി വരുത്തി വായിച്ചിരുന്നു. സഹോദര സംഘത്തിന്റെ പ്രവർത്തനങ്ങളിൽ ആകൃഷ്ടനായ അദ്ദേഹം, അതിന്റെ ഒരു ശാഖ വക്കത്ത് രൂപീകരിക്കുകയും ചെയ്തിരുന്നു. എസ്.എൻ.ഡി പി ജനറൽ സെക്രട്ടറി കൂടിയായിരുന്ന കുമാരനാശാനുമായും മികച്ച ബന്ധമാണ് മൗലവിക്ക് ഉണ്ടായിരുന്നത്. എന്നാൽ, ആ ബന്ധത്തെ ഉലക്കാൻ പോന്ന ഒരു സംഭവമുണ്ടായി. ആശാൻ 'ദുരവസ്ഥ' എഴുതിയപ്പോൾ അതിൽ വന്ന പരാമർശങ്ങളാണ് മൗലവിയിൽ വേദന ഉണ്ടാക്കിയത്. മലബാർ കലാപത്തിന്റെ പശ്ചാത്തലത്തിൽ എഴുതപ്പെട്ട പ്രസ്തുത കാവ്യത്തിൽ ഒരു നമ്പൂതിരി മഠത്തിൽ നിന്നും ഇറങ്ങിപ്പോകാൻ നിർബന്ധിക്കപ്പെടുന്ന പെൺകുട്ടിയെ ചിത്രീകരിക്കുന്നുണ്ട്. മലബാർ കലാപത്തെക്കുറിച്ച് ബ്രിട്ടീഷുകാർ പ്രചരിപ്പിച്ച അർദ്ധസത്യങ്ങൾ നിറഞ്ഞ വാർത്ത കണ്ടായിരിക്കാം കുമാരനാശാൻ അതെഴുതിയത്. അതിലെ വരികൾ സമുദായ സൗഹാർദ്ദത്തെ ആഴത്തിൽ മുറിവേൽപ്പിക്കുന്നതാണെന്ന് മൗലവി നിരീക്ഷിച്ചു.

*"കേരള ജില്ലയിൽ കേദാരവും കാടു-*
*മൂരും മലകളുമാർന്ന ദിക്കിൽ*
*ക്രൂര മുഹമ്മദർ ചിന്തുന്ന ഹൈന്ദവ-*
*ച്ചോരയിൽ ചോന്നേഴമേറനാട്ടിൽ...*

*ഭള്ളാർന്ന ദുഷ്ടമുഹമ്മദന്മാർ കേറി-*
*ക്കൊള്ളയിട്ടാർത്തഹോ തീ കൊളുത്തി*
*വെന്തുപോയൊരു വമ്പിച്ച മനയ്ക്കലെ*
*സന്താന വല്ലിയാണിക്കുമാരി*
*കൊള്ളക്കാരൊട്ടാളെ വെട്ടിക്കൊല ചെയ്തും*
*അള്ളാ മതത്തിൽ പിടിച്ചു ചേർത്തും*
*ഉള്ളിൽ നടക്കും തിരക്കിലിരുട്ടിലി*
*പ്പുള്ളിമാൻ കണ്ണിയാൾ ചാടിപ്പോന്നാൾ"[9]*

സമുദായ സൗഹാർദത്തിന് വലിയ വിള്ളലുണ്ടാക്കാൻ ഇടയാക്കിയേക്കാവുന്ന ഈ വരികൾ മൗലവിയിൽ അസംതൃപ്തിയുണ്ടാക്കി. മലബാർ കലാപത്തിന്റെ ചില ഘട്ടങ്ങളിൽ വർഗീയമായ വികാരം പൊട്ടിപ്പുറപ്പെട്ടിരുന്നുവെന്ന് സങ്കൽപ്പിച്ചാൽ പോലും അതിനിടെ തന്നെ മതമൈത്രി ഉറപ്പിക്കുന്ന നി രവധി അനുഭവങ്ങളുമുണ്ടായിരുന്നു. മാത്രമല്ല, മതപരമായ വിഷയമല്ല, രാഷ്ട്രീയവും സാമ്പത്തികവുമായ കാരണങ്ങൾ കൊണ്ടാണ് മലബാർ പ്രക്ഷോഭം ഉണ്ടായിട്ടുള്ളതും. ഖിലാഫത്ത് സമരത്തിന്, ഒരു കാർഷിക സമരം എന്ന നിലയിലുള്ള മാനം വിസ്മരിക്കാനാകില്ല. എന്നാൽ, മൗലവി കുമാരനാശാനെ വ്യക്തി പരമായി അധിക്ഷേപിക്കാനോ ഈ വിഷയത്തെക്കുറിച്ച് ലേഖനമെഴുതി വിവാദം സൃഷ്ടിക്കാനോ പോകാതെ സംയമനം പാലിക്കുകയും തന്റെ അനിഷ്ടവും ഈ വരികളിലെ ദൂരവ്യാപകമായ അപകട സാധ്യതയും ആശാനെ അറിയിക്കുകയും ചെയ്തു. അത് ആശാനും ബോധ്യപ്പെട്ടു. ഒടുവിൽ, കുമാരനാശാൻ തിരുവനന്തപുരത്തെ മുസ്ലീം ഹോസ്റ്റലിൽ വെച്ച് മൗലവിയുമായി സംഭാഷണം നടത്തി. 'ദുരവസ്ഥ'യിലെ ചില വരികൾ ഏറനാട്ടിലെ മുസ്ലീം കളെ മൊത്തത്തിൽ ക്രൂരന്മാരായി ചിത്രീകരിക്കുന്നതും അവർ പരമതദ്വേഷികളാണെന്ന് വരുത്തുന്നതുമാണെന്ന സദുദ്ദേശ്യപൂർണമായ മൗലവിയുടെ നിരൂപണത്തിൽ വാസ്തവമുണ്ടെന്ന് കുമാരനാശാന് ബോധ്യപ്പെട്ടു. തനിക്ക് മുസ്ലീംകളെ അപകീർത്തിപ്പെടുത്തുക എന്ന ഉദ്ദേശ്യമില്ലെന്നും അങ്ങനെ വന്നു പോയിട്ടുണ്ടെങ്കിൽ താൻ ഖേദിക്കുന്നുവെന്നും ഏറ്റു പറഞ്ഞ ആശാൻ, ആ പ്രതീതി നീക്കം ചെയ്യാനുതകുന്ന മറ്റൊരു കാവ്യം ഉടനെ എഴുതി പ്രസിദ്ധീകരിക്കാൻ താൻ ശ്രമിക്കുമെന്ന് വാക്ക് കൊടുക്കുകയും ചെയ്തു. എന്നാൽ ആ വാക്ക് നിറവേറ്റും മുമ്പ് പല്ലന ബോട്ടപകടത്തിൽ ആശാൻ മരണപ്പെടുകയായിരുന്നു.[10] സമാനമായ മറ്റൊരു സംഭവം വള്ളത്തോളുമായിട്ടുമുണ്ടായി. 1925 ൽ ഗാന്ധിജിയുടെ ഷഷ്ടി പൂർത്തിയാഘോഷത്തിന്റെ ഭാഗമായി സംഘടിപ്പിക്കപ്പെട്ട ചടങ്ങിൽ, വള്ളത്തോൾ പ്രസംഗിച്ചപ്പോൾ ഒരബദ്ധം സംഭവിച്ചു.പൂർവ്വകാലത്ത് മുസൽമാന്മാർ ഹിന്ദുക്കളെ പോലെ വിഗ്രഹാരാധകരായിരുന്നുവെന്നും മക്കയിലെ വിശുദ്ധ പള്ളിയിൽ ഇപ്പോഴുള്ള ശിലയിൽ മുസ്ലീംകൾ ഭക്തിപൂർവ്വം ചുംബിക്കുന്നുണ്ടെന്നുമായിരുന്നു വള്ളത്തോളിന്റെ പരമാർശം. എന്നാൽ, ഇസ്ലാമിലെ ഏക ദൈവ വിശ്വാസം ഒരു നിലയിലും വിഗ്രഹാരാധന അംഗീകരിക്കുന്നില്ലെന്നും മക്കയിലെ ശിലയോട് ആരാധനാപരമായ വിധേയത്വം മുസ്ലീംകൾക്കില്ലെന്നും ഒരു ചരിത്രസ്മാരകമെന്ന നിലയിലുള്ള പരിഗണനയിൽ കവിഞ്ഞ ഭക്തി

അതിനോടില്ലെന്നും വസ്തുനിഷ്ഠമായി വിശദീകരിക്കുന്ന ഒരു ലേഖനം എഴുതിക്കൊണ്ട് മൗലവി, ആ വിവാദത്തിൽ ഔചിത്യത്തോടെ പ്രതികരിക്കുകയുണ്ടായി.[11]

ബൗദ്ധിക സംവാദങ്ങളിലും പ്രതികരണങ്ങളിലും സൂക്ഷിക്കേണ്ട മര്യാദയെക്കുറിച്ച് മൗലവിക്കുണ്ടായിരുന്ന ബോധ്യമാണ് ഈ സംഭവങ്ങളിൽ അടങ്ങിയിരിക്കുന്നത്. നാടിന്റെ മതസൗഹാർദാന്തരീക്ഷത്തെ പോറലേൽപ്പിക്കുന്ന വിധത്തിൽ സംവാദങ്ങൾ ദിശതെറ്റരുതെന്ന പാഠവും പ്രതികരണങ്ങളിൽ സ്വീകരിക്കേണ്ട സംയമനവും മൗലവി ചൂണ്ടിക്കാണിക്കുന്നു. ചുരുക്കത്തിൽ, പാണ്ഡിത്യത്തിന്റെ കൊടുമുടിയിൽ വിരാജിക്കുമ്പോഴും മറ്റു മതക്കാരും ആശയക്കാരുമായ പണ്ഡിതന്മാരോടും നേതാക്കളോടും സാഹിത്യകാരന്മാരോടുമൊക്കെ ഉൽക്കടമായ സ്നേഹബന്ധം നിലനിർത്തുകയും പൊതു പ്രശ്നങ്ങളിൽ ധീരമായി ഇടപെടുകയും ചെയ്ത വക്കം മൗലവി ഇന്നും ഒരു വിസ്മയമാണ്.

●

**കുറിപ്പുകൾ**

1. കുമാരനാശാൻ- എം.കെ. കുമാരൻ, കെ ശ്രീനിവാസൻ 73-109
2. സിംഹാസനാരോഹണം, ദീപിക, 1931 (ദീപിക ഒറ്റ വാല്യത്തിൽ)
3. കെ.എം. സീതിസാഹിബിന്റെ അനുസ്മരണം (അനുബന്ധം)
4. IBID
5. മൗലവിയുടെ സഹപ്രവർത്തകനായ മുഹമ്മദ് കുഞ്ഞ് മൗലവി (അപ്രകാശിതം) 1937ൽ രേഖപ്പെടുത്തിയത്.
6. കെ.എം. സീതിസാഹിബിന്റെ അനുസ്മരണം (അനുബന്ധം)
7. ബി. കല്യാണിക്കുട്ടി, ഗോമതി അമ്മ എന്നിവരുടെ അനുസ്മരണങ്ങൾ കാണുക (അനുബന്ധം)
8. എം. മുഹമ്മദ് കണ്ണ് ജീവചരിത്രത്തിൽ ഉദ്ധരിച്ചത്.
9. ദുരവസ്ഥ, കുമാരനാശാൻ

10,11, കെ.എം. സീതിസാഹിബിന്റെ അനുസ്മരണം കാണുക.

# വ്യക്തിത്വവും കുടുംബവും

എളിമയും വിനയവുമായിരുന്നു വക്കം മൗലവിയുടെ വ്യക്തിത്വത്തിന്റെ സവിശേഷത. തന്നെക്കാൾ ചെറിയവരെ സ്നേഹിക്കുകയും പരിഗണിക്കുകയും ചെയ്തു. സമൂഹത്തിലെ ഉന്നതരെ ബഹുമാനിക്കുന്നതിൽ ഒട്ടും പിശുക്ക് കാട്ടിയില്ല. ദീർഘദർശനിയായ ഒരു നവോത്ഥാനശിൽപ്പിയ്ക്കു വേണ്ട ഏറ്റവും വലിയ ഗുണമായ പ്രത്യുൽപ്പന്നമതിത്വം അദ്ദേഹത്തിന് വേണ്ടുവോളമുണ്ടായിരുന്നു. ഉൾക്കാഴ്ചയും ബുദ്ധിപരമായ ഔന്നിത്യവും കർമകുശലതയുമുള്ള ഒരു തലമുറയെ വളർത്തിയെടുക്കുവാനും തന്റെ പരിവർത്തനക്ഷമമായ കാഴ്ചപ്പാടുകൾ ശിഷ്യന്മാരിലേക്കും സുഹൃദ് വൃന്ദത്തിലേക്കും പകരുവാനും അദ്ദേഹം പ്രത്യേകം ശ്രദ്ധിച്ചിരുന്നു. കേരളത്തിൽ പിൽക്കാലത്ത് പ്രസിദ്ധനായിത്തീർന്ന രാഷ്ട്രീയ നേതാവും പ്രതിഭാശാലിയുമായ സീതി സാഹിബുമായുള്ള അദ്ദേഹത്തിന്റെ ബന്ധം വിലയിരുത്തിയാൽ ഇക്കാര്യം കൃത്യമായി ബോധ്യമാകും[1]

മതഭക്തനായിരുന്നു മൗലവി. ആരാധനാ കർമങ്ങളിലും അനുഷ്ഠാനങ്ങളിലും വീഴ്ച വരുത്തിയില്ല. എന്നാൽ, മതത്തിന്റെ പുറന്തോടിലായിരുന്നില്ല മൗലവിയുടെ ശ്രദ്ധ. മറിച്ച് മതത്തിന്റെ വിമോചന മൂല്യങ്ങളിലും ചൈതന്യത്തിലുമായിരുന്നു. എല്ലാ മനുഷ്യരെയും സ്നേഹിക്കാനും അടിച്ചമർത്തപ്പെട്ടവരോട് അനുകമ്പയും ഐക്യദാർഢ്യവും പ്രകടിപ്പിക്കാനും മർദിതരോടൊപ്പം പൊരുതുവാനും അധർമങ്ങളെയും അനീതിയെയും മുഖം നോക്കാതെ ചോദ്യം ചെയ്യുവാനും പ്രേരണയും ചേതനയും നൽകുന്ന വിശ്വാസമായിരുന്നു മൗലവിയുടെ മതം. സ്വന്തം സമുദായത്തിന്റെ അധോഗതി ഇല്ലായ്മ ചെയ്ത്, അതിന്റെ അഭ്യുന്നതിക്ക് വേണ്ടി പ്രവർത്തിക്കാൻ അദ്ദേഹം

ജീവിതം സമർപ്പിച്ചു. എന്നാൽ ഒരിക്കലും സങ്കുചിതവും അന്ധവുമായ സാമുദായിക വാദം അദ്ദേഹത്തെ സ്പർശിക്കുക പോലുമുണ്ടായില്ല.

ഏതാണ്ട് അഞ്ചരയടി പൊക്കമുള്ള അദ്ദേഹത്തിന്റെ ഇരുനിറമായിരുന്നു. പ്രകാശം ജ്വലിക്കുന്ന കണ്ണുകൾ. ആകർഷകമായ താടി. പതിഞ്ഞ നടത്തം. മിത ഭാഷണം. ലളിതമായ വസ്ത്രധാരണം. തലയിൽ തൊപ്പിയും അതിന്മേൽ ഒരു ഉറുമാൽ കെട്ടുമായിരുന്നു സ്ഥിരം വേഷം. സമയനിഷ്ഠ വിട്ടുവീഴ്ചയില്ലാതെ പാലിച്ചു പോന്നു. ചെറിയകാലം കൊണ്ട് ഇതിഹാസതുല്യമായ ജീവിതം വരിക്കാൻ സാധിച്ചത് അതുകൊണ്ടായിരുന്നു. ജീവിതത്തിൽ പിന്തുടർന്ന സ്വാത്വിക ഭാവം അദ്ദേഹത്തിന്റെ വീക്ഷണങ്ങളിലും നിലപാടുകളിലും കാണാം. ഏതു പ്രശ്നത്തിലും എടുത്തുചാടാതെ വികാരത്തിന് അടിപ്പെടാതെ അവധാനതയുള്ള നിലപാട് കൈക്കൊള്ളാൻ മൗലവിക്ക് സാധിച്ചു. വായനയും ചിന്തയും അദ്ദേഹത്തിന് പ്രാണവായുപോലെ പ്രധാനമായിരുന്നു. മതവിഷയങ്ങൾ മാത്രമല്ല, രാഷ്ട്രീയവും സാംസ്കാരികവും ദാർശനികവും സാഹിത്യപരവുമായ കൃതികൾ അദ്ദേഹം വായിച്ചു. ആനുകാലിക പ്രസിദ്ധീകരണങ്ങൾ വിടാതെ പിന്തുടർന്നു. ലോകത്തു നടക്കുന്ന മാറ്റങ്ങളെ കൗതുകത്തോടും ജാഗ്രതയോടും നിരീക്ഷിച്ചു കൊണ്ടിരുന്നു. വായന പോലെ എഴുത്തും ഒരു സപര്യയായി കൊണ്ടു നടന്നു. ഓരോ ദിവസവും എഴുതാൻ പ്രത്യേകം സമയം നീക്കി വെച്ചു. പ്രാസാധനത്തിലും സമുദായ ഉദ്ധാരണത്തിലുമുള്ള തിരക്കുകൾ കാരണം, ഗൗരവമായ എഴുത്തിന് സമയം വേണ്ടത്ര കിട്ടിയില്ല. അല്ലെങ്കിൽ കനപ്പെട്ട രചനകൾ അദ്ദേഹത്തിൽ നിന്ന് ലഭിച്ചേനെ. സമകാലികരായ എഴുത്തുകാർക്കും പ്രസിദ്ധീകരണങ്ങൾക്കും സുഹൃത്തുക്കൾക്കും കത്തെഴുതാനും വരുന്ന കത്തുകൾക്ക് മറുപടി എഴുതാനും മൗലവി അതീവ നിഷ്ഠ വെച്ചു. അദ്ദേഹത്തെ തേടി വരുന്ന അതിഥികളെ സ്വീകരിക്കുവാനും അവരുമായി ആശയവിനിമയം നടത്തുവാനും മൗലവി സമയം അനുവദിച്ചു. കേരളത്തിന്റെ എല്ലാ ദിക്കുകളിൽ നിന്നും അദ്ദേഹത്തെ കാണാനും കേൾക്കാനും ധാരാളം ആളുകൾ വക്കത്ത് എത്തുമായിരുന്നു. സാമ്പത്തിക നേട്ടങ്ങളോ സമ്പാദിക്കാനുള്ള മോഹമോ അദ്ദേഹത്തിന് ഒട്ടുമുണ്ടായില്ല. അനന്തരമായി കിട്ടിയ സ്വത്തുമുഴുവൻ സാമൂഹിക നവോത്ഥാന പ്രവർത്തനങ്ങൾക്കും സാഹിത്യ-പത്ര പ്രസാധനത്തിനും വേണ്ടി നിർലോഭം ചെലവഴിക്കുകയാണ് അദ്ദേഹം ചെയ്തത്. അതിൽ ഒട്ടും നഷ്ട ബോധവുമുണ്ടായിരുന്നില്ല.

തന്റെ കുടുംബത്തോടും മക്കളോടുമുള്ള ചുമതലകൾ നിർവ്വഹിക്കുന്നതിൽ മൗലവി വീഴ്ച വരുത്തിയിരുന്നില്ല. എന്നാൽ തിരക്കുപിടിച്ച ജീവിതവും യാത്രകളും ഓരോരുത്തരെയും പ്രത്യേകം ശ്രദ്ധിച്ച് ലാളിക്കുന്നതിന് സ്വാഭാവികമായും അദ്ദേഹത്തിന് സമയം നൽകിയില്ല. എങ്കിലും മക്കളുടെ വിദ്യാഭ്യാസ കാര്യത്തിൽ അങ്ങേയറ്റത്തെ ശ്രദ്ധ അദ്ദേഹം വച്ചു പുലർത്തുകയുണ്ടായി. 1901 ലാണ് വക്കം മൗലവി വിവാഹിതനായത്. പിതാവിന്റെ ഭാഗിനേയയുടെ മകളായ ഹലീമയായിരുന്നു വധു. ദൗർഭാഗ്യവശാൻ ആ ദാമ്പത്യം അധികകാലം നീണ്ടുനിന്നില്ല. ഹലീമ അകാല മരണം പ്രാപിച്ചു. തുടർന്ന് ഹലീമയുടെ സഹോദരി ആമിനയെ 1905 ൽ മൗലവി ഭാര്യയായി സ്വീകരിച്ചു. ഈ രണ്ടു ഭാര്യമാരിലുമായി പതിനൊന്നു മക്കളാണ് മൗലവിക്ക് ഉണ്ടായിരുന്നത്. ഒരു മകൾ ബാല്യത്തിൽ തന്നെ മരിച്ചുപോയിരുന്നു.

മൂത്തമകൻ അബ്ദുസ്സലാമിനെ ഡൽഹി ജാമിഅ മില്ലിയ സർവകലാശാലയിൽ അയച്ചു പഠിപ്പിച്ചു. അവിടെ നിന്ന് ബിരുദം നേടിയ ശേഷം അബ്ദുസ്സലാം അധ്യാപകനായി ജോലിയിൽ പ്രവേശിച്ചു. പിതാവിന്റെ സാഹിത്യാഭിരുചി അബ്ദുസ്സലാമിനും ഉണ്ടായിരുന്നു. ധാരാളം ലേഖനങ്ങൾ എഴുതി പ്രസിദ്ധീകരിച്ചു. പ്രമുഖ ചരിത്രകാരനായ ശിബ്ലി നുഅ്മാനിയുടെ അൽഫാറൂഖ്' എന്ന ഉർദു ഗ്രന്ഥം അദ്ദേഹം മലയാളത്തിലേക്ക് തർജമ ചെയ്തിരുന്നു. മുപ്പത്തിയഞ്ചു വയസ്സുവരെ മാത്രമേ മൂത്തമകനായ അബ്ദുസ്സലാം ജീവിച്ചിരുന്നുള്ളു. രണ്ടാമത്തെ മകനായ അബ്ദുൽ ഹയ്യും ബിരുദധാരിയാണ്. പിന്നീട് സെയിൽസ് ടാക്സ് ഓഫീസറായി ജോലി ചെയ്തു. അമ്പത്തിയഞ്ചു വയസ്സിലാണ് മരണപ്പെട്ടത്.

മൂന്നാമത്തെ മകൻ അബ്ദുൽ വഹാബ്, ഹൈസ്കൂൾ വിദ്യാഭ്യാസം മാത്രമേ നേടാനായുള്ളൂ. എന്നാൽ പിതാവിന്റെ പാത പിൻതുടർന്ന് ഇംഗ്ലീഷും മലയാളവും സ്വന്തമായി പഠിച്ചെടുത്തു. പരന്ന വായനയിലൂടെ എല്ലാ വിഷയങ്ങളിലും നല്ല ഗ്രാഹ്യം നേടിയെടുത്തു. സാമൂഹിക, രാഷ്ട്രീയ വിഷയങ്ങളിൽ ഇടപെട്ടുകൊണ്ട് ഇംഗ്ലീഷിലും മലയാളത്തിലും ഒട്ടേറെ ലേഖനങ്ങൾ എഴുതി പ്രസിദ്ധീകരിച്ചു. 'ഇസ്ലാമിക ചരിത്രത്തിലെ സുവർണ സംഭവങ്ങൾ' എന്ന അബ്ദുൽ വഹാബിന്റെ കൃതി അതീവ ഹൃദ്യവും മനോഹരവുമാണ്. ഉർദുവിൽ നിന്നാണ് അത് വിവർത്തനം ചെയ്തത്. നാല്പത്തി മൂന്നാമത്തെ വയസ്സിൽ അദ്ദേഹവും ഇഹലോകവാസം വെടിഞ്ഞു.

കേരളത്തിലെ അറിയപ്പെടുന്ന സാഹിത്യകാരനും ചിന്തകനും

പത്രപ്രവർത്തകനും ഗ്രന്ഥകാരനുമായ അബ്ദുൽഖാദറാണ് നാലാമത്തെ മകൻ. ഔപചാരിക വിദ്യാഭ്യാസം അധികമില്ലെങ്കിലും പിതാവിനെ പോലെ ധിഷണാശാലിയായിരുന്നു. സ്വപ്രയത്നം കൊണ്ട് സാഹിത്യത്തിൽ പണ്ഡിത സ്ഥാനത്ത് എത്തിച്ചേരാൻ അദ്ദേഹത്തിന് കഴിഞ്ഞു. എൻ.വി. കൃഷ്ണവാരിയർ അദ്ദേഹത്തെ താരതമ്യപ്പെടുത്തിയത് ഇംഗ്ലീഷ് സാഹിത്യത്തിലെ വിശ്രുത എഴുത്തുകാരായ റോജർ ബേക്കർ, വില്ല്യം ഹാസ് ലിറ്റ് എന്നിവരുമായാണ്. പാശ്ചാത്യ നിരൂപണ സങ്കേതങ്ങൾ മലയാളത്തിന് പരിചയപ്പെടുത്തിയവരിൽ പ്രധാനിയാണ് അബ്ദുൽ ഖാദർ. കോഴിക്കോട് മദ്രസത്തുൽ മുഹമ്മദീയ്യയിൽ പഠിക്കുന്ന കാലത്തു തന്നെ, മുഹമ്മദ് അബ്ദുറഹ്മാൻ സാഹിബിന്റെ അൽ അമീൻ പത്രത്തിൽ പത്രാധിപരായി നിയമിക്കപ്പെട്ടിരുന്നു. മാപ്പിള റിവ്യൂ, അൻസാരി, ഭാരതചന്ദ്രിക തുടങ്ങിയ പത്രങ്ങളിലും അബ്ദുൽ ഖാദർ പത്രാധിപരായി. അറുപത്തിമൂന്നാമത്ത വയസ്സിലാണ് അന്ത്യം. അഞ്ചാമത്തെ മകനായ അബ്ദുൽ ഹഖ് ബിരുദ ധാരിയാണ്. കൊല്ലം എസ്.എൻ. കോളേജ്, ഹൈസ്കൂൾ തുടങ്ങിയ സ്ഥാപനങ്ങളിൽ അധ്യാപകനായി ജോലി ചെയ്തു. 'മുസ്ലീം ഇന്ത്യയുടെ ഉദ്ധാരകൻ' എന്ന ഗ്രന്ഥം രചിച്ചു. ആറാമത്തെ മകൻ ഉബൈദുല്ല ബിരുദം വരെ പഠിച്ചിട്ടുണ്ട്. മറ്റു സഹോദരങ്ങളെ പോലെ എഴുത്തിൽ താൽപ്പര്യം കാണിച്ചിരുന്നതായി കാണുന്നില്ല. എന്നാൽ അധ്യാപനത്തിൽ നിപുണനായിരുന്നു. ഹൈസ്കൂൾ ഹെഡ്മാസ്റ്ററായാണ് ഔദ്യാഗിക ജീവിതത്തിൽനിന്ന് വിരമിച്ചത്.

കുടുംബത്തിൽ ഏഴാമതായി പിറന്ന മകൾക്ക് അമീന എന്നായിരുന്നു പേര്. അമീനയ്ക്ക് അധികം വിദ്യാഭ്യാസം ലഭിച്ചില്ല. ഒരു സാധാരണ കുടുംബിനിയായിരുന്നു അവർ. എട്ടാമത്തെ മകൻ യഹ്യ സ്കൂൾ വിദ്യാഭ്യാസത്തിനു ശേഷം, പൊതു പ്രവർത്തകനായി ജീവിതം നയിച്ചു. സഹകരണ മേഖലയിലും തൊഴിലാളി പ്രസ്ഥാനത്തിലും പ്രവർത്തിച്ചു. അമ്പത്തി രണ്ടാം വയസ്സിലാണ് മരിച്ചത്. അടുത്തയാൾ സക്കീന കുഞ്ഞുനാളിൽ തന്നെ കാലഗതി പ്രാപിക്കുകയായിരുന്നു. പിന്നീട് പത്താമനായി മുഹമ്മദ് ഈസ പിറന്നു. ബി.എയും ബി.എഡും കരസ്ഥമാക്കി. സ്കൂൾ അധ്യാപകനായി ഔദ്യാഗിക ജീവിതം. മുഹമ്മദ് ഈസ പിതാവിന്റെ സർഗ പ്രതിഭ സിദ്ധിച്ച മകനായിരുന്നു. സ്വപ്രയത്നത്തിലൂടെ പാണ്ഡിത്യം നേടുകയും ഒട്ടനവധി ലേഖനങ്ങൾ പ്രസിദ്ധീകരിക്കുകയും ചെയ്തിട്ടുണ്ട്. പതിനൊന്നാമത്തെ പുത്രൻ മുഹമ്മദ് ഇഖ്ബാലാണ്. ഇംഗ്ലീഷ് സാഹിത്യത്തിൽ ബിരുദാനന്തരബിരുദം നേടിയ ഇഖ്ബാൽ തൃശ്ശാപ്പള്ളി ജമാൽ

മുഹമ്മദ് കോളേജിൽ ലക്ചറർ ആയിരുന്നു. പിന്നീട് വിദേശത്ത് ജോലി ചെയ്തു.

മക്കളുടെ വിദ്യാഭ്യാസ കാര്യത്തിലും അവരുടെ സംസ്കാരത്തിലും മൗലവി ശ്രദ്ധിക്കുകയും ഇടപെടുകയും ചെയ്തു. എന്നാൽ, അവരുടെ അഭിരുചിയ്ക്കൊത്ത പഠനത്തിനും തൊഴിലിനും സ്വാതന്ത്ര്യം നൽകി. അനാവശ്യമായ ഉൽകണ്ഠകളോ നിർബന്ധമോ മക്കളെക്കുറിച്ച് മൗലവി പ്രകടിപ്പിച്ചിട്ടില്ല. ഭൗതിക സൗകര്യങ്ങളും കുടുംബപരമായ പ്രതികൂല സാഹചര്യവും നിമിത്തം മകൾ അമീനയെ കൂടുതൽ പഠിപ്പിക്കാനാകത്തതിൽ അദ്ദേഹത്തിന് വിഷമമുണ്ടായിരുന്നു.

രോഗപീഢകളും പരീക്ഷണങ്ങളും മൗലവിയുടെ ജീവിതത്തിൽ എന്നും ഒരു കൂട്ടുകാരനെ പോലെയുണ്ടായിരുന്നു. പിതാവിന്റെ മരണവും ആദ്യഭാര്യയുടെ ആകസ്മിക വിയോഗവും ചെറുപ്രായത്തിൽ മക്കളുടെ വേർപാടുകളും ഒന്നിനു പുറകെ ഒന്നായി വന്നുകൊണ്ടിരുന്നു. 1906ൽ തുടങ്ങിയ ഉദരരോഗവും അദ്ദേഹത്തെ പിന്തുടർന്നു കൊണ്ടിരുന്നു. എന്നാൽ മനക്കരുത്തുകൊണ്ടും ഇച്ഛാശക്തികൊണ്ടും എല്ലാ പ്രതിസന്ധികളെയും മൗലവി മറികടന്നു. സുഖദുഃഖ സമ്മിശ്രമായ ജീവിതത്തിൽ, പ്രതിസന്ധികളെ സ്വാഭാവികതയോടെ ഉൾക്കൊള്ളുകയാണ് വേണ്ടതെന്ന് സ്വന്തം ജീവിതത്തിലൂടെ മൗലവി കാണിച്ചു തന്നു.

1931 ൽ വീണ്ടും ഉദരരോഗം മൗലവിയെ ആക്രമിച്ചു തുടങ്ങി, ദീർഘകാലം വിശ്രമം ആവശ്യമായി വന്നു. യാത്രകളും മറ്റു പരിപാടികളും ഒഴിവാക്കി ഒരു വർഷത്തോളം വക്കത്തെ വീട്ടിൽ അദ്ദേഹം പൂർണമായി വിശ്രമിച്ചു. 1932 ഓക്ടോബർ 31ന് കാലത്ത് രോഗം മൂർച്ഛിച്ചു. ബന്ധുക്കളുടെ സാന്നിധ്യത്തിൽ പുഞ്ചിരിയോടെ, ശാന്തതയോടെ അദ്ദേഹം കണ്ണടച്ചു. വക്കം വലിയ പള്ളിയിലാണ് മൗലവിയെ ഖബറടക്കം ചെയ്തത്.

●

# അനുബന്ധം

# 'മൗലവി'യും 'സ്വദേശാഭിമാനി'യും

## ബി. കല്യാണി അമ്മ

'സ്വദേശാഭിമാനി'പ്പത്രത്തിന്റെയും അച്ചുക്കൂടത്തിന്റെയും ഉടമസ്ഥനായിരുന്ന ആൾ- 1905 മുതൽ 1910 സെപ്തംബർ അവസാനം വരെ ഒരേ നിലയിൽ സ്ഥിരചിത്തനായി വർത്തിച്ചിരുന്ന പുരുഷകേസരിയാണ് വക്കത്തെ അബ്ദുൽ ഖാദർ മൗലവി. ഇദ്ദേഹത്തെ അനുസ്മരിക്കുന്ന ഒരു ലേഖനം കൂടാതെ 'സ്വദേശാഭിമാനി സ്മാരകഗ്രന്ഥം' അപൂർണ്ണവും അതൃപ്തികരവുമായിരിക്കും. എന്നാൽ, ഞാൻ അദ്ദേഹത്തെപ്പറ്റി എന്താണ് എഴുതേണ്ടതെന്ന് അറിയുന്നില്ല. എനിക്ക് അദ്ദേഹവുമായുള്ള പരിചയം ഏറ്റവും പരിമിതവും, വിദൂരത്തുനിന്ന് വീക്ഷിച്ച് അനുമാനിച്ചിട്ടുള്ളതുമാണ്. എന്റെ വീക്ഷണവീഥിയിൽപ്പെട്ടതും ഭർത്താവിൽനിന്നു കേട്ടിട്ടുള്ളതുമായ കാര്യങ്ങളെ ഇവിടെരേഖപ്പെടുത്തി ഞാൻ കൃതകൃത്യയാകട്ടെ.

1906-ലെ ആദ്യകാലത്താണ് എന്റെ ഭർത്താവ് 'സ്വദേശാഭിമാനി'യുമായി ബന്ധപ്പെട്ടത്. മൗലവിതന്നെയാണ് തിരുവനന്തപുരത്ത് ഞങ്ങളുടെ വസതിയിൽവന്ന്, അദ്ദേഹത്തെ ക്ഷണിച്ച് പത്രാധിപത്യം ഭരമേല്പിച്ചതും, താമസത്തിനായി വക്കത്തേക്ക് കൂട്ടികൊണ്ടുപോയതും. ആ അവസരത്തിൽ ഞാനും അദ്ദേഹത്തെ അനുഗമിച്ചു. പക്ഷേ ഏതാനും ദിവസങ്ങൾക്കുള്ളിൽ തിരുവനന്തപുരത്തേക്ക് മടങ്ങേണ്ടതായി വന്നു. മൗലവി ഞങ്ങളുടെ വസതിയിൽ വന്നപ്പോഴും, ഏതാനും നാൾ ഞാൻ വക്കത്ത് താമസിച്ചിരുന്നപ്പോഴും, ദൂരത്തുനിന്ന് അദ്ദേഹത്തെ കാണുകയേ ഉണ്ടായിട്ടുള്ളൂ. വിദൂരത്തുനിന്ന് വീക്ഷിച്ച് ബഹുമാനിക്കേണ്ട ഒരു ജ്യേഷ്ഠസഹോദരനെപ്പോലെയാണ് ഞാൻ അദ്ദേഹത്തെ ആദ്യവസാനം കണ്ടിരുന്നത്.

1906-ൽ തന്നെ ഞാൻ രണ്ടാമതും വക്കത്തുപോയി രണ്ടുമാസം പാർത്തു. മൗലവിയുടെ കുടുംബഗൃഹവളപ്പിൽത്തന്നെയുള്ള പുതിയൊരു കെട്ടിടത്തിലായിരുന്നു ഞങ്ങൾ പാർത്തിരുന്നത്. പല സായാഹ്നങ്ങളിലും പത്രാധിപർ ആഫീസിൽ (അതും

സമീപത്തുതന്നെയായിരുന്നു) നിന്ന് മടങ്ങിയെത്തിയ ശേഷം മൗലവി ഞങ്ങളുടെ പാർപ്പിടത്തിൽ വന്ന്, പുറമേയുള്ള വരാന്തയിലിരുന്ന് അദ്ദേഹവുമായി സംഭാഷണം ചെയ്തിരുന്നു. ഞങ്ങളുടെ സുഖസൗകര്യങ്ങളെപ്പറ്റി അദ്ദേഹം പ്രത്യേകം അന്വേഷണം നടത്തുകയും ചെയ്തിരുന്നു. ഞാൻ അകത്തുനിന്നാണ് സംഭാഷണം ശ്രവിച്ചിരുന്നത്. മൗലവിയുടെ ശബ്ദം താണതും സംഭാഷണം മിതവുമായിരുന്നു. അദ്ദേഹത്തിന്റെ വാക്കുകൾ ഞാൻ വ്യക്തമായി കേട്ടിട്ടില്ല. അദ്ദേഹം, ശുഭ്രവസ്ത്രങ്ങൾ ധരിച്ച്, ഏകനായിട്ടാണെങ്കിൽ നിലത്ത് ദത്തദൃഷ്ടിയായും, കൂട്ടുകാരുണ്ടെങ്കിൽ അവരുമായി സംസാരിച്ച് മന്ദസ്മിതനായും കടന്നുപോകുന്നത് ഞാൻ കണ്ടിട്ടുണ്ട്. അന്ന് ഹിന്ദു-മുസ്ലീം - മൈത്രിയെപ്പറ്റി യാതൊരു ശങ്കയ്ക്കും അവകാശമുണ്ടായിരുന്നില്ല. എന്നാൽ, പത്രാധിപരും ആദ്ദേഹവുമായുണ്ടായിരുന്ന ബന്ധം കേവലം സൗഹാർദ്ദബന്ധമായിരുന്നില്ല, പൂർണ്ണസൗഭ്രാത്രത്തിന്റെ ഉന്നതമാതൃകയായിരുന്നുവെന്ന് സംശയലേശം കൂടാതെ എനിക്ക് പറയുവാൻ സാധിക്കും.

മൗലവിയുടെ മാതാവും സഹോദരിമാരുമായി ഇക്കുറി എനിക്കു പരിചയപ്പെടുവാനിടയായി. അവർ പർദ്ദാസമ്പ്രദായം അനുഷ്ഠിച്ചിരുന്നതിനാൽ ഞങ്ങളുടെ പാർപ്പിടത്തിൽ വന്നില്ല. പലപ്പോഴും ആളയച്ച് എന്നെ അവരുടെ ഗൃഹത്തിൽ കൂട്ടിക്കൊണ്ടുപോകുകയും, അവരുടെ സല്ക്കാരങ്ങളെ ഞാൻ സന്തോഷപൂർവ്വം സ്വീകരിക്കുകയും ചെയ്തിരുന്നു. അന്ന് ഗർഭാലസ്യം കൊണ്ട് അവശയായിരുന്ന എന്നിൽ2 മൗലവിയുടെ മാതാവ് മാതൃനിർവ്വിശേഷമായ സ്നേഹവും ഔദാര്യവും ചൊരിഞ്ഞിരുന്നു. അവരുടെ കരുണയ്ക്ക് ഇന്നും ഞാൻ കൈകൂപ്പുന്നു.

1907 ജൂലൈ മാസത്തിൽ അച്ചുക്കൂടവും പത്രമാഫീസും വക്കത്തുനിന്ന് തിരുവനന്തപുരത്തേയ്ക്ക് മാറ്റി, മൗലവി തന്നെയാണ് അന്നും ഉടമസ്ഥൻ. പക്ഷേ ഉടമസ്ഥത നാമമാത്രമായിരുന്നു. പത്രാധിപർക്ക് പത്രപ്രവർത്തനത്തിലും അച്ചുക്കൂടം നടത്തിപ്പിലും ഒരു സ്വതന്ത്രഹസ്തമാണ് മൗലവി നല്കിയിരുന്നത്. അവർ തമ്മിൽ നിയമസംബന്ധമായോ ധനസംബന്ധമായോ യാതൊരു കരാറുകളും ഉണ്ടായിരുന്നതായി അറിഞ്ഞിട്ടില്ല. പത്രവും അച്ചുക്കൂടവും സ്ഥലംമാറ്റം ചെയ്യുന്നതിനും പ്രാരംഭച്ചെലവുകൾക്കും വേണ്ട തുക വക്കത്തുനിന്നുതന്നെ വന്നു. അത് ഒരു കടമായിട്ടാണ് പത്രാധിപർ കരുതിയത്. പക്ഷേ, ആ കടം വീട്ടുവാൻ ഇടയായിട്ടില്ല. ഋണബാധിതനായിത്തന്നെ അദ്ദേഹം ജീവിച്ചുവെന്ന് പറയാം. അപൂർവ്വം ചില സന്ദർഭങ്ങളിൽ മൗലവി തിരുവനന്തപുരത്തുവന്ന് പത്രാധിപരെ കണ്ടിരുന്നു. എന്നാൽ,

പലപ്പോഴും പണിത്തിരക്കിൽ കഴിഞ്ഞുകൂടിയിരുന്ന പത്രാധിപർ, 'അധിക സമയം അദ്ദേഹവുമായി സംസാരിക്കാൻ സാധിച്ചില്ല' എന്ന് പരിതപിച്ചു പറയുന്നത് ഞാൻ കേട്ടിട്ടുണ്ട്.

1910 ആദ്യം മുതല്ക്കുതന്നെ തിരുവിതാംകൂർ ഗവർമെണ്ടിന്റെ നിയമദൃഷ്ടി 'സ്വദേശാഭിമാനി'യുടെ നേർക്ക് തിരിഞ്ഞു. എന്നാൽ, അതു പതിപ്പിക്കാനുള്ള അവസരം അനായാസേന ലഭിച്ചില്ല. ചരിത്രപ്രസിദ്ധമായ 'കന്നിപത്തി' ലെ രാജകീയ വിളംബരത്തോടെ ഗവർമെണ്ടു നടത്തിയ പരിഷ്കാരബഹിഷ്കാരത്തെപ്പറ്റി ഞാൻ ഇവിടെ കൂടുതൽ എഴുതേണ്ടതായിട്ടില്ല. ഇതൊടൊപ്പം മൗലവിക്ക് പത്രവും അച്ചുകൂടവും നഷ്ടപ്പെട്ടു. എന്നാൽ, അത് ഒരു ധനനഷ്ടമായി അദ്ദേഹം ഗണിച്ചില്ല. തന്റെ ഭ്രാതാവുമായുണ്ടായ വേർപാട് മാത്രം അദ്ദേഹത്തെ വ്യാകുലചിത്തനാക്കിത്തീർത്തു.

ഞാൻ ഭർത്താവോടൊപ്പം നാടുവിട്ടശേഷം 1925ൽ ശ്രീമൂലം തിരുനാൾ നാടുനീങ്ങി, റീജൻസിഭരണം നടന്നിരുന്ന കാലത്താണ് ആദ്യമായി നാട്ടിൽ വന്നത്. അന്നാണ് എനിക്ക് മൗലവിയെ നേരിട്ടുകാണ്മവാനും അഭിമുഖസംഭാഷണം ചെയ്വാനും ഭാഗ്യം ലഭിച്ചത്. ഒരിക്കൽ ഞാൻ കൊല്ലത്തു നിന്ന് തിരുവനന്തപുരത്തേക്ക് യാത്ര ചെയ്യവേ, ചിറയിൻകീഴ് റെയിൽവേസ്റ്റേഷനിൽ ചില സുഹൃത്തുക്കൾ എന്നെ കാണ്മവാൻ വന്നിരുന്നു. സ്റ്റേഷൻ അതിർത്തിയിലെ മുൾവേലിയിൽ ചാരി കൈകുപ്പിനിന്നിരുന്ന ഒരാളെ എന്റെ സുഹൃത്തുക്കൾ ചൂണ്ടിക്കാണിച്ചുകൊണ്ടു, "ആ നിൽക്കുന്ന ആളെ അറിയുമോ? ഓർമ്മയുണ്ടോ" എന്നു ചോദിച്ചു. പൂജ്യപൂമാനായ മൗലവിയെ ഞാൻ മനസ്സിലാക്കുകയും ദൂരത്തു നിന്നെങ്കിലും എന്റെ പ്രണാമം ഞാൻ അദ്ദേഹത്തിന് സമർപ്പിക്കുകയും ചെയ്തു. ഞാൻ ഏതാനും നാൾക്കുള്ളിൽ കൊല്ലത്തേക്ക് മടങ്ങുമെന്നും എനിക്ക് അദ്ദേഹത്തെ കാണാൻ ആഗ്രഹമുണ്ടെന്നും അറിയിക്കയും ചെയ്തു.

അദ്ദേഹം കരുണാപൂർവ്വം എന്റെ ആഗ്രഹം സാധിച്ചുതന്നു. കൊല്ലത്തെ എന്റെ പുത്രിയുടെ വസതിയിൽ അദ്ദേഹം എന്നെ സന്ദർശിച്ചു. അരമണിക്കൂറോളം ഞങ്ങൾ സംസാരിച്ച് ഇരുന്നു. സഹോദരസഹോദരിമാരെപ്പോലെ, ആദരപൂർവ്വമായ സ്വാതന്ത്ര്യത്തോടെ ഞങ്ങൾ സംഭാഷണം നടത്തി. പത്രാധിപരെയും കുടുംബത്തെയും പറ്റി സംസാരിച്ചപ്പോൾ ഞങ്ങൾ ഇരുവരുടേയും കണ്ണുകൾ ബാഷ്പകലുഷിതങ്ങളാകയും ചെയ്തു. ഈ സ്ഥിതി അധികനേരം തുടരുവാൻ ഇരുവർക്കും സാധ്യമായില്ല. അദ്ദേഹം യാത്രപറവാനൊരുങ്ങി. പിരിയുന്നതിനുമുമ്പായി, ശ്രീമൂലം തിരുനാൾ നാടുനീങ്ങിയതു മുതൽ

അച്ചുക്കൂടം മടക്കിക്കിട്ടുവാൻ ഒരു അവകാശഹർജി കൊടുക്കണമെന്ന് അദ്ദേഹത്തെ ബന്ധുമിത്രങ്ങൾ ഒന്നുപോലെ പ്രേരിപ്പിക്കുന്നുവെന്നും, എന്നാൽ അദ്ദേഹം അതിന് തയാറില്ലെന്നും പറയുകയുണ്ടായി. 'എന്റെ പത്രാധിപപരെക്കൂടാതെ എനിക്ക് പത്രമെന്തിന്? അച്ചുക്കൂടമെന്തിന്?' എന്ന് നിരുദ്ധകണ്ഠത്തോടുകൂടി പറഞ്ഞുകൊണ്ട് അദ്ദേഹം എന്നെ പിരിഞ്ഞുപോയി. ഞാൻ ശോകമൂകമായി അദ്ദേഹത്തിന് എന്റെ നമസ്കാരം അർപ്പിച്ചതേയുള്ളൂ.

'സ്വദേശാഭിമാനി' യുടെ ജംഗമവസ്തുക്കൾ തിരുവിതാംകൂറിലെ ഇന്നത്തെ ഗവർമെന്റു ന്യായമായ അവകാശികൾക്കു മടക്കിക്കൊടുക്കാൻ തീർച്ചയാക്കിതയാതി അറിഞ്ഞു. അച്ചുക്കൂടവും സാമഗ്രികളും അടങ്ങിയ ആ ജംഗമവസ്തുക്കളുടെ ന്യായമായ അവകാശി അവിടെ സമീപത്തുതന്നെയുണ്ട്; മൗലവിയുടെ പുത്രൻ ശ്രീ വക്കം അബ്ദുൽ ഖാദർ. അച്ഛനു പറ്റിയ നഷ്ടം മകനു മടക്കിക്കൊടുത്ത് പരിഹാരം നേടുവാൻ ഗവമെന്റു കാലതാമസം വരുത്തുകയില്ലെന്ന് വിശ്വസിക്കുന്നു. സാഹിത്യകാരനും പത്രപ്രവർത്തകനും കൂടിയായ ശ്രീ. അബ്ദുൽ ഖാദർക്ക് ഒരച്ചുക്കൂടം ഉപകാരപ്രദമായിരിക്കും.

സംസ്കൃതനും കുലീനനും വിദ്വാനും ശാന്തശീലനും ധീരോദാത്തനും, സർവ്വോപരി സ്നേഹപൂർണ്ണവും ആത്മാർത്ഥവുമായ ഒരു ഹൃദയമുള്ള പുരുഷനും ആയ പൂജ്യനായ മൗലവിക്ക് എന്റെ വിനീതപ്രണാമങ്ങൾ!

●

## കുറിപ്പുകൾ

1 ഈ അനുസ്മരണം, വക്കം അബ്ദുൽഖാദറിന്റെ നേതൃത്വത്തിൽ ശ്രീ സാഹിത്യസദനം സി.കെ. എസ് എഡിറ്റ് ചെയ്ത് കൊല്ലം ശ്രീ. 'സ്വദേശാഭിമാനി' പ്രസ്സിൽ അച്ചടിച്ച പ്രസിദ്ധപ്പെടുത്തിയ 'കഥതുടരുന്നു' എന്ന ശീർഷകത്തിലുള്ള സ്വദേശാഭിമാനി സ്മാരക പ്രസിദ്ധീകരണത്തിലൂടെയാണ് ആദ്യം പുറത്തുവന്നത്; ചുവട്ടിൽ ഒരടിക്കുറിപ്പോടെ; "1948ൽ സ്വദേശാഭിമാനി സ്മാരക ഗ്രന്ഥത്തിനുവേണ്ടി ശ്രീ.കെ. രാമകൃഷ്ണപിള്ളയുടെ ധർമ്മപത്നിയും ഗ്രന്ഥകാരിയുമായ ശ്രീമതി ബി. കല്യാണി അമ്മ എഴുതിക്കൊടുത്തതാണ് ഈ ലേഖനം. സ്മാരക ഗ്രന്ഥത്തിന്റെ ഭാരവാഹികൾക്ക് അത് പ്രസിദ്ധപ്പെടുത്താൻ കഴിയാതെ പോയി- പത്രാധിപർ" ലേഖിക 1959 ഒക്ടോബർ 7ാം തീയതി നിര്യാതയായി.

2 മകൾ ഗോമതി അമ്മയായിരുന്നു. അന്ന് ഗർഭസ്ഥിതയായിരുന്നത്.

# വിശിഷ്ട വ്യക്തിത്വം[1]

കെ. ഗോമതി അമ്മ

'സ്വദേശാഭിമാനി' രാമകൃഷ്ണപിള്ളയുടെ ജന്മശതാബ്ദി കേരളത്തിൽ അദ്ദേഹത്തിന്റെ ജനന-മരണ-പ്രവർത്തനരംഗങ്ങളിലെല്ലാം സംഘടിപ്പിച്ച് ആഘോഷിച്ചുവരുന്ന ഈ സന്ദർഭത്തിൽ, ആ വ്യക്തിയോടൊപ്പം തന്നെ സവിശേഷം സ്മരിച്ചാദരിക്കേണ്ടതുണ്ട്, മറ്റൊരു വ്യക്തിയെ-വക്കം മൗലവിസാഹിബിനെ രാമകൃഷ്ണപ്പിള്ളയ്ക്ക് അനശ്വരയശസ്സ് നേടിക്കൊടുത്ത 'സ്വദേശാഭിമാനി' പത്രത്തിന്റെ ഉടമയും സ്ഥാപകനും ആയിരുന്ന മൗലവിയെ മുമ്പേ സ്മരിച്ചിട്ടേ പത്രാധിപരെ സ്മരിക്കാവൂ എന്നു കൂടി പറയട്ടെ. രാമകൃഷ്ണപിള്ള മൂന്നുനാലു പത്രങ്ങളുടെ ആധിപത്യം മുറയ്ക്ക് ഉപേക്ഷിക്കാനിടയായി- പത്രമുടമകൾ പത്രാധിപരുടെ സ്വാതന്ത്ര്യം തടഞ്ഞതായിരുന്നു കാരണം.

പത്രാധിപരും പത്രമുടമയയും തമ്മിൽ ആദർശങ്ങളിലും നയങ്ങളിലും നടത്തിപ്പിലും ആരോഗ്യപരമായ പൊരുത്തവും പ്രായോഗികമായ ബന്ധവും ഉണ്ടാവേണ്ടത് പരമാവശ്യമാണ്. അങ്ങിനെയൊരു ബന്ധമാകട്ടെ, അപൂർവ്വമായ ഒരു ഭാഗ്യസിദ്ധിയാണുതാനും. 'സ്വദേശാഭിമാനി' പത്രാധിപർക്കും ഉടമയ്ക്കും തമ്മിൽ അഭേദ്യമായ, അനിതരസാധാരണമായ സൗഹാർദ്ദവും സൗഭ്രാത്രവും ആണുണ്ടായിരുന്നത്. ആദ്യവസാനം പത്രമുടമയ്ക്ക് ലാഭേച്ഛയേയില്ലായിരുന്നു; പത്രപ്രവർത്തനം ഒരു വ്യവസായമായി കരുതീട്ടേയില്ലായിരുന്നു. പത്രം നന്നായി നടക്കണം. കൃത്യമായി നടക്കണം. നല്ല കാര്യങ്ങൾ പ്രകാശിപ്പിക്കണം. പൊതുജനഹിതം അനുവർത്തിക്കണം. സമുദായനന്മയ്ക്ക് മാർഗ്ഗനിർദ്ദേശം ചെയ്യണം. സത്യധർമ്മങ്ങളും നീതിയും നിലനിർത്തുമാറ് അനുശാസിക്കണം- ഈ മഹദാദർശങ്ങളായിരുന്നു മൗലവിയുടെ ലക്ഷ്യം. രാമകൃഷ്ണപ്പിള്ളയ്ക്ക് വേണ്ട പശ്ചാത്തലം

അതിലടങ്ങി. അതിലൊതുങ്ങി. പത്രാധിപരുടെ സ്വാതന്ത്ര്യത്തിൽ യാതൊരുവിധത്തിലും പത്രമുടമ കൈകടത്തീല്ല. മുടങ്ങാതെ പത്രമിറങ്ങാൻ നിർല്ലോഭം പണവുമിറക്കി വന്നു. പത്രപംക്തികളിൽ നാട്ടിൽ അന്നു നടമാടിയിരുന്ന അഴിമതികളുടെ ചുരുൾ വിടരും തോറും ഉദ്യോഗസ്ഥവൃന്ദവും കൊട്ടാരം സേവകരും ദിവാനും അപമാനിതരായി. പൊതുജനനിന്ദയ്ക്കു പാത്രമായി; അവർ അരിശം പൂണ്ടു. പത്രത്തിന്റെ നേർക്കും പത്രാധിപരുടെ നേർക്കും പത്രമുടമയുടെ നേർക്കും ഭീഷണികളുയർന്നു; താക്കീതുകൾ നിരന്നു; ശിക്ഷാനടപടികൾ രൂപം കൊണ്ടു. രണ്ടാൾക്കും ജീവാപായം തലയ്ക്കുമീതെ. ഇത്രയും അപകടനിലയിലെത്തിയപ്പോൾ മൗലവിക്കു വേണമെങ്കിൽ പത്രാധിപരെ ഉപദേശിക്കാമായിരുന്നു, നിയന്ത്രിക്കാമായിരുന്നു. താക്കീതു ചെയ്യാമായിരുന്നു; അനുസരിച്ചില്ലെങ്കിൽ തള്ളിക്കളയാമായിരുന്നു. അതൊന്നുമല്ല നടന്നത്. മൗലവി അദമ്യമായി അചലഞ്ചലനായി അക്ഷോഭ്യനായി നിലകൊണ്ടു. പത്രാധിപരുടെ തൂലികയുടെ ധാർമ്മികരോഷത്തിൽ സത്യസന്ധതയിൽ, നീതി നിഷ്ഠയിൽ, തികഞ്ഞ അഭിമാനം, നിറഞ്ഞ തൃപ്തി, ഉറച്ച പിൻബലം അതായിരുന്നു ആ പത്രമുടമയുടെ പ്രതികരണം. ഇത്ര ആത്മൈക്യം ആ യുഗം പത്രപ്രവർത്തനരംഗത്തു കണ്ടിട്ടില്ല; ഇന്നത്തെ യുഗവും കണ്ടിട്ടില്ല. ഉദാഹരണങ്ങൾ പൊതുജനങ്ങൾക്കറിയാവുന്നതാണല്ലൊ. ധനം, മാനം, പദവി, സ്വാധീനം, അധികാരം, അംഗീകാരം-ഇവ ആശിക്കാത്ത പത്രയുടമകൾ ഉണ്ടോ? ഒരു പത്രപ്രവർത്തകനു് ഇത്രമാത്രം സ്വച്ഛവിഹാരം അനുവദിച്ച പത്രമുടമകൾ വിരലിലെണ്ണാനും കൂടി കാണുമോ?

രാമകൃഷ്ണപിള്ളയ്ക്കു് താങ്ങും തണലുമേകി, ഏതൊരു ധർമ്മ നിർവഹണത്തിന്നായി ആ ജന്മം എടുത്തുവോ അതു തികച്ചും നിറവേറ്റാൻ വേണ്ട സാഹചര്യവും സന്ദർഭവും നൽകി, 'സ്വദേശാഭിമാനി' എന്ന പത്രത്തിന്റെ പേരിൽ തന്നെ പിൽക്കാലത്ത് പത്രാധിപർ അറിയപ്പെടാനും, ഇടയാക്കിയ കന്നി 10 ലെ ചരിത്രസംഭവത്തെക്കുറിച്ചു പഠിക്കാനുദ്ദേശിക്കുന്നവർ പത്രത്തിന്റെ സ്ഥാപകനും ഉടമയുമായ വക്കം മൗലവി മുഹമ്മദ് അബ്ദുൽ ഖാദർ സാഹിബ്ബിന്റെ ചരിത്രപരമായ നിലപാട്, അനുസ്മരിച്ചേ തീരൂ. തന്റെ പ്രസ്സും, പത്രവും, പണവും ആ പത്രാധിപരുടെ തൂലികാചലനത്തിനു വിട്ടുകൊടുത്ത ആ ഉത്തമ സുഹൃത്തിനെ-മഹാമനസ്കനായ വക്കം മൗലവിയെ 'പൊന്നു തിരുമേനി'യുടെ കന്നി 10 ലെ വിളംബരവും അനന്തരനടപടികളും ഏതെല്ലാം വിധത്തിലുള്ള ആപത്തിലേക്കും നഷ്ടത്തിലേക്കും ആണ് ചെന്ന് ചാടിച്ചതെന്ന തീവ്രമനോവിചാരം ഒന്നു മാത്രമാണ് എന്റെ

അച്ഛന്റെ മനസ്സിൽ, അന്ന് ആ അർദ്ധരാത്രിയിൽ, ആരുവാമൊഴി കടക്കുമ്പോഴും, പിന്നീടും നിറഞ്ഞു നിന്നിരിക്കുക- തീർച്ചയായും തന്റെ കുടുംബത്തെപ്പറ്റിയല്ല. വക്കം മൗലവിക്ക് തന്റെ പത്രാധിപരുടെ കുടുംബത്തെപ്പറ്റി ഉൽകണ്ഠ, പത്രാധിപർക്കു മൗലവിയുടെ പത്രസ്ഥാപനത്തെപ്പറ്റി, മൗലവിയുടെ നേർക്ക് ബന്ധുജനങ്ങളിൽ നിന്നുയരുന്ന എതിർപ്പിനെപ്പറ്റി ആശങ്ക. തമ്മിൽ നേരേ ഒന്നു യാത്ര പറയാൻ കൂടി അവസരമുണ്ടായോ എന്നെനിക്കറിയില്ല. രണ്ടു കൊല്ലങ്ങൾ കഴിഞ്ഞാണു ഇരുവർക്കും തമ്മിൽ കാണാൻ സന്ദർഭമുണ്ടായതെന്ന് അറിഞ്ഞിട്ടുണ്ട്. തികച്ചും വികാരനിർഭരമായ ആ പുനർമിലനത്തെ ഞാൻ വിഭാവനം ചെയ്യാൻ ശ്രമിച്ചിട്ടുണ്ട്. എന്റെ അച്ഛന്റെ ഉയർത്തിപ്പിടിച്ച ശിരസ്സ് സ്നേഹാദരം കൊണ്ടും നന്ദികൊണ്ടും മൗലവിയുടെ ആ സൗമ്യസ്നിഗ്ധമായ ചിര സൗഹൃദത്തിനുമുമ്പിൽ നമിച്ചില്ലേ? എന്തൊരു നിർവൃതി!

നാട്ടുകടത്തൽ കഴിഞ്ഞ് 68 കൊല്ലങ്ങളുടെ അജ്ഞാതവാസം തീർത്ത് എന്റെ കയ്യിൽ എത്തിച്ചേർന്ന ഒരു പഴയപെട്ടി[2] യിൽ നിന്നു കണ്ടുകിട്ടിയ പഴയകത്തുകളുടെ കൂട്ടത്തിൽ വക്കം മൗലവിയുടെ മൂന്നു കത്തുകൾ ഒരമൂല്യനിധിയെന്നവണ്ണം സൂരക്ഷിതമായിരിക്കുന്നത് ആശ്ചര്യമെന്നല്ലെ പറയേണ്ടത്? മറ്റു പല കത്തുകളും നടുകീറിയും പൊടിഞ്ഞും, മഷിമാഞ്ഞും വായിക്കാൻ പറ്റാതെയുണ്ട്. ഈ മൂന്നു കത്തുകൾക്കു യാതൊരു കേടുപാടുമില്ല. ഞാനാദ്യമായിട്ടാണ് മൗലവിയുടെ കയ്യക്ഷരം കാണുന്നതും.

5-2-15 ൽ അച്ഛന്റെ പേർക്ക് എഴുതിയ കത്തിൽ പ്രസ്സിനെ സംബന്ധിച്ച് ഗവണ്മെണ്ടിലേക്കു ഹരജി കൊടുക്കാനിടയായതിനെപ്പറ്റിയും അതിനുള്ള മറുപടിയെപ്പറ്റിയും കൊട്ടാരത്തിലേക്കു അയച്ചതിനെപ്പറ്റിയും അതിന്റെ ഫലമറിവായിട്ടില്ലെന്നും പ്രസ്താവിച്ചശേഷം ഇങ്ങിനെയൊരപേക്ഷയാണ്:

*"അല്പം മുമ്പ് ഇംഗ്ലണ്ടിൽ ലാർഡ് ഹെഡ്ലി എന്നൊരു യൂറോപ്യൻ ഇസ്ലാം മതം സ്വീകരിച്ചതായി കേട്ടിരിക്കുമല്ലോ. അദ്ദേഹം എഴുതീട്ടുള്ള A Western Awakening to Islam എന്ന പുസ്തകം ഞാൻ ഇതിനിടെ വരുത്തിനോക്കിയതിൽ അതു മലയാളത്തിൽ പരിഭാഷപ്പെടുത്തി അച്ചടിച്ചാൽ കൊള്ളാമെന്ന് വിചാരിക്കുന്നു. തർജ്ജിമ അവിടത്തേതായിരുന്നാൽ കൊള്ളാമെന്നാണാഗ്രഹം. അതിലേക്കു അല്പം മുഷിയുന്നതിനു ഇപ്പോഴത്തെ ശരീരസ്ഥിതി അനുകൂലിക്കുമോ എന്നറിയുന്നില്ല. വിവരം അറിവാനാഗ്രഹിക്കുന്നു. മറുപടിപോലെ പുസ്തകം അങ്ങോട്ടയച്ചു കൊള്ളാം.*

*'മുസ്ലിം' ഇയ്യിടെ ഞാൻ സുഖക്കേട്ട പിടിച്ച കിടന്ന പോകനിമിത്തം ചില ലക്കങ്ങൾ മുടങ്ങിപ്പോകേണ്ടിവന്നു. കന്നി, തുലാം, ലക്കങ്ങൾ ഇപ്പോൾ അച്ചടിച്ച തീരാറായിരിക്കുന്നു. ഉടനെ പുറപ്പെട്ടും. സുഖവിവരത്തിനും മറ്റു കാര്യങ്ങൾക്കും ഉടനെ മറുപടി അയച്ചുതരുന്നതിനപേക്ഷ.*

*M. Mohamad Abdul Cader*

16-3-15 ലെ ഒരു ചെറിയ കത്താണ് ഇനിയൊന്ന്. അതിൽ മുൻകത്തിൽ പറഞ്ഞിരുന്ന ഇംഗ്ലീഷ് പുസ്തകം ഇന്നു അങ്ങോട്ടയച്ചിരിക്കുന്നു. സൗകര്യം പോലെ തർജ്ജിമ ചെയ്താൽ മതി. ബാലാകലേശക്കാരന്റെ ലേഖനത്തിനു മറുപടി കാണ്മാനായി പലരും നോക്കിയിരിക്കുന്നു' ഇത്രമാത്രം.

മൗലവി സാഹിബിന് തന്റെ പത്രാധിപരുടെ പേരിലുള്ള സ്ഥായിയായ താല്പര്യവും കഴിവുകളെപ്പറ്റിയുള്ള സ്ഥിരം മതിപ്പും, സമകാലിക സാഹിത്യത്തിലെ വാദവിവാദ ചർച്ചയിലുള്ള ഉത്സാഹവും എത്ര പ്രകടമായിരിക്കുന്നു! അച്ചൻ കണ്ണൂരിലെത്തി ആരോഗ്യം തെളിഞ്ഞ കാലത്തായിരിക്കണം മൗലവിയുടെ ആ അപേക്ഷ അറിയിച്ചതെന്നു കത്തുകളിലെ കൊല്ലവും തീയ്യതിയും കൊണ്ട് ഊഹിക്കാം.

ഇനിയത്തെ കത്ത് എന്റെ അമ്മയ്ക്കുള്ളതാണ്. ഏ. മുഹമ്മദ് കുഞ്ഞു എന്ന ആളെക്കൊണ്ടെഴുതിച്ച ആ കത്ത് മൗലവിയുടേതാണെന്നു വ്യക്തം. അമ്മയ്ക്കു വക്കത്തു പരിചയം മൗലവിയേയും അദ്ദേഹത്തിന്റെ മാതാവിനെയും സഹോദരിമാരെയും മാത്രമായിരുന്നു. എല്ലാവരേയും പ്രതിനിധീകരിച്ചുകൊണ്ടാണു കത്ത്.

*"ഞങ്ങൾ ആകപ്പാടെ വ്യസനസാഗരത്തിൽ മുങ്ങിത്തുടിക്കുന്നു. ഞങ്ങളുടെ സഹതാപത്തെ എഴുതിക്കാണിപ്പാൻ ഞാൻ അശക്തനായും തീർന്നിരിക്കുന്നു. എത്ര കഠിനമായ ആപത്തുകളിലും ക്ഷമകേടു കാണിക്കരുത്. നന്മയും തിന്മയും ദൈവത്തിങ്കൽ നിന്നുതന്നെയാണ്. അതിനാൽ ക്ഷമയോടിരിക്കുക. ദൈവം ക്ഷമാവാന്മാരോട്ടുകൂടിയാണ് -ഇങ്ങനെയുള്ള ഇസ്ലാം മതത്തിന്റെ വിശിഷ്ടോപദേശങ്ങളെ അല്പമെങ്കിലും അനുസരിക്കുന്നതിനുള്ള ദൈവകാരുണ്യം എനിക്കു സിദ്ധിച്ചില്ലായിരുന്നു എങ്കിൽ ഈ ഘോരമായ വിപത്തിനു കാരണമായ ദുർവ്വിധിയെ ശപിച്ച് തന്മൂലം ഞാൻ ദൈവാനുസരണമില്ലാത്തവന്മാരുടെ ഗണത്തിൽ മുമ്പനായിപ്പോകുമായിരുന്നു. എന്റെ മനസ്സിനുണ്ടായിരിക്കുന്ന വ്യസനം ഒന്നു കൊണ്ടും ആറ്റിയാൽ ആറുമെന്നും തോന്നുന്നില്ല. അത് 'മലകളിളകിലും മഹാജനാനാം മനമിളകാ' എന്ന*

*ആപ്തവാക്യത്തെ തന്റെ പ്രവർത്തികൊണ്ടു കേരളീയർക്കു ഉദാഹരിച്ചു കാണിച്ചിട്ടുള്ള ആ മഹാപുരുഷന് എല്ലാവിധത്തിലും അനുരൂപമായിരുന്നിട്ടുള്ള ധൈര്യവതിയും ക്ഷമാനിധിയുമായ അവിടുത്തെ അവസ്ഥ വന്നുകണ്ടറിയുന്നതുവരെയും ഏറിക്കൊണ്ടു തന്നെയിരിക്കുമെങ്കിലും അവിടുന്നുമായുള്ള സന്ദർശനസംഭാഷണങ്ങൾ അതിനു ഒട്ടധികം പരിഹാരകമായിത്തീരുമെന്നു ഞാൻ കരുതുന്നു.*

*ഈ അവസരത്തിൽ അവിടുത്തെ ദർശനം ആർക്കും വ്യസനഹേതുകമായിട്ടല്ലേയിരിക്കൂ? ലോക സ്വഭാവം അങ്ങനെയാണല്ലോ. ഇല്ല, ഒരിക്കലുമില്ല. ഈ സംഗതിയിൽ ലോകത്തിനു അസാധാരണവും ഉൽകൃഷ്ടവുമായ ഒരു പാഠം അവിടുന്നിൽ നിന്നു അഭ്യസിക്കാൻ തക്ക ഒരു വിശിഷ്ടസ്ഥാനത്താണു അവിടുന്ന് സ്ഥിതി ചെയ്യുന്നതെന്നു എനിക്കു നല്ല ഉറപ്പുണ്ട്.*

*ഇങ്ങനെയല്ലാം ഞാൻ വിചാരിക്കുന്നുണ്ടെങ്കിലും കേരളത്തിൽ സത്യവും സ്വാതന്ത്ര്യവും നിസ്സഹായകളായിപ്പോയതു പോലെ തന്നെ നമ്മുടെ സാഹിത്യവും അനാഥയായിപ്പോയിരിക്കുന്നവല്ലോ എന്ന ഖേദത്തിനു പരിഹാരകമായി ഞാൻ യാതൊന്നും കാണുന്നില്ല. ഇവിടെവെച്ച് എന്റെ ഗൽഗദ ശബ്ദത്തെ അവിടുത്തെ ശ്രോത്രത്തിനു അവിഷയകമാക്കിക്കൊള്ളുന്നു, ദൈവം എല്ലാവരെയും അനുഗ്രഹിക്കട്ടെ*

*എന്ന് ദുഃഖിതൻ*

*A M, Kunju*

വക്കം മൗലവി തന്റെ ഭാര്യസഹോദരനായിരുന്ന ഏ. മുഹമ്മദ് കുഞ്ഞുവിനെക്കൊണ്ടെഴുതിച്ച ഈ കത്തിൽ തന്റെ പത്രാധിപരുടെ വിയോഗത്തിൽ ഉണ്ടായ അഗാധമായ വ്യസനവും, പത്രാധിപരെപ്പറ്റിയുള്ള ഹൃദയംഗമമായ പ്രശംസയും നിരാധാരമായ ഒരു കുടുംബത്തിന്റെ സ്ഥിയിൽ ഉൽക്കണ്ഠയും നിറഞ്ഞു കവിയുന്നു. എന്നാൽ അതേ സമയത്തത് എന്റെ അമ്മയ്ക്ക് ആശ്വാസമരുളുന്നു; വ്യസനം താങ്ങാൻ സഹനശക്തിയും ക്ഷമയും പകർന്നു കൊടുക്കുന്നു; അതിലുമുപരി അമ്മയുടെ വിപതിധൈര്യത്തെ ഉണർത്തുന്നു; ഉത്തേജിപ്പിക്കുന്നു. മൗലവിയുടെ അസാമാന്യമായ മനുഷ്യത്വത്തിനു മുമ്പിൽ ഈ മകളുടെ കൂപ്പുകൈ!

ഞാനദ്ദേഹത്തെ ഒരിക്കലേ കണ്ടിട്ടുള്ളൂ. ശ്രീ മൂലം തിരുനാൾ നാടുനീങ്ങിയശേഷം - നാടുകടത്തൽ കഴിഞ്ഞ് 14 കൊല്ലത്തിനുശേഷം - എന്റെ അമ്മ തിരിവിതാംകൂറിൽ വരാനിടയായി - വിവാഹിതയായ ഈ മകളുടെ[2] ആവശ്യാർത്ഥം. അക്കാലത്ത് മൗലവിസാഹിബ്

കൊല്ലത്തെ ആശ്രാമത്ത്, ഏ.കെ. പിള്ളയുടെ വീട്ടും 'സ്വരാട്' പത്രമാപ്പീസും ചേർന്ന സ്ഥലത്തു ഞങ്ങളെകാണാൻ വരികയുണ്ടായി. പത്രപ്രവർത്തനവുമായി ബന്ധപ്പെട്ടുകഴിഞ്ഞ എന്നെ അദ്ദേഹം ആശീർവ്വദിച്ചു. മൃദുവായ സ്വരത്തിൽ, സൗമ്യമായ രീതിയിൽ സംഭാഷണം, നിലത്തേക്കു ദൃഷ്ടിയുറപ്പിച്ച ഇരുത്തം, അനാർഭാടമായ വേഷം, സർവ്വോപരി വിനയം- ആ വിനീതഭാവത്തിനു പിന്നിൽ ഉറച്ച വിശ്വാസങ്ങളും ഉയർന്ന ആദർശങ്ങളും, നിശ്ചയദാർഢ്യവും, തികഞ്ഞ ആത്മവിശ്വാസവും, നിറഞ്ഞ ധൈര്യവും കുടികൊണ്ടിരുന്നെന്നാരു പറയും? ഞാൻ കണ്ട മൗലവിസാഹിബ്' അതാണ്. ഞാൻ കണ്ടറിഞ്ഞ വിശിഷ്ടവ്യക്തിത്വം അതാണ്. അങ്ങനെയൊരു മഹാമനുഷ്യനെ സഹൃദയനായ സുഹൃത്തായും സഹായിയായും സഹപ്രവർത്തകനായും സർവ്വോപരി അനുഭാവിയായ പത്രമുടമയായും പ്രസ്സുടമയായും ലഭിച്ച എന്റെ അച്ഛൻ ഭാഗ്യശാലിയായിരുന്നു.

അരുന്യൂറ്റാണ്ടിനുശേഷം "ജയിൽവിമുക്ത" മായ ' സ്വദേശാഭിമാനി' പ്രസ്സ് (മൗലവിയുടെ പ്രസ്സ് സർക്കാർ കണ്ടു കെട്ടിയ ശേഷം തലസ്ഥാന നഗരിയിൽ പൂജപ്പുര ജയിലിൽ കൊണ്ടിട്ട് ജയിൽപ്പുള്ളികളെക്കൊണ്ടു പ്രവൃത്തി നടത്തിക്കയായിരുന്നത്രെ) ഈ എം.എസ്സ്. ഗവർമ്മേണ്ട് അതിന്റെ യഥാർത്ഥ ഉടമയുടെ അവകാശികൾക്കു മടക്കിക്കൊടുത്തുവെന്നും കേട്ടുവന്നതിനു പകരം നല്ല ടൈപ്പുകൾ കൊടുത്തുവെന്നും അറിയാനിടയായി. മൗലവിയുടെ മകനായ പരേതനായ വക്കം അബ്ദുൽ ഖാദറും പത്രാധിപരുടെ മകളായ ഞാനും തുല്യദുഃഖിതരും തുല്യസന്തുഷ്ടരുമായി. രണ്ടു പരേതാത്മാക്കൾ തുല്യശാന്തിയടഞ്ഞു വെന്നു വിശ്വസിക്കാം. നിയതിയുടെ നീതിനിർവഹണം!

ഞാൻ വീണ്ടും വീണ്ടും സ്മരിക്കട്ടെ, സ്മരിക്കാൻ ഉദ്ബോധിപ്പിക്കട്ടെ-രാമകൃഷ്ണപിള്ളയെ "സ്വദേശാഭിമാനി" യാക്കിത്തീർത്ത വക്കം മൗലവി സാഹിബിനെ - അനശ്വരയശസ്സിനു തുല്യ പങ്കാളിത്വമുള്ള ആ വന്ദ്യപുരുഷനെ -ഒരിക്കലും മറക്കാൻ പാടില്ലാത്ത ആ വിശിഷ്ടവ്യക്തിയെ.

1. 1978 ജൂൺമാസം മദ്ധ്യത്തോടു കൂടിയാണ് ഈ ലേഖനം എഴുതപ്പെട്ടത്.

2. 1910 ൽ തിരുവിതാം കൂറിൽ നിന്ന് നാടുകടത്തപ്പെട്ട 'സ്വദേശാഭിമാനി രാമകൃഷ്ണപിള്ളയൊടൊപ്പം ഭാര്യ കല്യാണി അമ്മയും രണ്ടുകുട്ടികളും (അവരിൽ ഇളയകുട്ടിയാണ് ഈ ലേഖനകർത്ത്രിയായ ശ്രീമതി ഗോമതി അമ്മ - അവർ ഇപ്പോൾ മകൾ ദേവകിയുമൊത്ത് കോഴിക്കോട്ടു താമസിക്കുന്നു) നാട്ടും വീട്ടുമില്ലാതെ

പലയിടങ്ങളിലും തങ്ങുകയും നീങ്ങുകയും ചെയ്തുകൊണ്ടിരുന്നപ്പോൾ തരവത്ത് അമ്മാളു അമ്മ അവരെ നിർബ്ബന്ധപൂർവ്വം ക്ഷണിച്ച് തന്റെ വീട്ടിൽ പാർപ്പിച്ചു. പാലക്കാട് വടക്കന്തറയിലെ തരവത്ത് വീട് അങ്ങനെ സ്വദേശാഭിമാനി കുടുംബത്തിന്റെ അനുഭവങ്ങളുടെ ചുട്ടുപൊള്ളുന്ന ഊഷരഭൂമിയിലെ മരുപ്പച്ചയായി. തത്വദീക്ഷയിലും പ്രബുദ്ധതയിലും സാഹിത്യരചനയിലും മുൻപന്തിയിൽ നിന്നിരുന്ന തരവത്ത് അമ്മാളു അമ്മയുടെ മകളും, അമ്മയുടെ ഗുണങ്ങളും കഴിവുകളുമുള്ളവരുമായ തരവത്ത് അമ്മിണിഅമ്മ ഇപ്പോൾ ഏറെ വാർദ്ധക്യത്തിലെത്തിക്കഴിഞ്ഞു. കല്യാണി അമ്മ തരവത്ത് വീട്ടിലെ താമസക്കാലത്ത് അവിടെ വച്ചുപോയ അവരുടെ ഒരു പഴയ പെട്ടിയാണ് ഗോമതി അമ്മ ഈ ലേഖനത്തിൽ പരമാർശിക്കുന്നത്. ഈ ലേഖനം അയച്ചുകൊണ്ട് ഗോമതി അമ്മ ഇങ്ങനെ എഴുതി:

ദേവീവിലാസം,
ചാലപ്പുറം
കോഴിക്കോട്-2
22-6-78

ശ്രീ

പ്രിയപ്പെട്ട ജവാദ്,

12-ാം തിയ്യതിയിലെ കത്തുകിട്ടി. എന്റെ പ്രഭാഷണം (രാമകൃഷ്ണപിള്ളയുടെ ജന്മശതാബ്ദിദിനമായ 1978 മെയ് 25-ാം തിയതി ആകാശവാണി കോഴിക്കോട് നിലയത്തിൽ നിന്ന് പ്രക്ഷേപണം ചെയ്തത്) കേട്ടില്ലെങ്കിലും വായിച്ചുവല്ലൊ. പല പരിമിതികളുമുണ്ട്. ഒരു പ്രഭാഷണത്തിനെഴുതുമ്പോൾ. യാദൃച്ഛികമെന്നു പറയട്ടെ. ഞാൻ എന്റെ കൈവശം വന്നുചേർന്ന അമ്മയുടെ ഒരു പഴയപെട്ടി പരിശോധിക്കവേ കണ്ടു കിട്ടിയ 3 കത്തുകൾ കയ്യിൽ വെച്ചു കൊണ്ട് ഒരു ലേഖനമെഴുതാനാലോചിക്കയായിരുന്നു - കത്തു കിട്ടിയപ്പോൾ ഉടനെ എഴുതിത്തീർത്തു. ഇതോടൊപ്പം അയക്കുന്നു.

68 കൊല്ലമായി തരവത്തു വീട്ടിലെ ഒരു മുറിയിൽ അജ്ഞാതവാസമായി കിടന്ന ആ പെട്ടി തികച്ചും യാദൃച്ഛികമായിട്ട് തരവത്തെ ഇന്നത്തെ യുവതലമുറ കണ്ടെത്തി. ആ വീട് വിൽക്കയാണവർ. സാമാനങ്ങൾ ഒതുക്കുകയും ഒഴിക്കുകയും ചെയ്തപ്പോൾ അമ്മയുടെ പേരു കണ്ടുവത്രെ. ഉടനെ എടുത്ത് ടി വി.എസ് വഴിക്ക് ദേവകിയുടെ പേർക്കയച്ചു. ഞാനിവിടെ വന്നെത്തിയ ഉടനെ! ഇങ്ങനെയൊന്ന് തരവത്ത് വച്ചിട്ടുണ്ടെന്ന് അമ്മ ഒരിക്കലും ഓർമ്മിച്ചു പറഞ്ഞിരുന്നില്ല; ആ മുറിയുടെ അവകാശിയും ജീവിച്ചിരുപ്പുണ്ട്. പക്ഷേ അവിടെയല്ല എന്നു മാത്രം-എന്നോട് അതോർമ്മിച്ചു പറഞ്ഞിട്ടില്ല. തികച്ചും അജ്ഞാതം. അതിൽ ചില പഴയ രേഖകൾ. ഡയറികൾ ഇഹശ്ശുശിഴ ഫെയലുകൾ തുലായവ കണ്ടെത്തി. കത്തുകളുടെ കൂട്ടത്തിൽ, ഇതിൽ പറഞ്ഞ പ്രകാരം 3 എണ്ണം മുത്തച്ഛന്റേത്. ഞാൻ 'കഥ തുടരുന്നു' ('സ്വദേശാഭിമാനി' പ്രസ്സ് അവകാശികൾക്ക് തിരിച്ചുകിട്ടിയശേഷം മൗലവി യുടെ പുത്രനായ വക്കം. എം. അബ്ദുൽ ഖാദർ 'കഥ തുടരുന്നു എന്ന ശീർഷകത്തിൽ പ്രസിദ്ധീകരിച്ച സ്വദേശാഭിമാനി സ്മാരക പ്രസിദ്ധീകരണം) എടുത്തു നോക്കി. അതിൽ വക്കം മൗലവിയുടെ കുടുംബാംഗങ്ങളുടെ വിവരമുണ്ട്. ഒരു ലേഖനത്തിൽ. അതിൽ നിന്നു ഗ്രഹിച്ച അ.ങ ഗൗിഷൗ ഭാര്യസഹോദരനാണെന്ന്. വക്കം മൗലവിയുടെ

ഭാഷാശൈലിയല്ല എന്നൂഹിച്ചു. ഇത്രയും ആലങ്കാരികഭാഷ ഉപയിഗിക്കാറില്ലെന്നാണ് ഞാൻ ഗ്രഹിച്ചത്. പറയേണ്ട കാര്യങ്ങൾ ഭാര്യാസഹോദരൻ സ്വന്തം ശൈലിയിലെഴുതി. ആരെഴുതിയാലും ആ കത്ത് മൗലവിക്കു വേണ്ടി എഴുതിയതാണല്ലോ. ഞാനത് അതേ രൂപത്തിൽ പകർത്തിയതിൽ തെറ്റില്ലെന്നു കരുതട്ടെ?

സസ്നേഹം

**കെ. ഗോമതി അമ്മ**

●

# വക്കം മൗലവിയെപ്പറ്റി ചില സ്മരണകൾ

## കെ.എം. സീതി സാഹിബ്

മൗലവി സാഹിബിനെക്കുറിച്ച് ഒന്നാമതായി എനിക്ക് അറിയാൻ കഴിഞ്ഞത് അദ്ദേഹത്തിന്റെ ഒരു ബന്ധുവും, എന്റെ ചെറുപ്പകാലത്ത് കൊടുങ്ങല്ലൂരിലും സമീപപ്രദേശങ്ങളിലും ഒരു വ്യാപാരിയുടെ നിലയിൽ താമസിച്ചിരുന്ന ആളുമായ പി.എം. ശാഹുൽ ഹമീദ് സാഹിബ് മുഖേനയായിരുന്നു.

അദ്ദേഹത്തിൽ നിന്നും കിട്ടിയ വിവരങ്ങൾ കൊണ്ടും മുസ്ലീം സ്വദേശാഭിമാനി എന്നീ പ്രസിദ്ധീകരണങ്ങൾ വഴിക്കുള്ള പരിചയം കൊണ്ടും മൗലവി സാഹിബിനെ ഒന്നു കാണണമെന്ന് എന്നെപ്പോലുള്ള ബാല വിദ്യാർഥികൾക്കുമാത്രമല്ല, എന്റെ പിതാവ് സീതി മുഹമ്മദ് ഹാജി സാഹിബ്, മാതുലൻ പി.കെ, മുഹമ്മദുണ്ണി സാഹിബ് അടക്കമുള്ള കൊടുങ്ങല്ലൂരിലെ മുസ്ലീം പൗരപ്രധാനികൾക്കും പൊതു പ്രവർത്തകന്മാർക്കും കലശലായ ആഗ്രഹമുണ്ടായിരുന്നു. സ്വദേശാഭിമാനി തിരുവിതാംകൂർ ഗവൺമെന്റ് ബലമായി നിർത്തിക്കളയുകയും സാഹിബിന്റെ വകയായിരുന്നതും അവകാശികൾക്ക് ഇയ്യിടെമാത്രം തിരിച്ചു കിട്ടിയതുമായ പ്രസ്സ് കണ്ടുകെട്ടുകയും പത്രാധിപർ കെ.രാമകൃഷ്ണപ്പിള്ള ബി.എ.യെ നാടുകടത്തുകയും ചെയ്തതോടുകൂടി മൗലവി സാഹിബിനെയും പത്രാധിപർ രാമകൃഷ്ണപ്പിള്ളയേയും അഴീക്കോട്ട് ഒരു പൊതു സമ്മേളനത്തിന് ക്ഷണിച്ചു വരുത്തണമെന്ന ആലോചന ഞങ്ങൾക്കുണ്ടായി. കേരള മുസ്ലീം സമുദായത്തിന്റെ വിദ്യാഭ്യാസ പരവും സാമൂഹ്യപരവുമായ ഉദ്ധാരണത്തിന് ഒരു സാരമായ പങ്ക് വഹിച്ചിട്ടുള്ള ശൈഖ് മുഹമ്മദ് മാഹിൻ ഹമദാനി തങ്ങളുടെ പരിശ്രമ ഫലമായി അഴീക്കോട് സ്ഥാപിതമായിരുന്ന ലജ്നത്തുൽ ഹാമദാനിയ്യാ സഭയുടെ പ്രഥമവാർഷിക യോഗത്തിൽ അദ്ധ്യക്ഷം വഹിക്കുവാൻ

മൗലവി സാഹിബിനെയും ആ യോഗത്തിൽ സംബന്ധിച്ച് ഒരു പ്രസംഗം ചെയ്വാൻ ശ്രീ. കെ.രാമകൃഷ്ണപ്പിള്ളയേയും ക്ഷണിക്കാൻ യോഗഭാരവാഹികൾ തീർച്ചപ്പെടുത്തി. ശ്രീ. കെ.രാമകൃഷ്ണപ്പിള്ളയെ ക്ഷണിച്ച വിവരം മൗലവി സാഹിബിനെയും, മൗലവി സാഹിബ് യോഗത്തിൽ അദ്ധ്യക്ഷം വഹിക്കുമെന്ന് രാമകൃഷ്ണപ്പിള്ളയേയും ഞങ്ങൾ അറിയിച്ചതു രണ്ടുപേരുടെയും സാന്നിദ്ധ്യം ലഭിക്കുവാൻ വളരെ സഹായിച്ചു. 1912ലാണ് പ്രസ്തുത യോഗം നടന്നതെന്നാണ് എന്റെ ഓർമ്മ. മൗലവി സാഹിബ്, അദ്ദേഹത്തിന്റെ അടുത്തബന്ധുക്കളും ശിഷ്യന്മാരുമായി അഴീക്കോട് എത്തിച്ചേർന്നു. ശ്രീ. രാമകൃഷ്ണപ്പിള്ള മൗലവി സാഹിബും പാർട്ടിയും എത്തിയ ദിവസവമോ അതിന്റെ പിറ്റെ ദിവസമോ മദ്രാസിൽ നിന്നു അഴീക്കോട്ട് എത്തി. മൗലവി സാഹിബും പാർട്ടിയും ശ്രീ. രാമകൃഷ്ണപ്പിള്ളയും എന്റെ പിതാവിന്റെ അതിഥികളായി ഞങ്ങളുടെ വീട്ടിലാണ് താമസിച്ചത്. തിരുവിതാംകൂറിൽ നിന്ന് നാടുകടത്തപ്പെട്ടിരുന്ന തനിക്ക് ആ മണ്ണിൽ കൂടി കടക്കാതെ കൊടുങ്ങല്ലൂർ എത്തുവാൻ ഏർപ്പാടുചെയ്യണമെന്ന് ശ്രീ. രാമകൃഷ്ണപ്പിള്ള കാലേക്കൂട്ടി ഞങ്ങളെ അറിയിച്ചതനുസരിച്ച് ഇരിങ്ങാലക്കുടയിൽ വണ്ടി ഇറങ്ങിയ അദ്ദേഹത്തെ കൊച്ചിശ്ശീമയിൽ കൂടിതന്നെയാണ് അഴീക്കോട്ടേക്ക് കൊണ്ടുവന്നത്.

മൗലവി സാഹിബും ശ്രീ. രാമകൃഷ്ണപ്പിള്ളയും വികാരനിർഭരമായിട്ടാണ് പരസ്പരം കുശലപ്രശ്നം ചെയ്തത്. അവർ ദീർഘനേരം പല വിഷയങ്ങളെക്കുറിച്ചും സംസാരിച്ചുകൊണ്ടിരുന്നു. അഴീക്കോട്ട് പെറിയാർപുഴവക്കിലുള്ള കടത്തുകടവിൽ തയ്യാറാക്കപ്പെട്ടിരുന്ന വിശാലമായ പന്തലിൽവച്ച് കൂടിയ വാർഷിക യോഗത്തിൽ ധാരാളം ആളുകൾ സംബന്ധിക്കുകയും, മൗലവി സാഹിബിനും രാമകൃഷ്ണപ്പിള്ളയ്ക്കും പുറമെ ഹമദാ തങ്ങൾ, ഒരു പ്രസിദ്ധ വാഗ്മിയായിരുന്ന പാലിയത്ത് ചെറിയ കുഞ്ഞുണ്ണി അച്ചൻ, ടി.കെ.കൃഷ്ണവാര്യർ, ടി.കെ. കൃഷ്ണമേനോൻ മുതലായ പല പ്രധാനികളും സാഹിത്യകാരന്മാരും സംബന്ധിക്കുകയും പ്രസംഗിക്കുകയും ചെയ്യുകയുണ്ടായി. മൗലവി സാഹിബിന്റെ ദൈവഭക്തിയും വിനയവും തുളുമ്പുന്ന ആകൃതിയും പ്രകൃതിയും അദ്ദേഹത്തിന്റെ പ്രസംഗത്തെക്കാൾ കൂടുതൽ സദസ്യരെ ആകർഷിക്കുകയുണ്ടായി.

1921-ലെ ഖിലാഫത്ത്-സഹകരണത്യാഗപ്രസ്ഥാനങ്ങൾ വിദ്യാർത്ഥികളെ ശക്തിയായി ആകർഷിച്ചിരുന്നുവല്ലോ. വിദ്യാലയ ബഹിഷ്കരണം സഹകരണത്യാഗപ്രസ്ഥാനത്തിലെ കാര്യമായ ഒരു ഇനമായിരുന്നു. മൗലവി സാഹിബ് സ്വാതന്ത്ര്യ സമരത്തെ ശക്തിയായി

അനുകൂലിച്ചിരുന്നുവെങ്കിലും വിദ്യാലയ ബഹിഷ്കരണ പരിപാടുയോടു യോജിച്ചിരുന്നില്ല. അന്നു ബി.എ ആണേഴ്സ് ക്ലാസിൽ പഠിച്ചിരുന്ന അദ്ദേഹത്തിന്റെ മരുമകൻ മി.ഹബീബ് മുഹമ്മതും ഞാനും കാളേജ് ബഹിഷ്കരിക്കാൻ തീർച്ചയാക്കിയെങ്കിലും മൗലവി സാഹിബ് ഞങ്ങളെ ആ നിശ്ചയത്തിൽ നിന്നു വിരമിക്കുവാൻ ഉപദേശിച്ചു. എന്റെ പിതാവും അതെ ഉപദേശമാണ് എനിയ്ക്കു നൽകിയത്. അതു കൊണ്ടാണ് ഞങ്ങൾ കോളേജ് പഠനം പൂർത്തിയാക്കാനിടവന്നത്. വിദ്യാർത്ഥികൾ രാഷ്ട്രീയ സമരങ്ങളിൽ പങ്കെടുക്കുന്നതിനെ മൗലവി സാഹിബ് അനുകൂലിച്ചിരുന്നില്ല. എന്നാൽ അദ്ദേഹം ഒരു വലിയ സ്വാതന്ത്ര്യ പ്രേമിയായിരുന്നു. 1921-ൽ മെസ്സേഴ്സ് യാക്കൂബ് ഹസ്സൻ, കെ.മാധവൻ നായർ, യു.ഗോപാലമേനോൻ. പി. മൊയ്തീൻ കോയ മുതലായ നേതാക്കളെ മലബാർ കലക്ടർ മി. ഇ.എഫ്.തോമസ്സ് (ഐ.സി.എസ്സ്)ന്റെ കല്പന പ്രകാരം അറസ്റ്റു ചെയ്തു വിവരം തിരുവനന്തപുരത്ത് കിട്ടിയപ്പോൾ മൗലവി സാഹിബ് തിരുവനന്തപുരത്തുണ്ടായിരുന്നു. പ്രസ്തുത അറസ്റ്റിന്റെ വിവരം കേട്ടപ്പോൾ മൗലവി സാഹിബ് ശക്തിയായ പ്രതിഷേധവും ധാർമ്മിക രോഷവും പ്രകടിപ്പിച്ചത് ഞാൻ നല്ല പോലെ ഓർക്കുന്നുണ്ട്.

1922-ൽ ഗാന്ധിജി തിരുവനന്തപുരം സന്ദർശിച്ച വേളയിൽ മൗലവി സാഹിബും ഞാനും അദ്ദേഹത്തെ ഭക്തിവിലാസ് മന്ദിരത്തിൽ വെച്ചു കണ്ടു സംസാരിക്കുകയുണ്ടായി. ഗാന്ധിജിയുടെ തിരുവനന്തപുരത്തെ പ്രസംഗം പരിഭാഷ ചെയ്യുവാനിടവന്നപ്പോൾ ലഭിച്ച പരിചയം വഴിക്കാണ് അദ്ദേഹവുമായി ഒരു അഭിമുഖ സംഭാഷണത്തിനു എനിയ്ക്കു വേഗത്തിൽ അനുമതി ലഭിച്ചത്. മൗലവി സാഹിബിനെയും എന്നെയും ഗാന്ധിജി 'ആയിയേ ആയിയേ' എന്ന് ഉറുദുവിൽ വളരെ സ്നേഹപൂർവ്വം സ്വാഗതം ചെയ്കയും കുറേ നേരം ഞങ്ങളോട് സംസാരിക്കുകയും ചെയ്തു, മൗലവി സാഹിബിന്റെ പുത്രൻ ജാമിയാ-മില്ലിയായിൽ പഠിക്കുന്ന വിവരം കേട്ടപ്പോൾ ഗാന്ധിജി വളരെ സന്തുഷ്ടനായി. ജാമിയാ-മില്ലിയായെയും, അതിന്റെ നടത്തിപ്പിൽ നേരിട്ടിരുന്ന സാമ്പത്തികമായ വിഷമതകൾ ഇല്ലാതാക്കുവാൻ ഉദാരമതികളായ ചില മുസ്ലീമീങ്ങളുടെ സഹായം തനിക്കു ലഭിച്ചു കൊണ്ടിരിക്കുന്നതിനെയും കുറിച്ച് ഗാന്ധിജി ഞങ്ങളോട് പല വിവരങ്ങളും ഉത്സാഹപൂർവ്വം പറയുകയുമുണ്ടായി. ആ യാത്രയിൽ മലബാർ സന്ദർശിക്കുന്നതിനു ഗാന്ധിജി തടസ്സമായി പറഞ്ഞ ഒരു കാരണം തന്റേതുടെ മുസ്ലീം നേതാക്കൾ ആരും അപ്പോൾ ഉണ്ടായിരുന്നില്ലെന്നതാണ്. ആ പ്രകൃതത്തിൽ ആലി സഹോദരന്മാരെയും

ഡോക്ടർ അൻസാരിയെയും ശുഐബ് ഖുറൈശിയേയും കുറിച്ച വളരെ സ്നേഹാദരങ്ങളോടെ അദ്ദേഹം സംസാരിക്കുകയുണ്ടായി. മൗലാനാ മുഹമ്മദാലി ദിനചര്യകളിൽ ചിട്ടവെക്കാത്തതാണ് അദ്ദേഹത്തിന്റെ അനാരോഗ്യത്തിന്റെ പ്രധാന കാരണമെന്നു ഗാന്ധിജി പറഞ്ഞു. ഹക്കിംജിയും ഡാക്ടർ അൻസാരിയും അവരുടെ കൃത്യനിർവ്വഹണത്തിൽ ജീവനെ ബലി കഴിക്കുവാൻ പോലും മടിക്കാതെ ഉറച്ചുനില്ക്കുന്നവരാണെന്നു അദ്ദേഹം പറഞ്ഞു.

ഗാന്ധിജിയുടെ ദക്ഷിണാഫ്രിക്കൻ സമരം മുതൽക്കു തന്നെ അദ്ദേഹത്തെക്കുറിച്ചു മൗലവി സാഹിബിനു വലിയ മതിപ്പും ബഹുമാനവുമായിരുന്നു. സ്വദേശാഭിമാനി പത്രാധിപർ ശ്രീ. രാമകൃഷ്ണപ്പിള്ള ഗാന്ധിജിയുടെ ഒരു ജീവചരിത്രം ദക്ഷിണാഫ്രിക്കൻ സഹന സമര കാലത്ത് എഴുതിയിരുന്നതായി മൗലവി സാഹിബ് പറഞ്ഞു ഞാൻ കേട്ടിട്ടുണ്ട്. അത് എനിക്കു കാണാനിട വന്നിട്ടില്ല.

മൗലവി സാഹിബിനെ വക്കത്തും പരിസരങ്ങളിലുമുള്ള ഹിന്ദുക്കൾക്കു വലിയ സ്നേഹവും ബഹുമാനവുമായിരുന്നു. ശ്രീ നാരായണഗുരുസ്വാമികൾ അദ്ദേഹത്തിന്റെ ഒരു പഴയ സുഹൃത്തായിരുന്നുവെന്ന് ഞാൻ കേട്ടിട്ടുണ്ട്. വിഷമേറ്റാൽ അത് ഇറക്കുവാൻ മൗലവി സാഹിബിനെ കൊണ്ടുപോവുക എന്നുള്ളത് സ്ഥലത്തെ പരിസരങ്ങളിലെയും ഹിന്ദുക്കളുടെ ഒരു സാധാരണ പതിവായിരുന്നു.

എന്റെ തിരുവനന്തപുരത്തെ താമസക്കാലത്തായിരുന്നു, സ്വദേശാഭിമാനി രാമകൃഷ്ണപ്പിള്ളയുടെ ജാമാതാവു ബാരിസ്റ്റർ എ.കെ. പിള്ള ഓക്സ്ഫോർഡ് സർവ്വകലാശാലയിൽ നിന്ന് പഠിപ്പുനിർത്തി, 1921-ലെ സ്വാതന്ത്ര്യസമരത്തിൽ പങ്കെടുക്കുവാൻ ഇന്ത്യയിലേക്ക് മടങ്ങുകയും തിരുവനന്തപുരത്തു താമസമാക്കികൊണ്ട് തിരുവിതാംകൂറിൽ സംഘടിതമായ വിധത്തിൽ കോൺഗ്രസ് പ്രവർത്തനങ്ങൾ സമാരംഭിക്കുകയും ചെയ്തു. മൗലവി സാഹിബും മി.പിള്ളയും തമ്മിൽ വളരെ സ്നേഹത്തിലാണ് കഴിഞ്ഞിരുന്നത്. സ്വദേശാഭിമാനി വഴിക്കുള്ള ബന്ധമായിരുന്നു, അവരെ കൂടുതൽ അടുപ്പിച്ചതെന്ന് മനസ്സിലായി. വിദ്യാർത്ഥികളായിരുന്ന ഞങ്ങളിൽ ചിലർ ശ്രീ.എ.കെ.പിള്ളയുടെ അടുത്ത സുഹൃത്തുക്കളും പ്രവർത്തകന്മാരുമായിരുന്നു. സ്വദേശാഭിമാനി ശ്രീ.കെ. രാമകൃഷ്ണപ്പിള്ളയുടെ ഒരു സ്മാരകം സ്ഥാപിക്കുന്നതിനെ സംബന്ധിച്ച് ആലോചിക്കുവാൻ ശ്രീ.രാമകൃഷ്ണപ്പിള്ളയുടെ രാഷ്ട്രീയ പ്രവർത്തകനും രാഷ്ട്രീയ ഗുരുഭൂതനുമായി ഗണിക്കപ്പെട്ടിരുന്ന ശ്രീ.കെ നാരായണ ഗുരുക്കൾ ബി.എയുടെ അദ്ധ്യക്ഷതയിൽ തമ്പാനൂർ ഹാളിൽ വെച്ചായിരുന്നുവെന്നു തോന്നുന്നു, ഒരു യോഗം

കൂടിയിരുന്നത് ഞാൻ ഓർക്കുന്നുണ്ട്. ആ യോഗ നടപടികൾ മൗലവി സാഹിബ് സജീവമായ താല്പര്യം കാണിക്കുകയുണ്ടായി. ശ്രീ. മന്നത്ത് പത്മനാഭൻ ആ യോഗത്തിൽ സംസാരിച്ച പ്രാസംഗികന്മാരിൽ ഒരാളായിരുന്നുവെന്നാണ് ഓർമ്മ. ശ്രീ. രാമകൃഷ്ണപ്പിള്ളയുടെ ധർമ്മ പത്നി ശ്രീമതി.ബി. കല്ല്യാണി അമ്മ അക്കാലത്ത് ഒരിക്കൽ തിരുവനന്തപുരത്തു വന്നതായും മൗലവി സാഹിബും ഞങ്ങളിൽ ചിലരും, അവർ താമസിച്ചിരുന്ന വഞ്ചിയൂരിലെ ഒരു ഗൃഹത്തിൽ പോയി അവരെ സന്ദർശിച്ചതായും ഞാൻ ഓർക്കുന്നുണ്ട്.

1925-ൽ ഞാൻ തിരുവനന്തപുരം വിട്ടതിനുശേഷം മൗലവി സാഹിബുമായി കണാനുള്ള സന്ദർഭങ്ങൾ വളരെ ചുരുങ്ങിപ്പോയി. എങ്കിലും കത്തുകൾ വഴിക്കും പൊതുസുഹൃത്തുക്കൾ മുഖേനയും ആ അടുത്ത സൗഹൃദബന്ധം ഞങ്ങൾ നിലനിർത്തി വന്നു. മൗലവി സാഹിബ് ദീപിക മാസിക ആരംഭിച്ചത് ഞാൻ തിരുവനന്തപുരം വിട്ടതിനു ശേഷമായിരുന്നു. 1927 മുതൽ 1932 വരെ ഞാൻ എറണാകുളത്ത് പ്രാക്ടീസ് ചെയ്തതിനുശേഷം 1932 സെപ്തംബറിലാണ് തലശ്ശേരിയിൽ പ്രാക്ടീസ് ആരംഭിച്ചത്. എറണാകുളത്ത് പ്രാക്ടീസ് ആരംഭിച്ച ശേഷം, വിശിഷ്യ, 1931ൽ എന്റെ വന്ദ്യപിതാവിന്റെ ചരമത്തിനുശേഷം വക്കത്തുപോകുവാനോ മൗലവി സാഹിബിനെ കാണ്മാനോ എനിക്ക് സാധിക്കാതെ വന്നു.

ഞാൻ തലശ്ശേരി താമസമാക്കിയിട്ട് ഏറെ താമസിക്കുന്നതിനുമുമ്പ് മൗലവി സാഹിബ് തീരെ ശരീരസുഖമില്ലാത്ത ആറ്റിങ്ങൽ ചികിത്സയിലായിരിക്കുകയാണെന്ന് എനിക്ക് വിവരം കിട്ടി. ഒട്ടും താമസിയാതെ ഞാൻ ആറ്റിങ്ങൽ പോയി, മൗലവി സാഹിബിനെ കാണുകയുണ്ടായി. തന്റെ ഉദരരോഗം വളരെ കലശലായി പോയിരുന്നുവെന്നും ഞങ്ങൾ തമ്മിൽ കാണാൻ സാധിക്കില്ലെന്നു താൻ ശങ്കിച്ചു പോയെന്നും. കാണ്മാൻ ഇടവന്നതിൽ വളരെ സന്തോഷമുണ്ടെന്നും സ്നേഹവികാരങ്ങളോടെ ആ മഹാപുരുഷൻ ഈ വിനീതനോട് പറയുകയുണ്ടായി. ഞാൻ അവസാനമായി മൗലവി സാഹിബിനെ കണ്ടത് അന്നായിരുന്നു. ഞാൻ തിരുവനന്തപുരത്ത് താമസമായിരുന്ന കാലത്ത് തന്നെ മൗലവി സാഹിബിന് ഉദരരോഗമുണ്ടായിരുന്നു. ഡോക്ടർ പീറ്റർ ലക്ഷ്മണന്റെ വിദഗ്ധമായ ചികിത്സകൊണ്ട് രോഗത്തിന് ആശ്വാസമുണ്ടായിരുന്നു. മൗലവി സാഹിബിന്റെ അനുമതിയും അനുഗ്രഹവും വാങ്ങിക്കൊണ്ട് അദ്ദേഹത്തോട് ഞാൻ യാത്ര പറഞ്ഞു പിരിഞ്ഞ രംഗം എനിക്ക് ഒരിക്കലും മറക്കുവാൻ കഴിയുകയില്ല. അതു കഴിഞ്ഞ് ഏതാനും മാസങ്ങൾക്കുള്ളിൽ അ

മഹാപുരുഷൻ നമ്മെ ദുഃഖത്തിൽ ആഴ്ത്തിക്കൊണ്ട് തന്റെ സ്രഷ്ടാവിങ്കലേക്ക് മടങ്ങി.

●

(മൗലവിയെപ്പറ്റി ജനാബ് സീതി സാഹിബ് 1958ൽ എഴുതിയ സുദീർഘമായ ലേഖനത്തിൽ നിന്ന് എന്ന പത്രാധിപ കുറിപ്പോട് കൂടി ആ സ്മരണകൾ 1962ലെ 'കഥ തുടരുന്നു' എന്ന സ്വദേശാഭിമാനി സ്മാരക പ്രസിദ്ധീകരണത്തിൽ പ്രകാശിതമായി)

# വക്കം മൗലവിയും ഐക്യമുസ്ലീം സംഘവും

പി.ഗോവിന്ദപ്പിള്ള

വക്കം മൗലവി എന്ന ചുരുക്കപ്പേരിൽ അറിയപ്പെടുന്ന വക്കം അബ്ദുൽ ഖാദർ മൗലവി (1873-1932) തിരുവനന്തപുരത്തിന് വടക്കുള്ള ചിറയിൻകീഴ് താലൂക്കിൽ വക്കം എന്ന സ്ഥലത്തെ പ്രശസ്തവും സമ്പന്നവും ആയ പൂന്ത്രാം വിളാകം കുടുംബത്തിലാണ് ജനിച്ചത്. പൊതുജനസമ്മതനും ഉറച്ച മതഭക്തനും ഭേദപ്പെട്ട വ്യാപാരിയും ആയിരുന്ന അയിത്രൂർ കായിപ്പുറത്തെ മുഹമ്മദ്കുഞ്ഞ് ആയിരുന്നു പിതാവ്. ഹാഷുബി മാതാവും. അബ്ദുൽ ഖാദറിന് നാല് സഹോദരന്മാരും ഉണ്ടായിരുന്നു. അക്കാലത്തെ ധനികരായ മുസ്ലീംകളുടെ പതിവനുസരിച്ച് മലബാറിൽ നിന്നും മറ്റും വരുത്തിയ മതപണ്ഡിതരും മതേതരവിദ്വാന്മാരും ആണ് അബ്ദുൽ ഖാദറിന്റെ ആദ്യകാല അധ്യാപകരായി പ്രവർത്തിച്ചത്.

മലബാറിലുള്ള അണ്ടത്തോട് കുഞ്ഞിപ്പോക്കർ മുസല്യാരാണ് തർക്കശാസ്ത്രം അഭ്യസിപ്പിച്ചത്. അമ്പലപ്പുഴക്കാരനും സ്ഥലത്തെ മലയാളം സ്കൂളിലെ മുൻഷിയും ആയിരുന്ന കേശവപിള്ള ആണ് മലയാളവും സംസ്കൃതവും അബ്ദുൽ ഖാദറിനെ പഠിപ്പിച്ചത്. കായൽപ്പട്ടണം, കീഴക്കര എന്നിവിടങ്ങളിൽ നിന്ന് വന്ന തമിഴ് പണ്ഡിതന്മാർ തമിഴ് ഭാഷയും തിരുവള്ളുവരുടെ തിരുകുറൽ, അഗസ്ത്യരുടെ തോൽക്കാപ്പിയം, നന്നൂൽ തുടങ്ങിയ പ്രാചീന തമിഴ് ക്ലാസിക്കുകളും ആൾവാർമാരുടെയും നായന്മാരുടെയും ഭക്തി സാഹിത്യകൃതികളും കമ്പരാമായണവും മറ്റും പഠിപ്പിച്ചു. ഇവയോടൊപ്പം ഏറ്റവും പ്രധാന്യം നൽകി അറബിയും ഖുർആൻ, ഹദീസ് തുടങ്ങിയ ഇസ്ലാമിക പുണ്യഗ്രന്ഥങ്ങളും വിവിധ വിദഗ്ധന്മാരിൽ നിന്നും പഠിച്ചു. അങ്ങനെ കൗമാരം പിന്നിടുമ്പോഴേക്കും മലയാളം, തമിഴ്, അറബി, പേർഷ്യൻ,

സംസ്കൃതം,ഉർദ്ദു, ഇംഗ്ലീഷ് തുടങ്ങിയ ഭാഷകളിലും മതവിജ്ഞാനീയത്തിൽ എന്നപോലെ മതേതര വിജ്ഞാന ശാഖയിലും അബ്ദുൽ ഖാദർ എന്ന ബുദ്ധിമാനും വിജ്ഞാനദാഹിയും ആയിരുന്ന വിദ്യാർത്ഥി അസൂയാവഹമായ അവഗാഹം നേടി.

ഈ വിപുലമായ വിദ്യാസമ്പാദനം അദ്ദേഹത്തെ മുസ്ലീം മതപണ്ഡിതൻ എന്നപോലെ പൂർവികരെപ്പോലെ വ്യവസായ വ്യാപാരികളിൽ വിദഗ്ധനായ ധനാഢ്യനും ആക്കി ഉയർത്തും എന്നാണ് മാതാപിതാക്കളും ബന്ധുജനങ്ങളും പ്രതീക്ഷിച്ചിരുന്നത്. എന്നാൽ ചെറുപ്പം തൊട്ടേ ധനസമ്പാദനത്തെക്കാൾ നല്ല കാര്യങ്ങൾക്കായി ധനം ചെലവിടുന്നതിൽ ആയിരുന്നു അബ്ദുൽ ഖാദറിന് താൽപര്യം.

അബ്ദുൽ ഖാദറുടെ ആദർശവികാസങ്ങൾക്കും ഭാവി ജീവിതചര്യക്കും വളരെയേറെ പ്രചോദനം നൽകിയ ഘടകങ്ങളിൽ പ്രധാനപ്പെട്ടതാണ് ചിറയിൻകീഴ് താലൂക്കിലെ ചെമ്പഴന്തി ഗ്രാമത്തിൽ പിറന്ന അയൽക്കാരൻ തന്നെയായ ശ്രീനാരായണഗുരുവുമായുള്ള ഗാഢ സമ്പർക്കം. ശ്രീനാരായണൻ പൂന്ത്രാം വിളാകത്തെ ഒരു നിത്യസന്ദർശകനും അബ്ദുൽ ഖാദറിന്റെ പിതാവ് മുഹമ്മദ് കുഞ്ഞിന്റെയും ജ്യേഷ്ഠൻ മുഹമ്മദ് മുഹിയുദ്ദീൻ മുസല്യാരുടെയും സുഹൃത്തുമായിരുന്നു. ജ്യേഷ്ഠൻ മുഹമ്മദ് മുഹിയുദ്ദീൻ മുസല്യാർ ഇസ്ലാമിക മതത്തിലെ കരുത്തുറ്റ പരിഷ്കർത്താക്കളായ സൂഫികളിൽ അത്യന്തം ആകൃഷ്ടനായിരുന്നു. അച്ഛനും സഹോദരനും ആയി ധർമ്മശാസ്ത്രങ്ങളെയും ആചാരപരിഷ്കാരങ്ങളെയും കുറിച്ചുള്ള ശ്രീനാരായണന്റെ ചർച്ചകളിൽ അബ്ദുൽ ഖാദറും ഇടപെട്ട് സംസാരിക്കുകയും പല പുതിയ അറിവുകളും നേടുകയും പതിവായിരുന്നു. പൂന്ത്രാംവിളാകത്തെ മറ്റ് സന്ദർശകരിൽ പ്രധാനിയായിരുന്ന റവറന്റ് ഫാദർ സാമുവൽ ഡാനിയൽ എന്ന മിഷണറി പ്രവർത്തകനുമായുള്ള സമ്പർക്കം ക്രിസ്തീയ മത പാരമ്പര്യത്തെക്കുറിച്ച് പഠിക്കാൻ അബ്ദുൽ ഖാദറിന് അവസരം നൽകി.

19-ാം നൂറ്റാണ്ടിന്റെ അന്ത്യപാദത്തിൽ അന്നത്തെ തിരുവിതാംകൂർ കേന്ദ്രമായി വളർന്നുവന്ന രാഷ്ട്രീയ സാമൂഹ്യ പ്രസ്ഥാനങ്ങളും കേരളവർമ വലിയകോയിത്തമ്പുരാന്റെയും മറ്റും നേതൃത്വത്തിൽ പ്രകാശം പരത്തിതുടങ്ങിയ മലയാള സാഹിത്യ നവീകരണ ശ്രമങ്ങളും വർത്തമാനപത്രങ്ങളും എല്ലാം അബ്ദുൽ ഖാദറിന്റെ പൊതുകാര്യതാൽപ്പര്യത്തെയും വിജ്ഞാനദാഹത്തെയും പോഷിപ്പിക്കാൻ സഹായകമായി.

പ്രമുഖ നവോത്ഥാന നായകരെയെല്ലാം പോലെ സാമൂഹ്യവും

സാംസ്കാരികവും സാമ്പത്തികവും രാഷ്ട്രീയവും ആയ ജീവിതത്തിന്റെ സകല മേഖലകളെയും സ്പർശിക്കുന്നതായിരുന്നു വക്കം മൗലവിയുടെ വീക്ഷണവും താൽപര്യവും.

എങ്കിലും സ്വാഭാവികമായി അദ്ദേഹത്തെ ഏറ്റവും കൂടുതൽ ആകർഷിച്ചത് താൻ ഉൾക്കൊള്ളുന്ന സമുദായത്തിന്റെ അക്കാലത്തെ ദയനീയ അവസ്ഥയായിരുന്നു. ഈ ദയനീയ അവസ്ഥയ്ക്ക് കാരണം അനേകവർഷങ്ങളായി അടിഞ്ഞുകൂടികൊണ്ടിരിക്കുന്ന അനാചാരങ്ങളും അന്ധവിശ്വാസങ്ങളും വിദ്യാഭ്യാസപരമായ പിന്നോക്ക അവസ്ഥയും ആയിരുന്നു എന്ന് അദ്ദേഹം നേരത്തെ തന്നെ മനസ്സിലാക്കി. ഈ രംഗങ്ങളിൽ ഉള്ള പരിഷ്കാരത്തിനും പരിശ്രമത്തിനും മറ്റെല്ലാ സമുദായങ്ങളിലും എന്ന പോലെ മുസ്ലീംകൾക്കിടയിലും യാഥാസ്ഥിതികരും സ്ഥാപിതതാൽപ്പര്യക്കാരും പുരോഹിതവർഗ്ഗവും (മുസ്ലീംകൾക്കിടയിൽ പുരോഹിതത്വം ഇല്ലെന്നാണ് വയ്പ്. എങ്കിലും ഫലത്തിൽ മൗലവിമാരും മുസല്യാർമാരും ഇമാമുകളും ഖാസികളും വർത്തിച്ചുപോന്നത് പുരോഹിതന്മാരായിട്ടാണ്) നിശിതമായ എതിർപ്പുകൾ ഉയർത്തുക സ്വാഭാവികമാണ്. പ്രവാചകന്മാരുടെയും മതാചാര്യന്മാരുടെയും വിശുദ്ധപാഠങ്ങൾ ഉയർത്തിപ്പിടിച്ചാൽ അവയെ മതനിന്ദയും ഈശ്വരനിഷേധവും പാരമ്പര്യലംഘനവുമായി ഈ വകക്കാർ മുദ്രകുത്തി പരിഷ്കർത്താക്കളെ ഒറ്റപ്പെടുത്താനും പീഡിപ്പിക്കാനും ശ്രമിക്കുക സാധാരണമത്രെ.

ഇത്തരം എതിർപ്പുകളെ നേരിട്ടുകൊണ്ടാണ് ലോകത്തിലെങ്ങും എന്ന പോലെ കേരളത്തിലും വക്കം മൗലവിയുടെ പൂർവികരായ സയ്ദ് സനാ ഉള്ള മഖ്ദി തങ്ങൾ, ഷെയ്ഖ് ഹമദാനി തങ്ങൾ, ചാലിലകത്ത് കുഞ്ഞഹമ്മദ് ഹാജി തുടങ്ങിയവർ തങ്ങളുടെ ദൗത്യം നിർവഹിച്ചതെന്ന് വക്കം മൗലവിക്ക് ബോധ്യമായിരുന്നു. ഇന്ത്യയുടെയും ലോകത്തിന്റെയും ചരിത്രത്തിലെ മുസ്ലീം പരിഷ്കർത്താക്കളുടെയും നവോത്ഥാന നായകരുടെയും ജീവിതവും കൃതികളുമായി മൗലവി പരിചയപ്പെട്ടു. ഇക്കാര്യത്തിൽ ഇപ്പോഴത്തെ മലപ്പുറം ജില്ലയിലെ എടവണ്ണ സ്വദേശി അറയ്ക്കൽ മുഹമ്മദ് എന്നൊരു പുരോഗമനവാദിയായ പണ്ഡിതൻ മൗലവിക്ക് ആവശ്യമായ അറിവുകളും പുസ്തകങ്ങളും നൽകിയതായി പറയപ്പെടുന്നു. ഈജിപ്തിലെ മുഹമ്മദ് അബ്ദു (1849-1905), റഷീദ് റിദ (1865-1935), ഇന്ത്യാക്കാരനായ ഷെയ്ഖ് അഹമ്മദ് സർഹിന്ദി (1563-1624), ജമാൽ അൽ ദിൻ അൽ അഫ്ഘാനി (1839-1897), ദില്ലിയിലെ ഷാ വലിയുള്ള (1702-1763) മുഹമ്മദ് ഇബ്നു അബ്ദുൽ വഹാബ് (1703-1792) തുടങ്ങിയവരുടെ

ചരിത്രവും ആശയങ്ങളും മൗലവി സ്വാംശീകരിച്ചു. മുസ്ലീം സർവക ലാശാല സ്ഥാപകനും ഇന്ത്യൻ മുസ്ലീംകൾക്കിടയിൽ ആധുനിക വിദ്യാഭ്യാസത്തിനുവേണ്ടി അനവരതം പ്രവർത്തിച്ച മഹാനും ആയിരുന്ന സർ സയ്ദ് അഹമ്മദ് ഖാൻ (1817-1898) മൗലവിയുടെ ആരാധ്യമാതൃകകളിൽ പ്രമുഖനായിരുന്നു. എന്നാൽ സർ സയ്ദ് അഹമ്മദ്ഖാന് നിലവിലുള്ള രാഷ്ട്രീയ ഭരണവ്യവസ്ഥയോടുണ്ടായി രുന്ന ആഭിമുഖ്യം രാജ്യദ്രോഹ കുറ്റാരോപണത്തിന് വിധേയനായി നാടുകടത്തപ്പെട്ട സ്വദേശാഭിമാനി രാമകൃഷ്ണപിള്ളയുടെ സുഹൃത്തും സംരക്ഷകനും ആയിരുന്ന മൗലവിക്ക് ഉണ്ടായിരുന്നില്ല എന്ന് പ്രത്യേകം പറയേണ്ടതില്ലല്ലോ.

തന്റെ ദൗത്യനിർവഹണത്തിന് മൗലവി കൈക്കൊണ്ട മാർഗ്ഗ ങ്ങൾ പലതായിരുന്നു. ശ്രീനാരായണനെപ്പോലെ വിദ്യ അഭ്യസിച്ച് സ്വതന്ത്രരാകാനും സംഘടിച്ച് ശക്തരാകാനും മൗലവി ജനങ്ങളെ പ്രത്യേകിച്ച് മുസ്ലീംകളെ ആഹ്വാനം ചെയ്തു.

താൻ പത്രാധിപരായുള്ള മുസ്ലീം എന്ന വാർത്താപത്രികയിൽ ഇക്കാര്യത്തെക്കുറിച്ച് മുഹമ്മദീയ സഭയുടെ ആവശ്യകത എന്ന ലേഖനത്തിൽ ഇപ്രകാരം പറയുന്നു.

കേരളത്തിലെ മുഹമ്മദീയ വർഗ്ഗക്കാർ ഏറ്റവും ശോചനീയമായ അവസ്ഥയിലാണെന്നു പറയാതെ നിവൃത്തിയില്ല. ഈ വാസ്തവത്തെ അവർ തന്നത്താൻ അറിഞ്ഞ് വേണ്ടത് പ്രവർത്തിക്കാതിരുന്നത് മാത്രമല്ല, ഇതരമതസ്ഥർ പത്രം മുഖേനയും മറ്റും പല വിധത്തിലും അവരെ ഓർമ്മിപ്പിച്ചിട്ടുപോലും ആരും ഈ വിഷയത്തിൽ ശ്രദ്ധി ക്കാതിരുന്നതിൽ വ്യസനിക്കുകയല്ലാതെ എന്താണ് ചെയ്യുക? കേരള മുഹമ്മദീയരെ കുറിച്ച് വിദ്യാവിഹീനന്മാർ എന്നുള്ള ധ്വനികൾ കർണങ്ങളെ ഭേതിക്കുമാർ ഇപ്പോഴും ഏതു ഭാഗത്തു നിന്നും മുഴങ്ങി ക്കൊണ്ടിരിക്കുന്നു.

കേരളത്തിൽ ഒരു മുഹമ്മദീയ മഹാസഭയുടെ ആവശ്യകത, അതിന്റെ മൂർധന്യത്തെ പ്രാപിച്ചിരിക്കുന്നു. മലബാർ, കൊച്ചി, തിരുവിതാംകൂർ എന്നീ സ്ഥലങ്ങളിലുള്ള ഒരു സഭ സ്ഥാപിക്കുന്നതാ യാൽ, ഈ സമുദായത്തിന് ഇപ്പോൾ നേരിട്ടിരിക്കുന്ന ദോഷങ്ങളെ അതുവഴിയായി അചിരേണ പരിഹരിക്കാവുന്നതാണ്. ഇപ്രകാരമു ള്ള സഭകളും യോഗങ്ങളും കൊണ്ടല്ലാതെ യാതൊരു സമുദായവും ഉൽഗതി പ്രാപിച്ചിട്ടില്ലെന്ന് ചരിത്രങ്ങൾ നമ്മെ പഠിപ്പിക്കുന്നു...

മൗലവിയുടെ നവോത്ഥാന സംഘടനാ യത്നങ്ങളുടെ ഉച്ചകോടി അദ്ദേഹത്തിന്റെ അധ്യക്ഷതയിൽ രൂപീകരിക്കപ്പെട്ട കേരള മുസ്ലീം

ഐക്യസംഘം ആയിരുന്നെങ്കിലും അതിനുമുമ്പുതന്നെ ഈ അഖില കേരള സംഘടനയ്ക്ക് വഴിയൊരുക്കിയ പല പ്രാദേശിക സംഘടനായത്നങ്ങൾ തിരുവിതാംകൂറിൽ വക്കം മൗലവിയും കൊച്ചിയിലും മലബാറിലും മറ്റു പരിഷ്കർത്താക്കളും ആരംഭിക്കുകയുണ്ടായി. ചിറയിൻകീഴ് മുസ്ലീം സമാജം (ചിറയിൻകീഴ് ജമാഅത്തെ ഇർഷാദ്), ആലപ്പുഴ ലജ്നത്തുൽ മുഹമ്മദീയ, തിരുവിതാംകൂർ മുസ്ലീംസഭ മുതലായ പല സംഘടനകൾ മൗലവി സ്ഥാപിക്കുകയോ പങ്കുചേർന്ന് നേതൃത്വം നൽകുകയോ ചെയ്തു. ഈ സംഘടനകളുടെ പൊതുപരിപാടിയും ദിശാബോധവും മനസ്സിലാക്കാൻ വക്കം മൗലവിയുടെ അധ്യക്ഷതയിൽ പെരുമാതുറയിൽ 1923 മെയ് 5,6 തീയതികളിൽ ചേർന്ന ചിറയിൻകീഴ് താലൂക്ക് മുസ്ലീം സമാജത്തിന്റെ പ്രഥമ സമ്മേളനത്തിൽ അംഗീകരിച്ച 12 മാർഗ്ഗനിർദ്ദേശക തത്ത്വങ്ങൾ ഉപകരിക്കും. അവ താഴെ ചേർക്കുന്നു.

1 ഓരോ മഹല്ലിലും അധിവസിക്കുന്ന മുസ്ലീംങ്ങളുടെ വയസ്, മതപരവും ലൗകികവുമായ വിദ്യാഭ്യാസയോഗ്യത,തൊഴിൽ, വാണിജ്യവ്യവസായനില, കൃഷിഭൂമിയുടെ വിസ്തീർണം,വാർഷിക വരുമാനം മുതലായവ വെളിപ്പെടുത്തുന്ന സെൻസസ് എടുക്കുക.

2 മുസ്ലീം ആൺകുട്ടികൾക്കും പെൺകുട്ടികൾക്കും കാലോചിത വിദ്യാഭ്യാസം നൽകുകയും അവരെ ഉപരിപഠനത്തിന് പ്രോത്സാഹിപ്പിക്കുകയും ചെയ്യുക.

3 പള്ളികളിൽ വിവാഹം, വിവാഹമോചനം,ജനനം, മരണം എന്നിവ രേഖപ്പെടുത്തുന്ന രജിസ്റ്റർ സൂക്ഷിക്കുക.

4 മഹല്ലുകളിൽ സമാജത്തിന്റെ യൂണിറ്റുകൾ സ്ഥാപിക്കുക.

5 പള്ളികളുടെ പുനരുദ്ധാരണം നടത്തുന്നതോടൊപ്പം പള്ളിയോടനുബന്ധിച്ച മദ്രസ, ഗ്രന്ഥശാല, വായനശാല എന്നിവ സ്ഥാപിക്കുക.

6 പള്ളികളിൽ പുരോഗമനവാദികളും പണ്ഡിതന്മാരുമായ ഖത്തീബന്മാരെ നിയമിക്കുക.

7 പള്ളികളിൽ നടത്തുന്ന ഖുത്വബയും വിവാഹവസരങ്ങളിലെ ഖുത്വബയും-പ്രാർത്ഥനാഭാഗം ഒഴികെ-മലയാളത്തിൽ നടത്തുക.

8 അന്ധവിശ്വാസങ്ങളിൽ അധിഷ്ഠിതമായ അനാചാരങ്ങൾ നിർത്തുക.

9 മുസ്ലീംകളെ ലൗകിക വിദ്യാഭ്യാസത്തിലേക്ക് ആകർഷിക്കാനുതകും വിധം കൂടുതൽ വിദ്യാലയങ്ങൾ സ്ഥാപിക്കുക.

ഗവൺമെന്റ് വിദ്യാലയങ്ങളിൽ അറബി അധ്യാപകരെ നിയമിക്കുക. ഈ അടിയന്തരാവശ്യങ്ങൾ നേടുന്നതിനായി അധികൃതസമക്ഷം നിവേദനം സമർപ്പിക്കുക.

10 മുസ്ലീംകളുടെ ഇടയിലുള്ള സാമ്പത്തിക ദുരിതവും തൊഴിലില്ലായ്മയും പരിഹരിക്കുന്നതിനായി ഓരോ മഹല്ലിലും സാഹചര്യങ്ങൾക്ക് യോജിച്ച കുടിൽ വ്യവസായങ്ങൾ ആരംഭിക്കുക.

11 ഇസ്ലാമിക ഗ്രന്ഥങ്ങൾ മലയാളത്തിലും അറബ്-മലയാളത്തിലും പ്രസിദ്ധീകരിക്കുക. ഒരു പ്രസിദ്ധീകരണശാലയവും ഒരു വൃത്താന്തപത്രവും തുടങ്ങുക.

മുസ്ലീംകളുടെ വിദ്യാഭ്യാസകാര്യത്തിൽ വക്കം മൗലവിയും അദ്ദേഹത്തിന്റെ അനുയായികളും നൽകിയ സേവനത്തിന്റെ വൈപുല്യവും പ്രാധാന്യവും മനസ്സിലാക്കാൻ അക്കാലത്തെ തിരുവിതാംകൂറിലെ മുസ്ലീം വിദ്യാഭ്യാസത്തിന്റെ ശോചനീയമായ അവസ്ഥ മനസ്സിലാക്കേണ്ടിയിരിക്കുന്നു.

1914 ഡിസംബർ 15-ാം തീയ്യതിയിലെ തിരുവിതാംകൂർ സ്റ്റേറ്റ് ഗസറ്റിലെ നടപടിക്കുറിപ്പ് കാണുക.

മുഹമ്മദീയ വിദ്യാഭ്യാസം ഇപ്പോഴും അതൃപ്തികരമായ സ്ഥിതിയിൽ ഇരിക്കുന്നു എന്നും വിദ്യാഭ്യാസത്തിന് ആ വർഗക്കാർക്ക് നൽകിയിട്ടുള്ള സൗകര്യങ്ങളെ അവർ മതിയായിടത്തോളം ഉപയോഗപ്പെടുത്തിയിട്ടില്ലെന്നും ഡയറക്ടറുടെ റിപ്പോർട്ടിൽ നിന്നും ഗവൺമെന്റ് വ്യസനസമേതം അറിയുന്നു. ലോവർ ഗ്രേഡ് ഗവൺമെന്റ് പാഠശാലകളിൽ ഫീസുകൂടാതെ നൽകപ്പെടുന്ന വിദ്യാഭ്യാസത്തെ ആ വർഗത്തിൽ ചേർന്നവരായ കൂടുതൽ എണ്ണം ബാലന്മാർ ഉപയോഗപ്പെടുത്താതിരിക്കുന്ന കാലത്തോളം, ഫീസിൽ കൂടുതൽ ആനുകൂല്യങ്ങളാകട്ടെ, അന്യരാജ്യങ്ങളിൽ നിന്ന് സാങ്കേതികവിദ്യകൾ അഭ്യസിക്കുന്നതിന് വിദ്യാർത്ഥി വേതനങ്ങൾ ആകട്ടെ, മുഹമ്മദീയരുടെയിടയിൽ വിദ്യാഭ്യാസം അഭിവൃദ്ധിപ്രാപിക്കുന്നതിന് ഉപയോഗിക്കുകയില്ലെന്ന് ഡയറക്ടർ അഭിപ്രായപ്പെട്ടതിനോട് ഗവൺമെന്റ് യോജിക്കുന്നു. ആ വർഗത്തിലെ പ്രമാണികൾ ഉത്സാഹിക്കുകയും പാഠശാലകളിൽ കൂടുതൽ ഹാജരാകുന്നതിന് യത്നിക്കുകയും ചെയ്യേണ്ടത് അതിപ്രധാനമാകുന്നു. അങ്ങനെ ചെയ്യുമ്പോൾ ആ വർഗക്കാർക്ക് കൂടുതലായി എന്തു സൗകര്യങ്ങൾ നൽകണം എന്ന് ആലോചിക്കുന്നതിനുള്ള കാലം എത്തും. മുഹമ്മദീയ വിദ്യാഭ്യാസത്തെപ്പറ്റി കൂടുതലായി അന്വേഷണം നടത്താൻ ഡയറക്ടർ ആലോചിക്കുന്നുണ്ട്. കാര്യനടത്തിപ്പിന് ഉതകുന്ന വല്ല നിർദേശങ്ങളും കിട്ടുന്ന പക്ഷം അദ്ദേഹം

ഗവൺമെന്റിന് എഴുതി ബോധപ്പിക്കുന്നതും ആകുന്നു.

ഉത്തരവിൻപ്രകാരം

എ.ജെ വിയറാ

ഗവൺമെന്റ് ചീഫ് സെക്രട്ടറി

ഈ അറിയിപ്പിൻ പ്രകാരം പല നിർദ്ദേശങ്ങളും സർക്കാരിന് ലഭിക്കുകയുണ്ടായി. അതേ സംബന്ധിച്ച് വിശദമായ ചർച്ചകൾ വക്കം മൗലവിയും സുഹൃത്തുക്കളും പത്രപംക്തികളിൽ നടത്തുകയും ചെയ്തു. ഇവയുടെ പരിണതഫലമായി മുസ്ലീം വിദ്യാഭ്യാസം പ്രചരിപ്പിക്കുക എന്ന ലക്ഷ്യം മുൻനിർത്തി ഒരു ആലോചനയോഗം വിദ്യാഭ്യാസ ഡയറക്ടർ വിളിച്ചു ചേർത്തു. സംസ്ഥാനത്തിന്റെ വിവിധ ഭാഗങ്ങളിൽ നിന്നുള്ള പ്രതിനിധികളുമായുള്ള ചർച്ചകൾക്കുശേഷം താഴെ ചേർക്കുന്ന അഞ്ച് പൊതു നിഗമനങ്ങൾ സമ്മേളനം ആവിഷ്കരിച്ചു.

ഒന്ന്, വിദ്യാഭ്യാസവിഷയത്തിൽ മുസ്ലീംകൾ പിന്നോക്കം നിൽക്കുന്നതിന്റെ പ്രധാനകാരണം അലസതയാണ്. അവരെ സമീപിച്ച് ഉൽബുദ്ധരാക്കാനും കുട്ടികളെ സ്കൂളുകളിൽ ചേർക്കാനും താലൂക്ക് കമ്മറ്റികൾ രൂപീകരിക്കുക.

രണ്ട്, മുസ്ലീങ്ങൾ മതവിഷയത്തിൽ പ്രത്യേകം നിഷ്ഠയുള്ളവരാകയാൽ അറബി ഭാഷാഭ്യസനത്തിൽ നിലവിലുള്ളതിൽ കൂടുതൽ ശ്രദ്ധ ചെലുത്തുക. ഇരുപത്തഞ്ചോ അതിൽ കൂടുതലോ മുഹമ്മദീയ ബാലന്മാർ പഠിക്കുന്ന സ്കൂളുകളിൽ അറബി മുൻഷിമാരെ നിയമിക്കുക.

മൂന്ന്, ഈ കാര്യങ്ങളിൽ പ്രത്യേക ശ്രദ്ധ ചെലുത്തുന്നതിനായി അറബി ഭാഷയിൽ വ്യുൽപ്പത്തിയുള്ള രണ്ടിൽ കുറയാതെ ഇൻസ്പെക്ടർമാരെ നിയമിക്കുക.

നാല്, മെട്രിക് ക്ലാസ് മുതൽ പഠിക്കുന്ന കുട്ടികൾക്ക് സ്കോളർഷിപ്പ് ഏർപ്പെടുത്തുക.

അഞ്ച്, മുഹമ്മദീയ ഗ്രാന്റ് സ്കൂളുകൾക്ക് മുഴുവൻ ശമ്പളവും നൽകുക.

ഇവയുടെ അടിസ്ഥാനത്തിൽ 74 പ്രാദേശിക സമിതികൾ സ്ഥാപിക്കുകയും 75 പുതിയ മുസ്ലീം സ്കൂളുകൾ ആരംഭിക്കുകയും ചെയ്തു. ഈ സ്കൂളുകളിൽ ആധുനിക പാഠ്യപദ്ധതി അനുസരിച്ചുള്ള വിഷയങ്ങൾക്ക് പുറമെ ഖുർആൻ പഠിപ്പിക്കാനും വ്യവസ്ഥ ചെയ്തിരുന്നു. ഈ സ്കൂളുകളിലും മറ്റ് എല്ലാ പൊതുവിദ്യാലയങ്ങളിലും മുസ്ലീംകൾക്ക് ഫീസ് ആനുകൂല്യവും അറബി മുൻഷിമാർക്ക് പ്രോത്സാഹകരമായ

സഹായധനവും നൽകിത്തുടങ്ങി. അറബി മുൻഷിമാരെ നിയമിക്കുന്നതിനാവശ്യമായ യോഗ്യത നിർണയിക്കാൻ വക്കം മൗലവിയെ അധികാരപ്പെടുത്തി. പാഠ്യപദ്ധതി തയ്യാറാക്കുന്ന സമിതികളിൽ മൗലവിയും നിയമിക്കപ്പെട്ടു. പ്രാഥമിക വിദ്യാലയങ്ങളിൽ പഠിപ്പിക്കാനുള്ള അറബിപാഠപുസ്തകങ്ങൾ മൗലവി തന്നെ തയ്യാറാക്കി.

മൗലവിയുടെയും മറ്റ് പരിഷ്കർത്താക്കളുടെയും ലക്ഷ്യങ്ങലിൽ സ്ത്രീവിദ്യാഭ്യാസത്തിന് പ്രത്യേകം ഊന്നൽ നൽകി. സ്ത്രീവിദ്യാഭ്യാസത്തിന് മുസ്ലീം യാഥാസ്ഥിതികർക്കുള്ള എതിർപ്പിനെ നേരിടാൻ പുണ്യഗ്രന്ഥങ്ങളിലെ ഉദ്ധരണികളും യുക്തിവാദങ്ങളും മൗലവി സുലഭമായി ഉപയോഗിച്ചു.

ഇതിൽ നിന്നൊക്കെ വ്യക്തമാകുന്ന ഒരു കാര്യം വക്കം മൗലവിയും പരിഷ്കർത്താക്കളും മുസ്ലീം വിദ്യാഭ്യാസ പ്രചാരണത്തിനുവേണ്ടി സ്വന്തമായ സ്കൂളുകൾ സ്ഥാപിക്കുന്നതിനുപകരം സർക്കാരിനെക്കൊണ്ട് ആ കൃത്യം നിർവഹിപ്പിക്കുക എന്നതായിരുന്നു. സ്വന്തമായി മുസ്ലീംകൾക്കുവേണ്ടി മദ്രസ്സ പോലെയും മറ്റും സ്വകാര്യ വിദ്യാലയങ്ങൾ സ്ഥാപിക്കുന്നതിന് സംഘടനാപരമായും സാമ്പത്തികമായും വൈഷമ്യങ്ങൾ ഉണ്ടായിരിക്കാം എന്ന വസ്തുത വിസ്മരിക്കുന്നില്ല. എന്നാൽ അത് മാത്രമായിരുന്നു ഈ പരിപാടിക്ക് കാരണം എന്ന് തോന്നുന്നില്ല. വേണ്ടത്ര പഠിപ്പോ മറ്റ് യോഗ്യതകളോ ഇല്ലാതെ പ്രാദേശിക മുല്ലമാരും മറ്റും ആധുനിക വിജ്ഞാന മേഖലകളെ ഒഴിവാക്കിക്കൊണ്ട് പള്ളിക്കാരുടെ കീഴിൽ വിദ്യാലയങ്ങൾ നടത്തുന്നതിനേക്കാൾ ഭേദം സർക്കാരിന്റെ കീഴിൽ അറബിയും ഖുർആനും പഠിപ്പിച്ചുകൊണ്ടാണെങ്കിലും അതിനപ്പുറം മതനിരപേക്ഷമായ ആധുനിക വിദ്യാഭ്യാസം നൽകുക എന്ന ഉചിതമായ ലക്ഷ്യം പരിഷ്കർത്താക്കൾക്ക് ഉണ്ടായിരുന്നിരിക്കണം. മുസ്ലീംകൾക്കിടയിൽ ഈ പരിപാടികൾ ഉളവാക്കിയ പുരോഗതി 1921-ലെയും 1931 ലെയും കനേഷുമാരി കണക്കുകളിൽ നിന്ന് വ്യക്തമാകും.

ഈ വമ്പിച്ച മാറ്റങ്ങൾക്കു പുറകിൽ പ്രവർത്തിച്ച മുഖ്യ പരിഷ്കർത്താവ് വക്കം അബ്ദുൽ ഖാദർ മൗലവി ആയിരുന്നെന്നും മൗലവിയുടെ ഈ വഴിക്കുള്ള യത്നങ്ങൾ മുസ്ലീംകളുടെ മാത്രമല്ല, കേരളീയരുടെ ആകെ പുത്തനുണർവിന് നൽകിയ സേവനമായിരുന്നു എന്നും ആർക്കും കാണാൻ കഴിയും.

ഇക്കാര്യം അധികൃതർക്കും ജനങ്ങൾക്കും ബോധ്യമായിരുന്നു എന്നതിന് തെളിവാണ് അന്നത്തെ തിരുവിതാംകൂർ വിദ്യാഭ്യാസ ഡയറക്ടർ ഇപ്രകാരം പറഞ്ഞതായി കേരള സർവകലാശാലയിലെ

ചരിത്രവകുപ്പ് പ്രൊഫസറായിരുന്ന എ.പി ഇബ്രഹാം കുഞ്ഞ് രേഖപ്പെടുത്തുന്ന ഈ പ്രസ്താവം.

മൗലവിയും മുസ്ലീമും കൂടി മുസ്ലീം സമുദായത്തിന് വിദ്യാഭ്യാസവിഷയത്തിൽ ചെയ്തിട്ടുള്ള സേവനം സർക്കാർ ഇന്നുവരെ ചെയ്തിട്ടുള്ളതിൽ എത്രയോ വലുതാണ്. ഒരുപക്ഷേ, സർക്കാരിന് ഇത്രയെങ്കിലും മുന്നോട്ടു പോകാൻ കഴിഞ്ഞത് ആ പ്രവർത്തനങ്ങളുടെ പിന്തുണയുണ്ടായിരുന്നതു കൊണ്ട് മാത്രമാണ്...

(മാപ്പിള മുസ്ലീംസ് ഓഫ് കേരള, തിരുവനന്തപുരം, 1983, പുറം 243)

ദൗത്യനിർവഹണത്തിനും ആശയ പ്രചാരണത്തിനും ആയി പത്രമാസികകളും പുസ്തകങ്ങളും വക്കം മൗലവി പ്രസിദ്ധീകരിച്ചുപോന്നു. മലയാളത്തിലും അറബി-മലയാളത്തിലും അദ്ദേഹം ഊർജസ്വലമായ ശൈലിയിൽ ലേഖനങ്ങളും പുസ്തകങ്ങളും ലഘുലേഖകളും എഴുതി പ്രസിദ്ധീകരിച്ചു പോന്നു. വക്കം മൗലവിയുടെ പത്രപ്രവർത്തനയത്നത്തിൽ പ്രഥമവും കേരള രാഷ്ട്രീയ ചരിത്രത്തിൽ അവിസ്മരണീയമായ കോളിളക്കം സൃഷ്ടിച്ചതും സ്വദേശാഭിമാനി എന്ന പ്രതിവാര പത്രമായിരുന്നു. 1905 ൽ ബ്രിട്ടീഷ് അധീനതയിൽ ആയിരുന്ന അഞ്ചുതെങ്ങിൽ നിന്നാണ് അത് ആരംഭിച്ചത് എങ്കിലും 1906-ൽ അതിന്റെ ആസ്ഥാനം വക്കത്തേക്ക് മാറ്റുകയാണ് ഉണ്ടായത്. ഉടമസ്ഥനും മാനേജിംഗ് എഡിറ്ററും മൗലവി തന്നെയായിരുന്നു. തുടക്കത്തിൽ അൽപ്പകാലം ചിറയിൻകീഴ് സി.പി ഗോവിന്ദപ്പിള്ള ആയിരുന്നെങ്കിലും വക്കത്തേക്ക് ആസ്ഥാനം മാറ്റിയതിനെത്തുടർന്ന് പിൽക്കാലത്ത് സ്വദേശാഭിമാനി എന്ന വിശേഷണത്തോട്ടുകൂടി അറിയപ്പെട്ട കെ. രാമകൃഷ്ണപിള്ള പത്രാധിപത്യം ഏറ്റെടുത്തു. സ്വതന്ത്രബുദ്ധിയും അഴിമതിക്കും കൊള്ളരുതായ്മക്കും എതിരെ പടപൊരുതുന്ന നിർഭയനും ആയിരുന്ന രാമകൃഷ്ണപിള്ള ആദ്യം മൗലവിയുടെ ക്ഷണം നിരസിക്കുകയാണ് ചെയ്തതെങ്കിലും പത്രാധിപരുടെ പ്രവർത്തന സ്വാതന്ത്ര്യത്തിൽ താനൊരിക്കലും ഇടപെടുന്നതല്ലെന്ന് വാക്കുകൊടുത്തശേഷമാണ് രാമകൃഷ്ണപിള്ള ഈ ചുമതല ഏറ്റത്. വക്കം മൗലവി ഈ വാഗ്ദാനം നൽകിയത് വേണ്ടത്ര ആലോചിക്കാതെ തൽക്കാലത്തെ കാര്യം നേടാനാണെന്ന് ധരിക്കാൻ പഴുത് കാണുന്നില്ല. സ്വദേശാഭിമാനി എന്ന പേരുതന്നെ മൗലവിയുടെ രാജ്യസ്നേഹത്തിനും സ്വതന്ത്രബുദ്ധിക്കും തെളിവാണ്. അതിന് പുറമെ, അഞ്ചുതെങ്ങിൽ നിന്ന് പുറപ്പെട്ട പ്രഥമ ലക്കത്തിലെ ആദർശലക്ഷ്യങ്ങൾ വിവരിക്കുന്ന മുഖപ്രസംഗത്തിൽ പിൽക്കാലത്ത് അറം പറ്റിയത് പോലെ പരിഗണമിച്ച അവസാന വാചകം ശ്രദ്ധേയമാണ്.

ഞങ്ങൾക്കുണ്ടാകുന്ന വല്ല ആപത്തുകളെയും ഭയന്ന് പൊതുജന സങ്കടങ്ങളെ ഞങ്ങൾ മറച്ചുവയ്ക്കുന്നതല്ല, നിശ്ചയം.

ഇവ വീൺവാക്കുകളായിരുന്നില്ലെന്ന് ചരിത്രം തെളിയിച്ചു. രാജകുടുംബവും ശങ്കരൻതമ്പിയെപ്പോലുള്ള ആശ്രിതന്മാരും ദിവാൻ രാജഗോപാലാചാരിയും മറ്റ് ഉന്നതസ്ഥാനീയരും നടത്തിവന്ന സ്വജനപക്ഷപാത പ്രവർത്തനങ്ങളെയും അഴിമതികളെയും തുറന്നുകാട്ടുന്ന രാമകൃഷ്ണപിള്ളയുടെ മുഖപ്രസംഗങ്ങളും വാർത്താലേഖനങ്ങളും അപകടത്തിലേക്കാണ് പോകുന്നതെന്ന് തുടക്കം മുതലേ വ്യക്തമായിരുന്നു. ഈ പോക്ക് ശരിയല്ലെന്ന് മൗലവിയെ പല സുഹൃത്തുക്കളും ഉപദേശിച്ചുവരികയും ചെയ്തിരുന്നു. പക്ഷേ, അതൊന്നും കൊണ്ട് മൗലവി തന്റെ പത്രാധിപരെ നിയന്ത്രിക്കാൻ ശ്രമിക്കാതിരുന്നത് വാഗ്ദാനപാലത്തിനുള്ള നിഷ്കർഷകൊണ്ടെന്നപോലെ രാമകൃഷ്ണപിള്ളയോടൊപ്പം പൊതുജീവിത ശുദ്ധിയിലുള്ള വിശ്വാസവും അഴിമതികളോടുള്ള വിരോധവും കൊണ്ടുകൂടി ആയിരുന്നു. ഒടുവിൽ 1910 സെപ്റ്റംബർ 26 ന് സർക്കാർ പത്രം നിരോധിക്കുകയും പത്രാധിപരെ രാജ്യഭ്രഷ്ടനാക്കി നാടുകടത്തുകയും അച്ചുകൂടവും സാമഗ്രികളും എല്ലാം കണ്ടുകെട്ടുകയും ചെയ്തപ്പോഴും ആദർശധീരനായ വക്കം മൗലവി അൽപ്പംപോലും പതറിയില്ല. അക്കാലത്ത് പതിവുള്ള പ്രകാരം തിരുമനസിനോട് ക്ഷമാപണം നടത്തിയതുമില്ല. നാടുവിട്ട തന്റെ ഉത്തമ സുഹൃത്ത് രാമകൃഷ്ണപിള്ളയുമായി ബന്ധം പുലർത്തിയതായും കഴിവുള്ള സഹായ സഹകരണങ്ങൾ രഹസ്യമായിട്ടെങ്കിലും ചെയ്തു വന്നിരുന്നതായും കേൾവിയുണ്ട്. സർക്കാരിന്റെ കഴുകൻ കണ്ണുകളിൽ ഇതൊക്കെ കാണാറുണ്ടായിരുന്നെങ്കിലും വക്കം മൗലവിയുടെ സാമൂഹ്യപദവിയെയും പ്രശസ്തിയെയും പരിഗണിച്ച് മൗനം ഭജിക്കുകയായിരുന്നു എന്നും പറയപ്പെടുന്നു. 1957-ൽ അധികാരത്തിൽ എത്തിയ ഇ.എം.എസ് നമ്പൂതിരിപ്പാടിന്റെ പ്രഥമ കമ്യൂണിസ്റ്റ് മന്ത്രിസഭയാണ് മൗലവി കുടുംബത്തിന് അച്ചുകൂടവും മറ്റ് സാമഗ്രികളും തിരികെ നൽകിയത് എന്നത് അർത്ഥവത്താണ്.

വക്കം മൗലവിയുടെ നവോത്ഥാന യത്നങ്ങളുടെ ദീപശിഖയായി വർത്തിച്ച മുസ്ലീം എന്ന മാസികയാണ് അദ്ദേഹം ആരംഭിച്ച രണ്ടാമത്തെ പത്രിക (1906 ജനുവരി) എന്നു പറയാം. സാമ്പത്തികമായി സ്വദേശാഭിമാനി പോലെതന്നെ മുസ്ലീമും ഒരു നഷ്ടക്കച്ചവടം ആയിരുന്നു. അതിന്റെ ഒമ്പത് ലക്കം മാത്രമേ ഇറക്കാൻ കഴിഞ്ഞുള്ളൂ. പക്ഷേ ഈ ഒമ്പത് ലക്കങ്ങളിലൂടെ ആ മാസിക തൊടുത്തുവിട്ട പരിവർത്തനത്തിന്റെ അലകൾ കേരളത്തിന്റെ അന്തരീക്ഷത്തിൽ

ഇനിയും നിലച്ചിട്ടില്ല. മുസ്ലീം മാസികയുടെ ആദർശലക്ഷ്യങ്ങൾ ആവിഷ്ക്കരിക്കുന്ന പ്രഥമ മുഖപ്രസംഗത്തിൽ നിന്ന് ചില ഭാഗങ്ങൾ.

തിരുവിതാംകൂറിൽത്തന്നെ 1,90,568 മുഹമ്മദീയ മതക്കാരുണ്ട്. ഇവർ ആകെക്കൂടിയുള്ള ജനസംഖ്യയിൽ നൂറിന് ആറര വീതമേ ആകുന്നുള്ളൂ, ഈ തുക സാധാരണയിൽ കുറവാണെന്നു പറഞ്ഞുകാണുന്നു. സ്ത്രീപുരുഷന്മാരുടെ കണക്കുനോക്കുമ്പോൾ മുസൽമാന്മാരിൽ പതിനഞ്ച് പുരുഷന് ഒരു സ്ത്രീ വീതമാണ് അക്ഷരജ്ഞാനമുള്ളവരെന്നും വെളിവാകുന്നു. മുസൽമാന്മാരിൽ ആയിരം ആണുങ്ങളിൽ എൺപത്തിനാലുപേർ വീതം അക്ഷരജ്ഞാനമുള്ളവരായുണ്ട്. സ്ത്രീകളാകട്ടെ നൂറിന് ഒരാൾ വീതമെ അക്ഷരജ്ഞാനമുള്ളവരായുള്ളൂ. ഇരുപതു വയസ്സിനു മേൽ പ്രായമുള്ള മുസൽമാന്മാരിൽ പതിനഞ്ചു പുരുഷന് ഒരു സ്ത്രീവീതമാണ് അക്ഷരജ്ഞാനന്മാരിൽ വെളിവാകുന്നതാണ്. മുസൽമാന്മാരിൽ നൂറിന് എഴുപത്തിമൂന്നേമുക്കാലിൽപരം വീതം ആളുകൾ എഴുതുവാനോ വായിക്കുവാനോ പരിചയമില്ലാത്തവരാകുന്നു. ഈ വിധ കണക്കുകൾ നോക്കുമ്പോൾ ഈ നാട്ടിലെ മുസൽമാന്മാരുടെ വളർച്ചയില്ലായ്മയെപ്പറ്റി വ്യസനം തോന്നുന്നു.

കൃഷി, കച്ചവടം, ചില്ലറ കൈത്തൊഴിൽ എന്നീ വേലകളിലാണ് മുസൽമാന്മാർ കാലക്ഷേപം ചെയ്തുപോന്നത്. ഇവ നടത്തുന്നത് പാരമ്പര്യത്തിൽ കിട്ടുന്ന അറിവുകൊണ്ടല്ലാതെ അതാതു തൊഴിലിലുള്ള വിശേഷ വിദ്യാഭ്യാസം കൊണ്ടല്ല. പഠിത്തം കൂടാതെ നടന്നുവരുന്ന ഈ തൊഴിലുകളിലും മുസൽമാന്മാർ താഴോട്ട് പോകുന്നു എന്നു ശങ്കിക്കാൻ വക കാണുന്നുണ്ട്. ഈ സമുദായത്തിന്റെ ഇടയിലുള്ള മതാചാരങ്ങളുടെയും നടപടികളുടെയും സംഗതിയിലും പല കുറവുകളും കുഴക്കുകളും ഉണ്ടായിട്ടുണ്ട്. ഈ വിഷയങ്ങളിൽ മുസൽമാന്മാർ ശരിയായ അറിവും വഴിയും മനസിലാക്കേണ്ടത് ആവശ്യമെന്നു കണ്ടിരിക്കുന്നു. മുഹമ്മദീയരുടെ ഇടയിൽ കാലോചിത വിദ്യാഭ്യാസത്തിന് അഭിവൃദ്ധിയുണ്ടാകാത്തത് മതസംബന്ധമായ തടസത്താലാണെന്ന് ചിലർക്ക് ഒരു പക്ഷമുണ്ട്. ഇതു തീരെ അടിസ്ഥാനമില്ലാത്തതാകുന്നു. പബ്ലിക് പള്ളിക്കൂടങ്ങളിൽ ചേർന്ന് പഠിക്കുവാൻ കുട്ടികളെ അയയ്ക്കുന്നതിന് ഈ ജനങ്ങൾക്ക് വേണ്ടുവോളം ഉത്സാഹം ഉണ്ടായിട്ടുമില്ല. പള്ളിക്കൂടങ്ങളെപ്പോലെതന്നെ അറിവിനെ പ്രചരിപ്പിക്കുന്ന വിഷയത്തിൽ പത്രികകളും വളരെ ശക്തിയുള്ള യന്ത്രങ്ങളാകുന്നു. മേൽപ്പറഞ്ഞ പല കാര്യങ്ങളിലും മുസൽമാന്മാർക്ക് ഉണർവ് വരുത്തുവാൻ ഒരു പ്രത്യേക പത്രിക ഉണ്ടായിരിക്കുന്നത് അനാവശ്യമെന്ന് വരുന്നതല്ലല്ലോ.

1918 ഏപ്രിലിൽ അറബി-മലയാളം ഭാഷയിൽ വക്കം മൗലവി ആരംഭിച്ച അൽ ഇസ്ലാം മാസിക അഞ്ചുലക്കങ്ങളേ പുറത്തു വന്നുള്ളൂവെങ്കിലും അവയും അക്കാലത്ത് പരിഷ്കരണ പ്രവർത്തനങ്ങൾക്ക് ഉത്തേജകരമായിരുന്നു. 1932-ൽ അന്തരിക്കുന്നതിന് ഏതാനും മാസങ്ങൾക്കുമുമ്പ് അദ്ദേഹം ആരംഭിച്ച ദീപിക എന്ന കാലികവും എടുത്തുപറയത്തക്കതാണ്.

അദ്ദേഹം അറബിയിലും മലയാളത്തിലും അറബി-മലയാളത്തിലും രചിച്ച പുസ്തകങ്ങളുടെ വിവരം ചുരുക്കമായി താഴെ ചേർക്കുന്നു.

മതസാമുദായിക വിഷയങ്ങളെക്കുറിച്ച് ഒട്ടേറെ മികച്ച ലേഖനങ്ങൾ വക്കം മൗലവി എഴുതിയിട്ടുണ്ട്. അദ്ദേഹത്തിന്റെ രചനകളുടെയെല്ലാം ഉദ്ദേശ്യം സമുദായപരിഷ്കരണമായിരുന്നു. ഇവയ്ക്കുപുറമെ ഏതാനും ഗ്രന്ഥങ്ങളും അദ്ദേഹം രചിച്ചിട്ടുണ്ട്. നബിമാർ, ഖുർആൻ വ്യാഖ്യാനം, തഅലീമുൽ ഖിറാഅ:, ഇൽമുത്തജ്‌വീദ് എന്നീ കൃതികൾ ആനുകാലിക പ്രസിദ്ധീകരണങ്ങളിൽ വന്ന ലേഖനങ്ങൾ സമാഹരിച്ചവയാണ്. മതപാഠശാലകളിലെ വിദ്യാർത്ഥികൾക്കുവേണ്ടി രചിച്ചവയാണവ. ഇസ്ലാംമതസിദ്ധാന്ത സംഗ്രഹം, ഊഉസ്വബാഹ് എന്നിവയാണ് വക്കം മൗലവിയുടെ സ്വതന്ത്ര രചനകൾ. മുഹമ്മദിബ്നു അബ്ദുൽ വഹാബ്, ഇബ്നുതൈമിയ്യ: എന്നിവർക്കെതിരെയുള്ള യാഥാസ്ഥിതിക പണ്ഡിതരുടെ വിമർശനങ്ങൾക്കു മറുപടിയാണ് ഊഉസ്വബാഹ് (പുലർവെളിച്ചം). 1930-ൽ രചിച്ച ഈ കൃതി പ്രസിദ്ധപ്പെടുത്തിയത്, നിലക്കാമുക്ക് ഇസ്ലാം ധർമപരിപാലന സംഘമാണ്. സയ്യിദ് സുലൈമാൻ നദ്‌വിയുടെ മആരിഫ് എന്ന ഉർദു മാസികയിൽ പ്രസിദ്ധപ്പെടുത്തിയ അഹ്ലുസുന്നതി വൽജമാഅ: എന്ന ലേഖനം അദ്ദേഹം അറബി-മലയാളത്തിലേക്ക് വിവർത്തനം ചെയ്ത് പുറത്തിറക്കി. നദ്‌വിയുടെ മറ്റൊരു ഉർദുഗ്രന്ഥം ഇസ്ലാമിന്റെ സന്ദേശം എന്ന പേരിൽ വിവർത്തനം ചെയ്തു. ഇമാംഗസാലിയുടെ കീമിയാസആദ: (പേർഷ്യൻ)യും അദ്ദഹം ഭാഷാന്തരം ചെയ്ത് പ്രസിദ്ധീകരിച്ചു. 1917-ൽ വക്കത്ത് ഇസ്ലാമിക് പബ്ലിഷിംഗ് ഹൗസ് സ്ഥാപിച്ചു.

(ഇസ്ലാമിക വിജ്ഞാനകോശം, പുറം 50-51)

വക്കം മൗലവിയുടെ കാലത്തെ കേരള മുസ്ലീം സമൂഹം വിദ്യാഭ്യാസരംഗത്ത് മാത്രമല്ല അധോഗതിയിൽ പെട്ടിരുന്നത്. ഇസ്ലാം മതവിശ്വാസത്തിന്റെയും ആരാധനാക്രമങ്ങളുടെയും കാര്യത്തിലും മൗലവിയെപ്പോലുള്ളവർ അനിസ്ലാമികം എന്ന് വിശേഷിപ്പിച്ച അനാചാരങ്ങളും അന്ധവിശ്വാസങ്ങളും വ്യാപകമായിരുന്നു. വക്കം മൗലവിയുടെ തിരഞ്ഞെടുത്ത കൃതികളുടെ (വക്കം, 1979) ആമുഖ

ഉപന്യാസത്തിൽ എ. മുഹമ്മദ് ജവാദ് എഴുതുന്നു.

ലോകത്തെല്ലായിടത്തും മുസ്ലീം സമുദായത്തെ അടിമുടി ഗ്രസിച്ചിരുന്ന അതേ ദിഷ്പ്രവണതകളെത്തന്നെയാണ്, കേരളത്തിൽ ഓരോ സ്ഥലത്തുമുള്ള മുസ്ലീംസമുദായവും ഓരോരോ നാടൻരൂപത്തിൽ കെട്ടിപ്പുണർന്നിരുന്നത്. അറിവിന്റെ വെളിച്ചത്തിനുനേർക്ക് പുറം തിരിച്ചിരുന്ന അവരുടെ മനസിൽ അന്ധവിശ്വാസങ്ങളുടെ ഇരുട്ടുകയറി നിറഞ്ഞു. മതത്തിന്റെ പട്ടംകെട്ടിയ പാമരന്മാരെയും സെയിദ് വേഷധാരികളെയും മുസ്ലീം സാമാന്യജനങ്ങൾ അത്ഭുതാദരങ്ങളോടെ ആരാധനപൂർവം സ്വീകരിച്ചു വന്നു. അവർക്ക് ദിവ്യമായ കഴിവുകളുണ്ടെന്നും മരുന്ന്, മന്ത്രം, പ്രാർത്ഥന തുടങ്ങിയവയെ കൊണ്ട് അത്ഭുതഫലങ്ങളുളവാക്കാൻ കഴിയുമെന്നുമായിരുന്നു പൊതുവിലുള്ള വിശ്വാസം. സാധാരണ മുസലിയാക്കന്മാരും നാടൻ പണ്ഡിതന്മാരും അതിനൊക്കെ വളമിട്ടുകൊടുത്തു. ദൈവത്തിന്റെ പേരിലുള്ള ഏറ്റവും വലിയ ദൈവനിഷേധമായിരുന്നു അത്. ആ ദിവ്യന്മാർ മരണപ്പെട്ടാൽ അവരുടെ ഖബറുകളിൽ വിളക്കു കത്തിക്കുകയും നേർച്ചയിടുകയും അവരുടെ സഹായത്തിലൂടെയും ഇടനിലയിലൂടെയും പ്രാർത്ഥിക്കുകയും മറ്റും പാമരജനങ്ങളുടെ ഇടയിൽ പതിവായിത്തീർന്നു. ഇസ്ലാമിന്റെ ഏകദൈവവിശ്വാസവും ആ വിശ്വാസത്തിൽ നിന്ന് ഉദ്ഭൂതമാകുന്ന പരാശ്രയരഹിതമായ സ്വാതന്ത്ര്യ ബോധവും ദൈവത്തിനല്ലാതെ മറ്റാർക്കും വഴങ്ങികൊടുക്കാത്ത മുസ്ലീം വ്യക്തിത്വവുമെല്ലാം ജീർണിച്ചൊടുങ്ങുന്നതിനെതിരെ ഇബ്നു തൈമിയായും മുഹമ്മദിബ്നു അബ്ദുൽ വഹാബും മറ്റനേകം സാമൂഹ്യ പരിഷ്കർത്താക്കളും നിർവഹിച്ച സേവനങ്ങൾ കേരള മുസ്ലീംകളിൽ യാതൊരു ചലനവും സൃഷ്ടിക്കാതിരുന്ന അവസരമാണ് വക്കം മുഹമ്മദ് അബ്ദുൽ ഖാദർ മൗലവിയുടെ പ്രവർത്തന കാലഘട്ടിന്റെ തുടക്കം. ഖബറുകളെ പുണ്യസ്ഥലങ്ങളാക്കിവച്ച് വന്ദിക്കുക, ഉത്സവങ്ങൾ കൊണ്ടാടുക, കാണിക്കപ്പെട്ടികൾ വച്ച് നേർച്ചയിടുക, രോഗശമനത്തിനും ആഗ്രഹസിദ്ധിക്കും ആപൽരക്ഷയ്ക്കും ആദിവ്യാത്മാക്കളോട് പ്രാർത്ഥിക്കുക, ആഗ്രഹനിവൃത്തിക്കായി ഭജനമിരിക്കുക. തൊട്ടുമുത്തുക, വിളക്കും തിരിയും വയ്ക്കുക എന്നിവയൊക്കെ മൗലവിയും കൂട്ടരും എതിർത്തു. മുഹമ്മദ്നബി, മഹാത്മാക്കൾ, മൺമറഞ്ഞ സ്വന്തക്കാർ എന്നിവരെ മുൻനിർത്തിയുണ്ടാക്കിയ കെട്ടുകഥകളെയും ഊഹാപോഹങ്ങളെയും അടിസ്ഥാനമാക്കിയുള്ള നടപടികൾ ഇസ്ലാമിന്റെ അകവും പുറവും ഒരുപോലെ കാർന്നുതിന്നുകയായിരുന്നു. ബീഭത്സമായ വേഷങ്ങൾ ധരിച്ച് നടത്തുന്ന മുഹർറം ആഘോഷങ്ങൾ പോലുള്ളവയെക്കുറിച്ച്

ഓർക്കുമ്പോൾത്തന്നെ അറപ്പും വെറുപ്പുമാണുണ്ടാവുക. മുണ്ടുടുക്കുന്ന തിലും മുടിവയ്ക്കുന്നതിലുമൊക്കെ വിധികൽപ്പനകൾ പുറപ്പെടുവിച്ച്, അവ തെറ്റിപ്പോകുന്നവരെ കാഫിറായി മുദ്രയടിച്ച് പീഡിപ്പിക്കുകയും പതിവായി.

പൊതുവിദ്യാലയങ്ങളെ നിഷിദ്ധമാക്കി, അവിടങ്ങളിലെ അഭ്യസനം മുസ്ലീംകൾക്ക് വിലക്കപ്പെട്ടു. മദ്രസകളെന്ന് വിളിക്കപ്പെട്ടിരുന്ന മതപാഠശാലകളിലാകട്ടെ, അറബി അക്ഷരങ്ങൾ കൂട്ടിച്ചേർത്ത് വായിക്കാനുള്ള അഭ്യസനം മാത്രമാണ് മുസ്ലീം കുട്ടികൾക്ക് നൽകിയിരുന്നത്. ഖുർ-ആൻ പാരായണം പോലും അക്ഷരങ്ങളിലൂടെയുള്ള വായനയിലൊതുങ്ങിനിന്നു. അന്ധവിശ്വാസജഢിലമായ കള്ളക്കഥകളും നബിവചനങ്ങളെന്ന പേരിൽ വ്യാജ ഹദീസുകളും സാമാന്യ ജനങ്ങുടെയിടയിൽ പ്രചരിപ്പിക്കുന്നതിൽ മൗലവിമാരും മുസലിയാക്കന്മാരും മുല്ലമാരുമായി സമുദായത്തിൽ ഇരിപ്പുറപ്പിച്ചിരുന്നവർ വലിയ പങ്ക് വഹിച്ചു. പള്ളിപ്പുരകളിലെ പഠിപ്പിക്കലും പള്ളി അങ്കണങ്ങളിൽ രാത്രികാലങ്ങളിൽ നടത്തിയിരുന്ന വഅ്ള പ്രസംഗങ്ങളും ഇതിനെയെല്ലാം വളർത്തി. ദുരാചാരങ്ങൾ ദുർവൃത്തികൾക്ക് വളമായി. എല്ലാ വിജ്ഞാനശാഖകളുടെയും നേർക്ക് വാതിലുകൾ അടച്ചുപൂട്ടപ്പെട്ടു. എവിടെപ്പോയും അറിവ് നേടുക, ഉൾക്കൊള്ളുക, പ്രചരിപ്പിക്കുക എന്ന ഇസ്ലാമിക ജീവിതരീതി അപ്രത്യക്ഷമായി.

(പുറം 21-23)

ഇവിടെ വിവരിച്ച പല അനാചാരങ്ങളും അന്ധവിശ്വാസങ്ങളും -രോഗത്തിന് മന്ത്രവാദവും വെള്ളം ജപിച്ച് കൊടുക്കുന്നതും ഉൾപ്പെടെ-ഇപ്പോഴും കേരളീയ മുസ്ലീംകൾക്കിടയിൽ തീരെ അസ്തമിച്ചതായി അവകാശപ്പെടാൻ ആവില്ല. എന്നാൽ വക്കം മൗലവി ഉൾപ്പെടെയുള്ള ആദ്യകാല മതപരിഷ്കർത്താക്കൾ ഇത്തരം അനാചാരങ്ങൾക്കെതിരെ ശക്തിയുക്തം പോരാടി. പക്ഷേ ഇത്തരം പോരാട്ടങ്ങൾക്ക് അവർ ആശ്രയിച്ചത് ആധുനിക മൂല്യവ്യവസ്ഥകളെയും ശാസ്ത്രവിചാരത്തെയും ആയിരുന്നില്ല. കാലക്രമേണ അന്ധവിശ്വാസങ്ങളുടെ മാറാലകൾ പടർന്നുപിടിക്കുന്നതിന് മുമ്പുള്ള തിരുവെഴുത്തുകളെയും പ്രവാചക വചനങ്ങളെയും ആണ് അവർ ആശ്രയിച്ചത്- അതായത്, മുഖ്യമായും ഖുർ-ആനെയും ആധികാരികം എന്ന് കരുതപ്പെടുന്ന ഹദീസുകളെയും. ഒരു പക്ഷേ, അവയിലൊക്കെ ഉറച്ചുവിശ്വാസിക്കുന്നതുകൊണ്ടോ അല്ലെങ്കിൽ യാഥാസ്ഥിതികരുടെ എതിർപ്പിന്റെ മൂർച്ച കുറയ്ക്കുന്നതിനോ ആകാം ഈ അടവ്.

വക്കം മൗലവിയെപ്പോലുള്ള മുസ്ലീം നവോത്ഥാന നായകൻ

മാത്രമല്ല. ഇത്തരം അടവുകൾ സ്വീകരിച്ചിട്ടുള്ളത്. ഇന്ത്യൻ ആര്യമാജം സ്ഥാപകനായ ദയാനന്ദസരസ്വതിയും ഉയർത്തിയ മുദ്രാവാക്യം വേദങ്ങളിലേക്ക് തിരിച്ചുപോവുക എന്നതായിരുന്നു. പതിനാറാം നൂറ്റാണ്ടിൽ കത്തോലിക്കസഭയിലെ അനാചാരങ്ങൾക്കും അന്ധവിശ്വാസങ്ങൾക്കും എതിരെ മതനവീകരണ കലാപത്തിന്റെ (പ്രോട്ടസ്റ്റന്റ്) കൊടിയുയർത്തിയ മാർട്ടിൻ ലൂഥറും (1483-1546) ആധിമ ക്രിസ്തുമതത്തിന്റെ നിഷ്കളങ്കതയിൽ നിന്നും റോമൻ സാമ്രാജ്യത്വവിരുദ്ധ പോരാട്ടങ്ങളുടെ പാരമ്പര്യത്തിൽ നിന്നും ഊർജം ഉൾക്കൊള്ളാനാണല്ലോ വിശ്വാസികളെ ഉപദേശിച്ചത്. ഈ സമീപനത്തെ ന്യായീകരിച്ചുകൊണ്ട് വക്കം മൗലവി എഴുതുന്നു.

നവീകരണത്തിനുള്ള മാർഗം, ചുരുക്കിപ്പറഞ്ഞാൽ, ഖുർ-ആന്റെ പ്രബോധനങ്ങളെയും റസൂലിന്റെ വചനങ്ങളെയും ചര്യകളെയും പൂർവാചാര്യന്മാരുടെ (സലഫിന്റെ) നടപടികളെയും പ്രത്യേകമായും ഏകദൈവവിശ്വസ (തൗഹീദ്) സംബന്ധമായ യാഥാർത്ഥതത്വങ്ങളെയും ജനങ്ങളുടെയിടയിൽ പ്രചരിപ്പിക്കുകയും ഇവയ്ക്ക് വിരോധമായി അവരുടെയിടയിൽ കാണപ്പെടുന്ന വിശ്വാസങ്ങളെയും നടപടികളെയും ചൂണ്ടിക്കാണിച്ച് അവയെ ത്യജിക്കുവാനും വിശ്വാസങ്ങളിലും നടപടികളിലും കിതാബി നെയും സുന്നത്തിനെയും മാത്രം ആദർശമായി സ്വീകരിക്കുവാനും ഉപദേശിക്കുകയും ചെയ്യുകയാകുന്നു. പ്രസംഗങ്ങൾ നടത്തുക, പത്രങ്ങളും മാസികകളും വഴിയായി ലേഖനങ്ങൾ പ്രസിദ്ധീകരിക്കുക. ലഘുലേഖകൾ വിതരണം ചെയ്യുക, പുസ്തകങ്ങൾ എഴുതി പ്രസിദ്ധീകരിക്കുക.

(അതേ പുസ്തകം. പുറം 167)

ഈ തന്ത്രപൂർവമായ നവീകരണ ശ്രമങ്ങളെ സുഗ്രഹമാക്കാൻ മൗലവി ഒരു രൂപകാലങ്കാരം കൂടി പ്രയോഗിക്കുന്നു.

ഒരു യന്ത്രത്തെ അതിന്റെ ആദ്യരൂപത്തിലും ഘടനയിലും ചില ഭേദഗതികൾ വരുത്തി ഒരു നവീനരീതിയിൽ പരിഷ്കരിച്ചാൽ അതിനെ നവീകരിച്ചു എന്ന് പറയപ്പെടുന്നതുപോലെ തന്നെ ഒരു യന്ത്രത്തെ അതിന്റെ ആദ്യ രൂപത്തിലോ ഘടനയിലോ യാതൊരു മാറ്റവും ചെയ്യാതെ കാലപ്പഴക്കത്തിൽ അതിന് സംഭവിച്ച കേട്ടുപാടുകൾ തീർത്തും അതിൽ പറ്റിക്കൂടിയ അഴുക്കുകളും പൊടികളും തുരുമ്പുകളും തേയ്ച്ചിളക്കി പൂർവസ്ഥിതിയിൽ പുതുക്കിയാലും അതിനെ നവീകരിച്ചു എന്ന് പറയാവുന്നതാണ്. ഇസ്ലാം നവീകരണം എന്നതിലെ നവീകരണ ശബ്ദത്തെ ഈ രണ്ടാമത്തെ അർത്ഥത്തിലാണ് ഇവിടെ ഉപയോഗിച്ചിട്ടുള്ളത്.

(അതേ പുസ്തകം, പുറം 158)

ഈ സമീപനത്തിന് ചില മേന്മകൾ എന്നപോലെ ചില ദൗർബല്യങ്ങളും ഉണ്ട്. നേർബുദ്ധികളായ വിശ്വാസികളെ ആകർഷിക്കാൻ സഹായിക്കുന്നതോടൊപ്പം തിരുവെഴുത്തുകളുടെ അപ്രമാദിത്വം മുറുകെ പിടിക്കുന്ന- അവ ആന്തരാർത്ഥത്തെക്കാൾ അക്ഷരാർത്ഥത്തിന് പ്രാധാന്യം കൽപ്പിക്കുന്ന മതമൗലവികവാദികൾക്ക് കടന്നാക്രമിക്കാൻ പഴുതുകൾ നൽകുകയും ചെയ്യുന്നു. ജാതിവ്യത്യാസത്തിനും അയിത്താചരണത്തിനും എതിരെ പടവെട്ടുകയും അതിനായി ഭഗവദ്ഗീത ഉൾപ്പെടെ പുണ്യഗ്രന്ഥങ്ങളെ ആശ്രയിക്കുകയും ചെയ്ത മഹാത്മാഗന്ധിയെ തിരുവെഴുത്തുകൾ ഉദ്ധരിച്ചുതന്നെ സനാതനികൾ പ്രതിരോധാവസ്ഥയിലാക്കിയത് ഈയവസരത്തിൽ ഓർമിക്കാവുന്നതാണ്. അതുപോലെ വക്കം മൗലവിക്കും കൂട്ടുകാർക്കും മതമൗലികവാദികളിൽ നിന്ന് വലിയ എതിർപ്പുകൾ നേരിടേണ്ടിവരികയും അതിന്റെ ഫലമായി അദ്ദേഹം നയിച്ചിരുന്ന കേരള ഐക്യമുസ്ലീം സംഘം പോലുള്ള സംഘടനകളിൽ ഉൾപ്പോരുകൾ ഉടലെടുക്കുകയും പിളർപ്പുകൾ സംഭവിക്കുകയും ചെയ്തിട്ടുണ്ട്. ആദർശധീരന്മാരായ ഈ മഹാമതികളുടെ പരിഷ്കരണം ഇപ്പോഴും പൂർണമായി സമൂഹത്തിൽ പ്രയോഗികമാകാത്തതിനു കാരണവും ഒരു പക്ഷേ ഈ ദൗർബല്യം ആയിരിക്കാം.

ഇരുപത്തയൊന്നാം നൂറ്റാണ്ടിൽപ്പോലും ആചാര പരിഷ്കാരശ്രമങ്ങൾ അതിരൂക്ഷമായ എതിർപ്പുകൾക്ക് കാരണമാകുന്നു എന്നു കാണുമ്പോൾ വക്കം മൗലവിയെപ്പോലുള്ള ആദ്യപഥികർ 20-ാം നൂറ്റാണ്ടിന്റെ ആദ്യപാദത്തിൽ പ്രകടിപ്പിച്ച ആദർശധീരതയെ എത്ര വാഴ്ത്തിയാലും മതിയാവുകയില്ല. ഇതുവരെ നാം ചുരുക്കമായി വിവരിച്ചുപോന്ന മൗലവിയുടെ വിവിധ മേഖലകളിലെ പ്രവർത്തന പരിപാടികളുടെയും ആദർശ ലക്ഷ്യങ്ങളുടെയും സാക്ഷാൽക്കാരം ആയി കരുതാവുന്നത് 1922-ൽ അദ്ദേഹത്തിന്റെ അധ്യക്ഷതയിൽ ആരംഭിച്ച കേരള മുസ്ലീം ഐക്യസംഘം ആണെന്ന് പറയുന്നതിൽ അതിശയോക്തിയില്ല. ചരിത്രത്തിലെ ആദ്യത്തെ സമസ്തകേരള മുസ്ലീം സംഘടനയായിരുന്നു എന്നതിനു പുറമേ വക്കം മൗലവിയെ സംബന്ധിച്ചിടത്തോളം തന്റെ ബഹുമുഖ പ്രവർത്തനങ്ങൾ ഉത്തരകേരളത്തിലേക്കുകൂടി വ്യാപിപ്പിക്കാൻ സംഘം അവസരം നൽകുകയും ചെയ്തു.

കേരള മുസ്ലീം ചരിത്രത്തിൽ സവിശേഷ പ്രാധാന്യം അർഹിക്കുന്ന കേന്ദ്രമേഖലയാണ് കൊടുങ്ങല്ലൂർ. ഇസ്ലാമിക മതത്തിൽ ആകൃഷ്ടനായി രാജ്യവും രാജാധികാരവും ഉപേക്ഷിച്ച് മക്കത്തേക്ക്

പോയതായി ഐതിഹ്യങ്ങൾ വാഴ്ത്തുന്ന ചേരമാൻ പെരുമാളിന്റെ ആസ്ഥാനം കൊടുങ്ങല്ലൂർ ആയിരുന്നല്ലോ. കേരളത്തിലെ എന്നല്ല ഇന്ത്യയിലെതന്നെ പ്രഥമ മുസ്ലീം ആരാധനാലയം എന്ന പ്രശസ്തി കൊടുങ്ങല്ലൂരിലെ ചേരമാൻ പള്ളിക്കുള്ളതാണ്. ഈ മഹത്പാരമ്പര്യം ആധുനിക കാലത്തും തുടർന്നതായി കാണാം കൊടുങ്ങല്ലൂർ മുസ്ലീം ഉദ്ബുദ്ധതയുടെ ഉത്തമ നിദർശനമാണ്-മതം, രാഷ്ട്രീയം, സംസ്കാരം, ഇസ്ലാഹ് (നവീകരണം) എന്നീ രംഗങ്ങളിലെല്ലാം പാരമ്പര്യത്തിലും പ്രൗഢിയിലും പരിഷ്കരണ യത്നങ്ങളിലും എന്നപോലെ ധന സമൃദ്ധിയിലും കൊടുങ്ങല്ലൂരിലെ പല മുസ്ലീം കുടുംബങ്ങളും മറ്റുള്ള പ്രദേശങ്ങളെ പിന്തള്ളുന്നു.

പക്ഷേ, ഈ പ്രൗഢിയും പ്രതാപവും നമ്മുടെ ഈ കാലത്ത് ഒത്തൊരുമയ്ക്കുപകരം നിരന്തരമായ കുടിപ്പകകൾക്കാണ് വഴിവച്ചത്. ഈ കുടിപ്പകകൾ അവസാനിപ്പിച്ച് മുസ്ലിംകളെ ലക്ഷ്യബോധമുള്ളവരാക്കി തീർക്കാൻ ആദ്യം വിജയകരമായി മുൻകൈ എടുത്തത് കൊച്ചിക്കാരൻ തന്നെയായ മുഹമ്മദ് മാഹിൻ ഹമദാനി തങ്ങൾ ആയിരുന്നു. സൂഫി വിശ്വാസി ആയിരുന്ന ഹമദാനി തങ്ങൾ കൊടുങ്ങല്ലൂരിലെ മുസ്ലീംകൾക്കിടയിലെ വൈരുധ്യങ്ങളും കുടിപ്പകകളും പരിഹരിച്ച് അവരെ സമുദായത്തിനും രാഷ്ട്രത്തിനും പ്രയോജനകരമായ ഒരു മാതൃകാസമൂഹമാക്കി വളർത്താൻ രൂപീകരിച്ച സംഘടനയുടെ പേര് നിക്ഷ്പക്ഷ സംഘം എന്നായിരുന്നു. വീടുതോറും കയറിയിറങ്ങിയും പൊതുയോഗങ്ങൾ വിളിച്ചുകൂട്ടിയും ബന്ധപ്പെട്ട കക്ഷികളെ നേരിൽകണ്ട് അനുനയിപ്പിച്ചും ഹമദാനി തങ്ങൾ നേടിയ വിജയമാണ് 1923-ൽ രൂപീകരിക്കപ്പെട്ട മുസ്ലീം ഐക്യസംഘം. ഈ ഐക്യസംഘത്തിന്റെ ഒന്നാം സമ്മേളനത്തിനുമുമ്പുതന്നെ 1922-ൽ ഹമദാനി തങ്ങൾ നിര്യാതനായി.

വക്കം മൗലവിയെ ആയിരുന്നു എറിയാട് സമ്മേളനത്തിൽ വെച്ച് സംഘത്തിന്റെ അധ്യക്ഷനായി തിരഞ്ഞെടുത്തത്. അക്കാലത്തും പിൽക്കാലത്തും കേരള മുസ്ലീം നവോത്ഥാന പ്രസ്ഥാനത്തിൽ വ്യക്തിമുദ്രപതിപിച്ച മണപ്പാട് കുഞ്ഞഹമ്മദ് ഹാജി, സീതി മുഹമ്മദ് സാഹിബ്, കെ.എം മൗലവി, ഇ.കെ മൗലവി, എം.സി. സി അബ്ദുറഹ്മാൻ മൗലവി, പുത്തൻകാട്ടിൽ കുട്ടിക്കമ്മദ് സാഹിബ് തുടങ്ങിയവരായിരുന്നു ഐക്യസംഘത്തിന്റെ കൊടുങ്ങല്ലൂർ പ്രദേശത്തെ പ്രമുഖ നേതാക്കൾ. സംഘത്തിന്റെ രൂപീകരണത്തിനുശേഷം 1932- ൽ നിര്യാതനാകുന്നതുവരെ വക്കം മൗലവിയുടെ മുഖ്യദൗത്യ നിർവഹണോപാധി ഈ സംഘം തന്നെയായിരുന്നു. 1934- ൽ

കണ്ണൂരിലെ പ്രാചീന മുസ്ലീം രാജകുടുംബാംഗമായ അറയ്ക്കൽ വച്ച് ചേർന്ന് പന്ത്രണ്ടാം വാർഷിക സമ്മേളനത്തോടെ സംഘത്തിന്റെ പ്രവർത്തനം സമാപിക്കുകയും അതിന്റെചുമതലകൾ പുതുതായി 1931-ൽ രൂപം കൊണ്ട കേരള മുസ്ലീം മജ്ലിസിന് കൈമാറുകയും ചെയ്തു. വിവിധ വാർഷിക സമ്മേളനങ്ങൾ കേരളത്തിന്റെ വിവിധ ഭാഗങ്ങളിൽവച്ച് നടത്തിക്കൊണ്ട് സംഘത്തെ അക്ഷരാർത്ഥത്തിൽ തന്നെ ഒരു അഖില കേരള മുസ്ലീം നവോത്ഥാന സംഘടനയായി വളർത്താൻ വക്കം മൗലവിക്കും സഹപ്രവർത്തകർക്കും കഴിഞ്ഞു.

ഇതുവരെ വിവരിച്ചതിൽ അധികവും വക്കം മൗലവി മുസ്ലീം സമൂഹത്തിന്റെ നവീകരണത്തിനും അഭ്യുന്നതിക്കും വേണ്ടി നടത്തിയ ശ്രമങ്ങളാണ്. എന്നാൽ അത് അദ്ദേഹത്തിന്റെ ജീവിത ദൗത്യത്തിന്റെ ഒരു ഭാഗം മാത്രമേ ആകുന്നുള്ളു. അദ്ദേഹത്തിന്റെ പൊതുജീവിതാരംഭകാലത്ത് പ്രകടമായ ദേശസ്നേഹത്തിനും സ്വാതന്ത്ര്യമോഹത്തിനും ഏറ്റ ഒരു കനത്ത പ്രഹരമായിരുന്ന 1910ലെ സ്വദേശാഭിമാനി പത്രത്തിന്റെ നിരോധവും പത്രാധിപർ രാമകൃഷ്ണപിള്ളയുടെ നാടുകടത്തലും. പക്ഷേ അതൊന്നും മൗലവിയുടെ അദമ്യമായ സ്വാതന്ത്ര്യവാഞ്ഛയെയോ മതാതീതമായ ദേശസ്നേഹത്തെയോ തളർത്തിയില്ല ശ്രീനാരായണഗുരുവും സഹോദരൻ അയ്യപ്പനും മറ്റുമായി മൗലവിക്ക് ഉണ്ടായിരുന്ന ഗാഢമായ സുഹൃദ്ബന്ധം അദ്ദേഹത്തെ മറ്റ് ജനവിഭാഗങ്ങളുടെ അഭ്യുന്നതിക്കുവേണ്ടിയുള്ള പ്രവർത്തനങ്ങളിലേക്ക് നയിച്ചിരുന്നു. സഹോദരൻ അയ്യപ്പന്റെ സഹോദരസമാജത്തിന്റെ ഒരു ശാഖ വക്കത്ത് സ്ഥാപിച്ച് വിവിധ ജാതിമതസ്ഥരെ അതിൽ അണിനിരത്തി ജാതിവിരുദ്ധ പ്രവർത്തനങ്ങളിലും ഇതര പ്രവർത്തന മേഖലകലിലേക്ക് നയിക്കുന്നതിലും അദ്ദേഹം ഏർപ്പെട്ടുകയുണ്ടായി.

ദേശീയ സ്വാതന്ത്ര്യരംഗത്ത് ബാരിസ്റ്റൻ ജോർജ് ജോസഫ്, ബാരിസ്റ്റർ എ.കെ. പിള്ള മുതലായവരുമായി വൈയക്തികവും ആദർശപരവും ആയ ബന്ധം മൗലവി പുലർത്തിപ്പോന്നു. 1921 -ൽ ഒറ്റപ്പാലത്തുവച്ച് ഇന്ത്യൻ നാഷണൽ കോൺഗ്രസിന്റെ ആഭിമുഖ്യത്തിൽ നടന്ന പ്രഥമ സംസ്ഥാന രാഷ്ട്രീയ സമ്മേളനത്തിൽ വക്കം മൗലവി സജീവമായി പങ്കെടുത്തു. വക്കം സത്യഗ്രഹത്തെ തുടർന്ന് 1925-ൽ മഹാത്മാഗാന്ധി കേരളം സന്ദർശിച്ച അവസരത്തിൽ ശ്രീനാരായണഗുരു തുടങ്ങിയ മറ്റു പല പ്രമുഖരെയും പോലെ മൗലവിയും അദ്ദേഹത്തെ കണ്ട് ദീർഘനേരം സംസാരിക്കുകയുണ്ടായി. ഒറ്റപ്പാലത്തെ ഗാന്ധി സന്ദർശനത്തിനുശേഷം മൗലവി ഖദർ ധരിക്കാനും തുടങ്ങിയതായി അദ്ദേഹത്തിന്റെ ജീവചരിത്രകാരൻ ഹാജി എം

മുഹമ്മദ് കണ്ണ് രേഖപ്പെടുത്തുന്നു.

കേരളത്തിലെ സമുദായപരിഷ്കർത്താക്കളിൽ മറ്റാരും തന്നെ വക്കം മൗലവിയെപ്പോലെ ദേശീയ സ്വാതന്ത്ര്യപ്രസ്ഥാനത്തിലും രാഷ്ട്രീയ കാര്യങ്ങളിലും താൽപര്യം പ്രകടിപ്പിച്ചിരുന്നതായി കാണുന്നില്ല. നേരത്തെ സൂചിപ്പിച്ചതുപോലെ, സ്വദേശാഭിമാനിയുടെ നിരോധനത്തോടുകൂടി ആ താൽപര്യം ഒന്നും അസ്തമിച്ചതും ഇല്ല. അങ്ങനെ കേരളത്തിന്റെ ആധുനിക ചരിത്രത്തിലെ സർവാംഗീണമായ നവോത്ഥാന ചരിത്രത്തിൽ വക്കം അബ്ദുൽ ഖാദർ മൗലവി അനന്യസാധാരണനായി പ്രശോഭിക്കുന്നു.

●

# ഇസ്ലാമിലെ ഇജ്തിഹാദും വക്കം മൗലവിയുടെ മതനവീകരണ പ്രസ്ഥാനവും

ഡോ.കെ.എം.സീതി

വളരെയേറെ തെറ്റിദ്ധരിക്കപ്പെട്ടിട്ടുള്ള ഒരു മതമാണ് ഇസ്ലാം. ഇസ്ലാമിനെക്കുറിച്ച് ഇപ്പോൾ നിലവിലിരിക്കുന്ന പല അബദ്ധ ധാരണകളും കാലാന്തരത്തിൽ മുസ്ലിംകളും അമുസ്ലിംകളും ബോധ പൂർവ്വമോ അല്ലാതെയോ സൃഷ്ടിച്ചെടുത്തിട്ടുള്ള ചില ബിംബങ്ങളിൽ നിന്നോ വ്യാഖ്യാനങ്ങളിൽ നിന്നോ രൂപംകൊണ്ടിട്ടുള്ളതാണ്. ഇതിന് കാരണക്കാർ പാശ്ചാത്യപണ്ഡിതൻമാരും ചരിത്രകാരൻമാ രും മാത്രമാണ് എന്ന് പറയുക വയ്യ. മുസ്ലിം സമൂഹത്തിൽ തന്നെ വേരുറച്ചുപോയ പല ശീലങ്ങളും അഭിവീക്ഷണങ്ങളും ഇത്തരം ചിന്താഗതിയെ പരിപോഷിപ്പിച്ചിട്ടുണ്ട്.എന്നാൽ സമകാലിക രാഷ്ട്രീയവ്യവഹാരത്തിൽ ഇസ്ലാം ഒരു പ്രധാനസ്ഥാനം വഹിക്കുന്നത് ചില സവിശേഷസാഹചര്യങ്ങളുമായി ബന്ധപ്പെട്ടാണ്.ശീതയുദ്ധാ നന്തരലോകത്തിൽ ഇസ്ലാം കമ്മ്യൂണിസത്തേക്കാൾ വലിയൊരു ഭീഷണിയാണെന്നും മുസ്ലിം മതമൗലികവാദം ആപൽക്കരമായ പ്രത്യയശാസ്ത്രമാണെന്നുമെല്ലാം പാശ്ചാത്യപണ്ഡിതൻമാരും ഭരണ കർത്താക്കളും ആവർത്തിച്ച് പറയുമ്പോൾ നമ്മുടെ നാട്ടിലെ ഇടതു പക്ഷ ബുദ്ധിജീവികൾവരെ അതേറ്റുപറയാൻ മടികാണിക്കുന്നില്ല. ഫാസിസത്തിന്റെയും നവഫാസിസത്തിന്റെയും വളർച്ചയുടെ സാഹ ചര്യങ്ങളിൽ നന്നായി ചെലവാകുന്ന ഒന്നാണ് ഈ മുസ്ലിം ഭീഷണി. ആഗോളതലത്തിൽ സോവിയറ്റ് യൂണിയന്റെ പതനത്തിനുശേഷം പാശ്ചാത്യരാജ്യങ്ങൾ വളരെ ബോധപൂർവ്വം വളർത്തിയെടുത്തുകൊ ണ്ടിരിക്കുന്ന ഭീഷണിയും ഇതുതന്നെ.ചുരുക്കത്തിൽ യാഥാസ്ഥിതിക മതമെന്ന് ഒരു വശത്തും പ്രാകൃത മതമെന്ന് മറുവശത്തും നൂറ്റാണ്ടു കളായി മുദ്രയടിക്കപ്പെട്ട ഇസ്ലാമിന്റെ വർത്തമാനകാലപ്രസക്തിയും

ഭാവിയും നിർണ്ണയിക്കാൻ പോകുന്നത് മുസ്ലിംകൾ മാത്രമല്ല.പ്രസ്തുത സമൂഹത്തിന്റെ പുറത്തുനില്ക്കുന്ന പ്രത്യയശാസ്ത്രങ്ങളും രാഷ്ട്രീയശക്തികളും കൂടിയാണ്.ഈ വർത്തമാനകാലസമസ്യകളെ എങ്ങിനെ നേരിടണമെന്നുള്ളതാണ് മുസ്ലിം സമൂഹത്തിന്റെ മുന്നിലുള്ള ഏറ്റവും വലിയ വെല്ലുവിളി.

ദേശകാലവ്യത്യാസമനുസരിച്ചുള്ള സാമൂഹിക-രാഷ്ട്രീയ പരിതസ്ഥിതികളിൽ രൂപംകൊള്ളുന്ന വൈവിധ്യമാർന്ന പ്രശ്നങ്ങളെ നേരിടാൻ ഇസ്ലാമിനുള്ള കെൽപ് ഏറെ ചർച്ചചെയ്യപ്പെട്ടിട്ടുള്ള വിഷയമാണ്. ഇസ്ലാമിന്റെ ആത്മീയാടിത്തറയും അതിന്റെ മൂലതത്വങ്ങളും അചഞ്ചലമെങ്കിലും സാമൂഹികപരിവർത്തനത്തിന് മതം ഏറെ പ്രാമുഖ്യം നല്കുന്നു.എന്നാൽ പ്രയോഗത്തിൽ ഈ പരിവർത്തനാഭിമുഖ്യം എത്രമാത്രം ദൃശ്യമാണ് എന്നന്വേഷിക്കേണ്ടിയിരിക്കുന്നു. പ്രവാചകൻ മുഹമ്മദിന്റെ മരണശേഷം ഒരു നൂറ്റാണ്ട് കഴിയുന്നതിനുമുമ്പുതന്നെ സാമൂഹികമാറ്റത്തിനെതിരായുള്ള വെല്ലുവിളികൾ മുസ്ലിംസമൂഹത്തിൽ ആരംഭിച്ചുകഴിഞ്ഞിരുന്നു.യാഥാസ്ഥിതികർ ഇസ്ലാമിന്റെ നേതൃത്വം ഏറ്റെടുത്തതോടെ ഇത് കൂടുതൽ പ്രകടമായി. ഇവർ മതത്തെ ദുർവ്യാഖ്യാനം ചെയ്തും അല്ലാതെയും നൂതനസിദ്ധാന്തങ്ങൾ ആവിഷ്കരിച്ചുതുടങ്ങിയതോടെ ഇസ്ലാം പ്രായോഗികതലത്തിൽ നിശ്ചലാവസ്ഥയിലായി.തുടർന്നുള്ള നൂറ്റാണ്ടുകളിൽ ദൈവശാസ്ത്ര സംബന്ധിയായ ഒട്ടേറെ സമസ്യകൾ ഉരുത്തിരിയുകയും ഇസ്ലാം പലരുടെ കൈകളിൽ പല തരമായി മാറുകയും തിരിയുകയും ചെയ്തു. ഒടുവിൽ ഇസ്ലാമികനിയമശാസ്ത്രം നാലുവ്യത്യസ്തശാഖകളായി വഴിപിരിയുകയും കാലാന്തരത്തിൽ അതിനുള്ളിൽ തന്നെ രൂപംകൊണ്ട നൂതനസമ്പ്രദായങ്ങളും ശീലങ്ങളും ഇസ്ലാമിന്റെ തന്നെ തനതായ ലാളിത്യത്തെയും വഴക്കത്തെയും ചോദ്യം ചെയ്യും വിധം വളർന്നു വികസിക്കുകയും ചെയ്തു.ദൈവശാസ്ത്രസംബന്ധിയായി മുസ്ലിം സമൂഹങ്ങളിൽ അവതരിപ്പിക്കപ്പെട്ട നിയമങ്ങളും കീഴ്വഴക്കങ്ങളും ഇസ്ലാമിന്റെ മൂലതത്വങ്ങളെ തന്നെ കീഴ്മേൽമറിക്കുന്നതും യുക്തിചിന്തയെ നിരുപാധികം തള്ളിക്കളയുന്നതുമായിരുന്നു.

സാമൂഹികമാറ്റത്തിനും യുക്തിചിന്തയ്ക്കും എതിരായിനിന്ന ശക്തികൾ മതത്തിനുള്ളിൽ വളരെ പ്രബലമായിരുന്നിട്ടും ഇസ്ലാമിന്റെ പ്രാക്തനവിശുദ്ധിയേയും അതിന്റെ വിമോചനചേതനയേയും കണ്ടറിഞ്ഞ നിരവധി മതപണ്ഡിതൻമാരും മതപരിഷ്കർത്താക്കളും മുസ്ലിം സമൂഹത്തിലെ ജീർണ്ണതകൾക്കെതിരെ പോരാടിയ ചരിത്രമുണ്ട്. മാറിവരുന്ന സാമൂഹികരാഷ്ട്രീയസാഹചര്യങ്ങളിൽ ഇസ്ലാമിന്റെ

വിമോചനശക്തി അതിന്റെതന്നെ ആന്തരികശക്തിയിലും രീതിശാസ്ത്രത്തിലും അധിഷ്ഠിതമാണെന്ന് വിശ്വസിച്ച അനേകം മതപരിഷ്കർത്താക്കളിൽ അഗ്രഗണ്യനാണ് വക്കം മൗലവി. മൗലവിയുടെ ഇസ്ലാമികരീതി ശാസ്ത്രസംബന്ധിയായ രചനകളും പ്രായോഗിക തലത്തിൽ ഇസ്ലാമിനെയും മുസ്ലിം സമൂഹത്തെയും അജ്ഞതയുടെയും അന്ധവിശ്വാസങ്ങളുടെയും നടുവിൽനിന്ന് മോചിപ്പിക്കാൻ നടത്തിയ പരിശ്രമങ്ങളും അദ്ദേഹത്തിന് ലോകമുസ്ലിം നവോത്ഥാന പ്രസ്ഥാനത്തിൽ ഉന്നതസ്ഥാനം നല്കുന്നു.

നിർഭാഗ്യകരമെന്ന് പറയട്ടെ, വക്കം മൗലവിയുടെ രചനകളും പ്രവർത്തനങ്ങളും യഥാർത്ഥമായി കേരളചരിത്രത്തിൽ രേഖപ്പെടുത്തിയിട്ടില്ല.മൗലവിയെകുറിച്ചുള്ള ചില പുസ്തകങ്ങൾ അടുത്തകാലത്ത് പ്രസിദ്ധപ്പെടുത്തിയിട്ടുണ്ടെങ്കിലും അതിലെല്ലാം അദ്ദേഹം മുൻകൈ എടുത്ത മതനവീകരണ പ്രസ്ഥാനത്തിന്റെ കേന്ദ്രവിഷയം വിസ്മരിച്ചുകളയുകയോ വിട്ടുകളയുകയോ ചെയ്തിട്ടുണ്ട്.കനേഡിയൻ ചരിത്രകാരനായ റോളണ്ട് മില്ലർ കേരളക്കരയിൽ വന്ന് കാൽനൂറ്റാണ്ടോളം താമസിച്ച് മാപ്പിളമാരെക്കുറിച്ച് ഒരു പുസ്തകം രചിച്ചിട്ടുണ്ട്. കേരളത്തിലെ ഇസ്ലാമിക മതപരിഷ്കരണത്തിന്റെ കാറ്റ് ആദ്യം വീശുന്നത് തെക്ക് തിരുവിതാംകൂർ ഭാഗത്തുള്ള വക്കത്തുനിന്നാണെന്നും അതിന്റെ നെടുനായകൻ വക്കം മൗലവിയാണെന്നും മില്ലർ സമ്മതിക്കുന്നുണ്ടെങ്കിലും മൗലവിയുടെ പ്രസ്ഥാനം അടിസ്ഥാനപരമായി ഒരു യാഥാസ്ഥിതിക മതപരിഷ്കരണമായിരുന്നു എന്നാണ് ഒടുവിലദ്ദേഹം ചെന്നെത്തിനില്ക്കുന്ന നിഗമനം. വക്കം മൗലവിയെക്കുറിച്ച് പുറത്തിറങ്ങിയ മറ്റൊരു പുസ്തകത്തിൽ (ഒരു പക്ഷേ ആദ്യത്തെ ജീവചരിത്രം) ദേശീയ സ്വാതന്ത്ര്യസമരചരിത്രത്തിൽ മൗലവിക്ക് വലിയൊരുസ്ഥാനമുണ്ടെന്ന് നിരവധി നാടകീയ മുഹൂർത്തങ്ങൾ അവതരിപ്പിച്ചുകൊണ്ട് സ്ഥാപിക്കുന്നുണ്ട്. വാസ്തവത്തിൽ ഇത് മൗലവിയുടെ സവിശേഷവ്യക്തിത്വത്തിന്റെ ഒരു വശം മാത്രമാണ്. എന്നാൽ മൗലവിയുടെ വ്യക്തിത്വത്തിന്റെ മറ്റ് ഒട്ടേറെ മാനങ്ങൾ - മതത്തെകുറിച്ചുള്ള ഉൾക്കാഴ്ചയും മൗലികചിന്തകളും സാമൂഹികപ്രതിബന്ധതയും സവിസ്തരം വെളിപ്പെടുത്തുന്നവയാണ് അദ്ദേഹത്തിന്റെ രചനകളും പ്രസംഗങ്ങളും.ഇവയെല്ലാം ചികഞ്ഞെടുത്ത് വക്കം മൗലവിയുടെ ഇസ്ലാഹിപ്രസ്ഥാനത്തെ അതിന്റെ കേന്ദ്രബിന്ദുവിൽ പുനപ്രതിഷ്ഠിക്കുകയാണ് ഈ പ്രബന്ധത്തിന്റെ മുഖ്യലക്ഷ്യം.

വക്കം മൗലവിയുടെ പ്രവർത്തനമണ്ഡലം അതിവിശാലമായിരുന്നു. സാമൂഹിക-രാഷ്ട്രീയരംഗത്ത് തന്റെ പ്രവർത്തനങ്ങളുമായി മുന്നോട്ട്

പോകുമ്പോഴാണ് കേരളത്തിൽ ഇസ്ലാമിനുണ്ടായ അപചയവും മുസ്ലിം സമുദായത്തെ പൊതുവിൽ ഗ്രസിച്ചിരുന്ന ജീർണ്ണതയും നേരിട്ടുമനസ്സിലാക്കാൻ മൗലവിക്ക് സാധിച്ചത്. തിരുവിതാംകൂർ ദേശത്ത് അന്ന് നടമാടിയിരുന്ന അക്രമവും അനീതിയും അഴിമതിയും രാഷ്ട്രീയ ഉപജാപങ്ങളും തുറന്നുകാണിക്കാനും അതിനെതിരെ പൊതുജനാഭിപ്രായം സംഘടിപ്പിക്കാനുമായി മൗലവി 1905 ൽ സ്ഥാപിച്ച സ്വദേശാഭിമാനി പത്രം കേരളത്തിലെ സാമൂഹിക വിമോചന ചരിത്രത്തിൽ എന്തുകൊണ്ടും പ്രഥമ സ്ഥാനത്തിനർഹമാണ്. ഒരു പത്രമുടമക്ക് സ്വഭാവികമായുണ്ടാകുന്ന ആർത്ഥിക ലക്ഷ്യങ്ങളൊന്നും മൗലവിക്കില്ലായിരുന്നു.ഭയകൗടില്യലോഭങ്ങൾ വളർക്കില്ലൊരു നാടിനെ എന്ന മുഖമുദ്രയൊടെ ജനമദ്ധ്യത്തിലേക്കിറങ്ങിയ സ്വദേശാഭിമാനി കൂടുതൽ വീറും വാശിയും കാണിക്കാൻ തുടങ്ങിയത് രാമകൃഷ്ണപിള്ള 1906 ൽ പത്രാധിപത്യം ഏറ്റെടുത്തശേഷമാണ്. അന്ന് സ്വദേശാഭിമാനിയോട് കിടപിടിക്കാൻപോന്ന പത്രങ്ങൾ ഇന്ത്യയിൽത്തന്നെ ഇല്ലായിരുന്നു എന്നതാണ് സത്യം. രാജഭരണത്തിൻ കീഴിൽ നടമാടിയിരുന്ന കൊള്ളരുതായ്മകൾക്കെതിരെ പൊരുതിയതിന്റെ ഫലമായി 1910 ൽ പത്രം കണ്ടുകെട്ടുകയും രാമകൃഷ്ണപിള്ളയെ നാടുകടത്തുകയും ചെയ്തു. ഇതോടെ സ്വദേശാഭിമാനി രാമകൃഷ്ണപിള്ള കോരളചരിത്രത്തിൽ ഉൽകൃഷ്ടമായൊരു സ്ഥാനത്തിനർഹനായി. നിർഭാഗ്യകരമെന്നു പറയട്ടെ സ്വദേശാഭിമാനിക്ക് നീണ്ട അഞ്ചുവർഷക്കാലം ഊട്ടും പാവും നൽകിയ വക്കം മൗലവി കേരളത്തിന്റെ സാമൂഹിക വിമോചന ചരിത്രത്തിൽ ഏറെയൊന്നും ശ്രദ്ധിക്കപ്പെടാതെ പോയി. സ്വദേശാഭിമാനി ദുരന്തം നേരിട്ടെങ്കിലും വക്കം മൗലവിയുടെ വിമോചന പ്രസ്ഥാനം കൂടുതൽ സാർത്ഥകമായൊരു ദിശയിലേക്ക് നീങ്ങുകയായിരുന്നു തുടർന്നുള്ള മൂന്ന് ദശകങ്ങളിൽ.

## ഇസ്ലാഹി പ്രസ്ഥാനം

വക്കം മൗലവി ആരംഭിച്ച മതനവീകരണപ്രസ്ഥാനം കേരളത്തിലെ മുസ്ലിം സമുദായത്തിലാകെ മാറ്റത്തിന്റെ അലയൊലികൾ സൃഷ്ടിച്ചു.മൗലവിയുടെ മുസ്ലിം (1906), അൽ-ഇസ്ലാം (1918), ദീപിക (1931) തുടങ്ങിയ ആനുകാലിക പ്രസിദ്ധീകരണങ്ങൾ അദ്ദേഹത്തിന്റെ മൗലികചിന്തകളുടെ ബഹിർസ്ഫുരണങ്ങളായിരുന്നു.സമുദായത്തിലെ യാഥാസ്ഥിതിക പ്രതിലോമശക്തികൾക്കെതിരെയുള്ള ശക്തമായ പോരാട്ടത്തിന് മൗലവി തന്റെ തൂലിക ചലിപ്പിക്കുകയും കേരളത്തിലങ്ങോളമിങ്ങോളം സഞ്ചരിച്ച് മുസ്ലിം നവോത്ഥാനത്തിന്റെ

സന്ദേശം ജനങ്ങളിലെത്തിക്കുകയും ചെയ്തു. മുസ്ലിം സമുദായത്തെ പൊതുവിൽ ബാധിച്ചിരുന്ന ദുഷ്പ്രവണതകൾക്കും ദുരാചാരങ്ങൾക്കും എതിരായി മൗലവി അനുസ്യൂതം പൊരുതി.മാത്രമല്ല ആധുനിക വിദ്യാഭ്യാസത്തിലൂടെ സാമൂഹികവും ദൈവശാസ്ത്ര പരവുമായ പ്രശ്നങ്ങൾ യുക്തിയുക്തമായും തുറന്ന മനസ്സോടെയും സമീപിക്കേണ്ടതിന്റെ ആവശ്യകത മുസ്ലിങ്ങളെ ഉത്ബോധിപ്പിച്ചു. മതം, ചരിത്രം, സംസ്കാരം എന്നിവയിലുള്ള അഗാധ പാണ്ഡിത്യവും സാമൂഹിക വികസനത്തെക്കുറിച്ചുള്ള വിശാലവീക്ഷണവും ഇസ്ലാഹി പ്രസ്ഥാനത്തെ മുന്നോട്ടു നയിക്കുന്നതിന് മൗലവിയെ ഒട്ടുവളരെ സഹായിച്ചിട്ടുണ്ട്.ഇസ്ലാമിക നവോത്ഥാന നായകൻമാരായ ജമാലുദ്ദീൻ അഫ്ഗാനി, ഷെയ്ഖ് മുഹമ്മദ് അബ്ദു, മുഹമ്മദ് ഇബ്നു അബ്ദുൾ വഹാബ്, ഇമാം ഗസാലി, ഇബ്നു തൈമിയ,ഷാവലിയുല്ലാ,സർ സയ്യിദ് അഹമ്മദ്ഖാൻ, റഷീദ് റിദാ തുടങ്ങിയവരുടെ ചിന്തകളും പ്രവർത്തനങ്ങളും സ്വാംശീകരിക്കുകയും ആ ധൈഷണിക ശൃംഖലയിലെ ഒരു സവിശേഷ വ്യക്തിത്വമായി സ്വയം ഉയരുകയും ചെയ്തു.

തൗഹീദ് (ഏകദൈവവിശ്വാസം), ഇജ്തിഹാദ് (സ്വതന്ത്രവിചിന്തനം), ശരീഅത്ത് (മതനിയമങ്ങൾ),സ്ത്രീകളുടെ അവകാശങ്ങൾ എന്നിവ മൗലവിയുടെ ഇസ്ലാഹി പ്രസ്ഥാനത്തിലെ സജീവവിഷയങ്ങളായിരുന്നു. മൗലവിയുടെ വ്യാഖ്യാനരീതി ശാസ്ത്രത്തിന്റെ അടിസ്ഥാനഘടന തന്നെ തൗഹീദിലും ഇജ്ത്തിഹാദിലുമധിഷ്ഠിതമായിരുന്നു. ഇജ്തിഹാദിന് അറബി അകാരാദിയിൽ നിരവധി അർത്ഥതലങ്ങളുണ്ട്. ഉദ്യുക്തമായ പരിശ്രമമെന്ന് പൊതുവെ പറയുന്ന ഇജ്തിഹാദിന് ബൗദ്ധികവും പ്രായോഗികവുമായ ചില ലക്ഷ്യങ്ങളുണ്ട്. ഖുർആനിൽ നിന്നും ഹദീസിൽ (നബിവചനങ്ങൾ) നിന്നും യുക്തിയുക്തം നിയമങ്ങളും വ്യാഖ്യാനങ്ങളും വികസിപ്പിച്ചെടുക്കാനുള്ള മതപണ്ഡിതന്റെ സ്വാതന്ത്ര്യമാണ് അത് ഉദ്ഘോഷിക്കുന്നത്. ഇസ്ലാമിന്റെ ചാലനതത്വമായി കവിയും പണ്ഡിതനുമായ സർ മുഹമ്മദ് ഇക്ബാൽ കാണുന്നതും ഇജിതിഹാദിനെയാണ്.

ഇജ്തിഹാദ് മുഖ്യമായും മൂലഗ്രന്ഥങ്ങളുമായി (ഖുർആനും ഹദീസും) ബന്ധപ്പെട്ടാണ് വിവക്ഷിക്കുന്നത്.മൂലഗ്രന്ഥങ്ങളുടെ പ്രസക്തഭാഗങ്ങളുടെയോ ഗ്രന്ഥത്തിന്റെ തന്നെയോ പ്രാമാണീകരണവും തുടർന്ന് അതിന്റെ വ്യാഖ്യാനവുമാണ് ഇജ്തിഹാദ് ലക്ഷ്യമാക്കുന്നത്.മൂലഗ്രന്ഥത്തെക്കുറിച്ചുള്ള സമീക്ഷയ്ക്ക് ഇത് കാരണമാവുന്നു എന്ന് മാത്രമല്ല യുക്തിയുക്തമായ രീതിശാസ്ത്രതത്വങ്ങൾ വികസിപ്പിച്ചെടുക്കുകയും ഇജ്തിഹാദിലൂടെ സാദ്ധ്യമാവുന്നു.ഖുർആനെയും സുന്നത്തിനെയും

(നബിചര്യ) അടിസ്ഥാനപ്പെടുത്തി വ്യക്തമായ തീർപ്പുകൽപ്പിക്കുമാൻ സാധിക്കാതെ വരുമ്പോൾ യുക്തിവിചാരം (ഖിയാസ്), ന്യായവകാശം (ഇസ്തിഹ്സാൻ), പൊതുനൻമ (ഇസ്തിസ്ലാഹ്), അനുമാനം (ഇസ്തിദ്ലാൽ) എന്നീ വഴികളിലൂടെയാണ് തീരുമാനങ്ങളെടുക്കേണ്ടത്. എന്നാൽ ചില പണ്ഡിതൻമാരുടെ അഭിപ്രായത്തിൽ ഹദീസിന്റെ കാര്യത്തിൽ മാത്രമെ ഇജ്തിഹാദിന് പ്രസക്തിയുള്ളൂ.ഖുർആന് തർക്കമറ്റ പ്രാമാണ്യമുണ്ടെന്നും പാഠ വിമർശന വ്യവഹാരത്തിലൂടെ അതിന്റെ മൗലികത സാക്ഷ്യപ്പെടുത്തേണ്ട കാര്യമില്ലെന്നും അവർ വാദിക്കുന്നു.എന്നാൽ നിയമങ്ങളെ സംബന്ധിച്ച് കൃത്യവും വിശദവുമായ പ്രസ്താവനകളോ രേഖകളോ ഖുർആനിലോ ഹദീസിലോ കാണാൻ സാധിച്ചെന്നു വരില്ല. ഇസ്ലാമിൽ നിയമങ്ങളെ വികസിപ്പിച്ചെടുക്കുന്നതിനായി ഖുർആന്റെ പ്രസക്തമായ സൂക്തങ്ങളെ അവലംബിക്കുമ്പോൾ പ്രസ്തുത സൂക്തങ്ങളുടെ ബാഹ്യാർത്ഥത്തിലല്ല മൂലഗ്രന്ഥത്തിന്റെ സമുച്ചയത്തിലാണ് മുഖ്യമായും ശ്രദ്ധിക്കേണ്ടത്. വക്കം മൗലവിയുടെ ഖുർആൻ വ്യാഖ്യാന രീതി ശാസ്ത്ര രചനകളിൽ അതീവ പ്രാധാന്യത്തോടെ പറയുന്നതും ഇതേ കാര്യമാണ്.

മൗലവിയുടെ അഭിപ്രായം ബുദ്ധിക്ക് അസംഭവ്യമായികാണുന്ന ബാഹ്യാർത്ഥത്തോടുകൂടിയ വല്ല വാക്യങ്ങളും ഖുർആനിലോ ഹദീസിലോ കാണുന്നതായാൽ ആ ബാഹ്യാർത്ഥമല്ല അവിടെ ഉദ്ദേശിക്കപ്പെട്ടിരിക്കുന്നതെന്നും ബുദ്ധി നിഷേധിക്കാത്ത ഏതോ അർത്ഥം അവിടെ ഉണ്ടെന്നുമാണ്. ബുദ്ധിക്കും പ്രമാണത്തിനും തമ്മിൽ വിരുദ്ധഭാവം തോന്നിപ്പിക്കുന്ന ദിക്കിൽ ആ പ്രമാണവചനത്തെ സംബന്ധിച്ച് ബുദ്ധിക്കുതന്നെ പ്രാമാണ്യം കൊടുക്കുന്ന ഒരു മാർഗ്ഗത്തെ സ്വീകരിക്കണമെന്നാണ് മൗലവി പറയുന്നത്. മാത്രമല്ല ഹിജ്റ 500 ന് ശേഷം ഇജ്തിഹാദിന്റെ വാതിൽ അടക്കപ്പെട്ടുപോയി എന്നു വാദിക്കുന്നവരുടെ അഭിപ്രായത്തെ വക്കം മൗലവി ശക്തിയുക്തം ഖണ്ഡിക്കുന്നു. ലോകാവസാനം വരെയും എല്ലാ കാലത്തും മുജ്തഹീദികൾ (സാമൂഹിക പരിഷ്കർത്താക്കൾ) ഉണ്ടായിരിക്കേണ്ടതാവശ്യമാണെന്ന് മൗലവി ചൂണ്ടിക്കാട്ടി. ഒരു മുജ്തഹീദ് അന്യരുടെ അഭിപ്രായത്തെ കണ്ണുമടച്ച് പിന്തുടരാൻ പാടില്ല എന്നുള്ള കാര്യവും അദ്ദേഹം അടിവരയിട്ടു പറഞ്ഞു. ഷാഫി, ഹനഫി, മാലിക്കി,ഹംബലി എന്നീ ഇസ്ലാമിലെ നാല് അംഗീകൃത നിയമവ്യവസ്ഥകളിൽ (മദ്ഹബ്) ഒന്നിനോട്പോലും പ്രത്യേക പക്ഷപാതമില്ലാത്ത സ്വതന്ത്ര ബുദ്ധികളായ മഹാൻമാർ എഴുതിയിട്ടുള്ള വ്യാഖ്യാനങ്ങളെയും ഗ്രന്ഥങ്ങളെയും മാത്രം ഖുർആന്റെയും

ഹദീസിന്റെയും ഗ്രഹണത്തിന് സഹായകമായി സ്വീകരിക്കണമെന്നാണ് വക്കം മൗലവി ഉത്ബോധനം ചെയ്തിട്ടുള്ളത്.

പൊതുകാര്യങ്ങളിൽ പൊതു ആലോചന കൊണ്ട് തീരുമാനമെടുക്കണമെന്ന മതത്തിന്റെ സിദ്ധാന്തം വക്കം മൗലവി എടുത്ത് പറഞ്ഞിട്ടുണ്ട്. കാര്യങ്ങളിൽ അവരുമായി ആലോചിക്കുക (ഖുർആൻ) എന്ന നിബന്ധനയനുസരിച്ച് മുഹമ്മദ് നബി പൊതുവിഷയങ്ങളിൽ തന്റെ അനുയായികളുമായി ആലോചിക്കുമായിരുന്നു.ആദ്യത്തെ നാലു ഖലീഫമാരും അതേ രീതി തന്നെ അവലംബിച്ചിരുന്നു. ഉമയ്യാവർഗ്ഗക്കാരുടെ ഖലീഫമാരുടെ ഭരണം മുതൽ ഈ സമ്പ്രദായത്തിന് ഭംഗം തട്ടിത്തുടങ്ങി. അബ്ബാസിയാക്കളുടെ കാലത്ത് സ്വേച്ഛാധികാരം വേരുറയ്ക്കാനാരംഭിച്ചു. പിന്നീടുണ്ടായ മുസ്ലിം ഭരണാധികാരികളിൽ അപൂർവ്വം പേരൊഴിച്ചുള്ളവരിലെല്ലാം സ്വേച്ഛാധികാരം തന്നെ മുന്നിട്ടു നിന്നു. ഇത് തന്നെയായിരുന്നു ലോകത്തിൽ ഇസ്ലാം ക്ഷയിക്കാനുണ്ടായ പ്രധാന കാരണമെന്ന് വക്കം മൗലവി ചൂണ്ടിക്കാട്ടി.

ഇസ്ലാമികനിയമങ്ങളെ (ശരീഅത്ത്) കുറിച്ചുള്ള വക്കം മൗലവിയുടെ നിരീക്ഷണങ്ങൾ മൗലികവും ആനുകാലിക പ്രസക്തിയുള്ളതുമാണ്.ശരിയത്തിന് കാലാനുസൃതമായ മാറ്റങ്ങൾ പാടില്ലെന്ന് കൽപിച്ചിരുന്ന മുസ്ലിം സമുദായമദ്ധ്യത്തിൽ (ഈ വാദഗതിക്ക് ഇന്നും മാറ്റമുണ്ടായിട്ടില്ല.) മൗലവിയുടെ ചിന്തകൾ ഒരു കൊടുങ്കാറ്റുതന്നെ സൃഷ്ടിച്ചു. ഇസ്ലാം മതത്തിലെ ധർമ്മാധർമ്മങ്ങളെ നിർണ്ണയിക്കുന്ന പ്രമാണങ്ങൾ ഖുർആനും ഹദീസുമാണെന്ന് അംഗീകരിച്ചുകൊണ്ടു തന്നെയാണ് വക്കം മൗലവി ഈ വിഷയത്തിൽ കൂടുതൽ ഉൾക്കാഴ്ചയോടെ കാര്യങ്ങൾ തുറന്നു പറഞ്ഞത്. ലൗകിക വിഷയങ്ങളിൽ അപ്പോഴപ്പോഴത്തെ സ്ഥിതികൾക്കനുസരിച്ച് ഗുണമാണെന്ന് കാണുന്ന കാര്യങ്ങളെ സ്വാഭിപ്രായമനുസരിച്ച് പ്രവർത്തിച്ചുകൊള്ളുവാൻ ചില പൊതുവിധികളുണ്ടെന്ന് അദ്ദേഹം ഓർമിപ്പിച്ചു. മൗലവിയുടെ ഇസ്ലാമിക് മാനിഫെസ്റ്റോ എന്നറിയപ്പെടുന്ന ഇസ്ലാം മതസിദ്ധാന്തസംഗ്രഹത്തിൽ അദ്ദേഹം എഴുതി:

> ആത്മീയവിഷയങ്ങൾ ഒരിക്കലും ഭേദപ്പെടാവുന്നവയല്ലാത്തതുകൊണ്ട് അവയെ സംബന്ധിച്ച വിധികൾക്ക് മാറ്റമുണ്ടാവേണ്ട ആവശ്യമില്ല... ലൗകികകാര്യങ്ങളാകട്ടെ ദേശകാലവ്യത്യാസമനുസരിച്ച് ഭേദപ്പെടാവുന്നതും നവീനമായി ഓരോ വിഷയങ്ങൾ ഉൽഭവിച്ചുകൊണ്ടിരിക്കാവുന്നതുമാകകൊണ്ട് അവ ക്ലിപ്തമായ ഒരു പരിധിയിൽ അടങ്ങുന്നതല്ല. അതിനാൽ ആ വിഷയങ്ങളെ സംബന്ധിച്ചടത്തോളം ഗുണങ്ങളെ ഗ്രഹിക്കുക,

ദോഷങ്ങളെ നിരസിക്കുക, വിധികളിൽ നീതിയെ ദീക്ഷിക്കുക, അവകാശങ്ങൾ സമമാകുന്നു, അനീതി ചെയ്യരുത്, അക്രമം ചെയ്യരുത്, ചതി ചെയ്യരുത് ഇങ്ങനെ ചില പൊതു നിയമങ്ങളെയാണ് ഇസ്ലാം മതം സ്ഥാപിച്ചിരിക്കുന്നത്. ഈ വക നിയമങ്ങളെ അടിസ്ഥാനപ്പെടുത്തി ഓരോ വിശേഷ സംഗതികൾക്ക് യുക്തങ്ങളായ വിധികൾ നിശ്ചയിക്കുവാൻ മതവിഷയത്തിൽ ശരിയായ ജ്ഞാനമുള്ള വിദ്വാൻമാർക്ക് സ്വാതന്ത്ര്യമുണ്ട്.രാജ്യകാര്യങ്ങൾ തുടങ്ങിയ വ്യവഹാര വിഷയങ്ങൾ, നാഗരിക വിഷയങ്ങൾ മുതലായ പൊതു വിഷയങ്ങളിൽ വേണ്ട കാര്യബോധവും നീതി നിഷ്ഠയുമുള്ള അധികാരസ്ഥൻമാർ നിശ്ചയിക്കുന്ന വിധികളെ അനുസരിച്ച് നടക്കേണ്ടത് പൊതുജനങ്ങളുടെ കടമയാകുന്നു.

യാഥാസ്ഥിതികത്വത്തിന്റെ ഉരുക്കുകോട്ടകൾ ഇളകാൻ തുടങ്ങിയതോടെ മതപണ്ഡിതരെന്ന സ്വകൽപിത പദവിയുമായി കേരളത്തിലങ്ങോളമിങ്ങോളം മുസ്ലിം സമുദായത്തിൽ നിർണ്ണായക സ്വാധീനം ചെലുത്തിയിരുന്ന മൗലവിമാരും മുസലിയാക്കൻമാരും വക്കം മൗലവിക്കെതിരെ അരയും തലയും മുറുക്കി രംഗത്തെത്തി. മൗലവി തന്നെ ചൂണ്ടിക്കാട്ടിയ പോലെ മത നവീകരണത്തിനെതിരായി ഇളകി വരുന്ന ഭയങ്കര കൊടുങ്കാറ്റിനെ എതിർത്ത് നിൽക്കാൻ അസാമാന്യമായ മനശക്തിയുള്ളവരെ കൊണ്ട് മാത്രമെ സ്വാധക്കുകയുള്ളു.ഈ അസാധാരണ ധൈര്യവും നിശ്ചയദാർഢ്യവും ധിഷണയും ഒത്തുചേർന്ന അപൂർവ്വ വ്യക്തിത്വമായിരുന്നു വക്കം മൗലവി.

ചുറ്റുമുള്ള അവസ്ഥകൾക്ക് യോജിക്കാത്ത വിധത്തിൽ ജീവിക്കുന്ന ഏതൊരു സമുദായവും ലോകത്തിൽ അഗണ്യകോടിയിൽ തള്ളപ്പെടുമെന്ന തിരിച്ചറിവ് വക്കം മൗലവിക്ക് സമുദായോദ്ധാരണ പ്രവർത്തനങ്ങൾക്കുള്ള കരുത്ത് നൽകി. 'ഉദരനിമിത്തം ആത്മീയഗുരുക്കൻമാരുടെയും മതവിദ്വാൻമാരുടെയും വേഷം ധരിച്ച് നടക്കുന്ന ഒരുതരം മൂഢബുദ്ധികളുടെ ദുർബോധനങ്ങൾക്ക് അടിമയായി പോയ മുസ്ലിം സമുദായത്തെ വെളിച്ചത്തിന്റെ വീഥിയിലേക്ക് നയിച്ചത് വക്കം മൗലവിയാണ്. മലയാളം കാഫിറിന്റെയും, ഇംഗ്ലീഷ് നരകത്തിന്റെയും ഭാഷയാണെന്ന് വിശ്വസിച്ച് ആധുനിക വിദ്യാഭ്യാസത്തിൽ നിന്ന് അകന്നുനിന്നിരുന്ന ഒരു സമുദായ മദ്ധ്യത്തിലായിരുന്നു വക്കം മൗലവി തന്റെ പ്രവർത്തനങ്ങൾ ആരംഭിച്ചത്.അക്കാലത്ത് പൊതുവിദ്യാലയങ്ങളിലെ അഭ്യസനം മുസ്ലിങ്ങൾക്ക്, പ്രത്യേകിച്ച് സ്ത്രീകൾക്ക് നിഷിദ്ധമായിരുന്നു.മതപാഠശാലകളിൽ അറബി

അക്ഷരങ്ങൾ കൂട്ടിച്ചേർത്ത് വായിക്കാനുള്ള സാഹചര്യം മാത്രമാണ് അന്നുണ്ടായിരുന്നത്.ഇത് സ്വാർത്ഥമതികളായ മൗലവിമാരും മുസ ലിയാക്കൻമാരും നല്ലവണ്ണം ചൂഷണം ചെയ്തു. മുസ്ലിംകളുടെ ശോച്യാ വസ്ഥക്കുള്ള പ്രധാന കാരണം വിദ്യാഭ്യാസത്തിന്റെ കുറവാണെന്നും മതത്തെക്കുറിച്ചുള്ള തെറ്റായ അവബോധമാണ് മുസ്ലിം ലോകത്തെ കാലാന്തരത്തിൽ ചൈതന്യരഹിതമാക്കിത്തീർത്തതെന്നും കാല ഗതിക്കനുസരണമായി ഉയരാൻ വിടാതെ അവരെ അമർത്തിവച്ചു കൊണ്ടിരിക്കുന്നതെന്നും വക്കം മൗലവി ഓർമിപ്പിച്ചു.

മുസ്ലിം സാമൂഹ്യപരിഷ്കരണ സംരംഭങ്ങളുടെ ആവശ്യകത ബോദ്ധ്യപ്പെട്ട അദ്ദേഹം സമുദായത്തെ ഗ്രസിച്ചിരുന്ന മാറാരോ ഗങ്ങളെ ഒന്നൊന്നായി നേരിട്ടു. ആദ്യമായി 'അവാന്തരമതങ്ങൾ' സൃഷ്ടിച്ച പ്രശ്നങ്ങൾ മൗലവി അപഗ്രഥിച്ചു.

> ഭിന്നിക്കരുതെന്ന് ഖുർആൻ ശാസനകളെ ഗണ്യമാക്കാതെ (മുസ്ലിംകൾ) ഓരോ പുതിയ അഭിപ്രായങ്ങളെയും സിദ്ധാന്തങ്ങ ളെയും അവലംബിച്ച് അനേകശാഖകളായും ഉപശാഖകളായും തിരിഞ്ഞു.ഓരോ കക്ഷികളും തങ്ങളുടെ അഭിപ്രായങ്ങളോടും സിദ്ധാന്തങ്ങളോടും ഒപ്പിക്കുവാനായി ഖുർആൻ വാക്യങ്ങളേ യും ഹദീസുകളേയും ഇച്ഛാനുസരണം വ്യാഖ്യാനിച്ച് തങ്ങളുടെ അഭിപ്രായങ്ങളെയും സിദ്ധാന്തങ്ങളെയും ഇസ്ലാം മതമാക്കി ത്തീർത്തു. ഈ അവാന്തരമതങ്ങൾ ഇസ്ലാം മതത്തിന്റെ ഏകത്വത്തെ നശിപ്പിച്ച് അതിന് വിവിധത്വമുണ്ടാക്കുകയാൽ അതിന്റെ ജീവശക്തിയും ഓജസ്സും വീര്യവും ക്ഷയിച്ചുപോവു കയും അതിന്റെ യഥാർത്ഥരൂപം ഒരന്യന് തിരിച്ചറിയുവാൻ നിവൃത്തിയില്ലാതായിത്തീരുകയും അതിന്റെ അകൃത്രിമ പ്രകൃതി കൃത്രിമമായി മാറുകയും ചെയ്തു.

ഇത് ഇസ്ലാമിന്റെ അടിസ്ഥാനശിലയായ തൗഹീദിന്റെ നിഷേധം കൂടിയാണ്. തൗഹീദാവട്ടെ 'മനുഷ്യരെ അന്യർക്കു കീഴ്പ്പെടുക എന്നുള്ള അടിമത്ത്വത്തിൽ നിന്ന് രക്ഷിക്കുകയും അവന്റെ വിചാ രങ്ങളെ മതാദ്ധ്യക്ഷൻമാരുടെയും ദുഷ്ടരാജാക്കൻമാരുടയും ബന്ധന ത്തിൽ നിന്നും മോചിപ്പിക്കുകയും തൻമൂലം മനുഷ്യനെ കളങ്കമില്ലാത്ത സ്വതന്ത്രനായും ശ്രേഷ്ഠനായും ഇരിക്കുന്നതിന് കാരണമാക്കുകയും ചെയ്തു.' നിയമാധിക്യമാണ് ഇസ്ലാമിന്റെ അപചയത്തിനുള്ള മറ്റൊരു പ്രധാന കാരണമെന്ന് കണ്ടെത്തിയ വക്കം മൗലവി ഇപ്രകാരം എഴുതി.

> "ദൈവം നിങ്ങൾക്ക് സൗകര്യത്തെ ഉദ്ദേശിക്കുന്നു.

വൈഷമ്യത്തെ ഉദ്ദേശിക്കുന്നില്ല.' 'ഞാൻ നിങ്ങൾക്ക് വിശാലമായ മതത്തെയത്രെ കൊണ്ടുവന്നിട്ടുള്ളത്.' ഇങ്ങനെ ഖുർആനും ഹദീസും ഇസ്ലാം മതത്തിന്റെ അടിസ്ഥാനം സുഖകരമായിട്ടുള്ളതാണെന്ന് ഘോഷിക്കുന്നു.എന്നാൽ പിൽക്കാലത്തുണ്ടായ മതപണ്ഡിതൻമാരാകട്ടെ ഖുർആനിലും സുന്നത്തിലുമുള്ളവയ്ക്ക് പുറമേ ഓരോ അനുമാനങ്ങൾ കൊണ്ടും ഊഹങ്ങൾകൊണ്ടും മറ്റും ഇസ്ലാംമതത്തിൽ നിയമങ്ങൾ കണക്കിലേറെ വർദ്ധിപ്പിച്ചു.ചുരുക്കത്തിൽ പിൽക്കാലത്ത് ഇസ്ലാംമതത്തിൽ വന്നുകൂടിയ നിയമാധിക്യം നിമിത്തം അതിന്റെ വിശാലത ഇടുക്കമായും സുഗമത കഠിനതയായും പരിണമിച്ചിരിക്കുന്നു. "

നൂതനനടപടി (ബിദ്അത്ത്)കളാണ് ഇസ്ലാമിന്റെ ചൈതന്യത്തെ നശിപ്പിച്ച മറ്റൊരു വസ്തുതയെന്ന ബോദ്ധ്യപ്പെട്ട മൗലവി അക്കാലത്ത് നിലവിലിരുന്ന പല ദുരാചാരങ്ങളേയും അന്ധവിശ്വാസങ്ങളെയും എതിർത്തു. മതത്തിന്റെ വേഷം കെട്ടിയ കപടസന്യാസിമാർ മുസ്ലിംകളുടെയിടയിൽ വലിയ സ്വാധീനം ചെലുത്തിയിരുന്നു. അവർക്ക് ദിവ്യത്വമുണ്ടെന്നും മന്ത്രം, പ്രാർത്ഥന തുടങ്ങിയവ കൊണ്ട് അത്ഭുതങ്ങൾ കാട്ടാൻ കഴിയുമെന്നും പൊതുവിൽ മുസ്ലിംങ്ങൾ വിശ്വസിച്ചിരുന്നു.ഖബറുകളെ പുണ്യസ്ഥലങ്ങളായി ആരാധിക്കുക,ഉൽസവങ്ങളും ആഘോഷങ്ങളും നടത്തുക, നേർച്ചയിടൽ, രോഗശാന്തിക്കും ആഗ്രഹസിദ്ധിക്കും ദിവ്യാത്മാക്കളോട് പ്രാർത്ഥിക്കുക, ആഗ്രഹനിവൃത്തിക്കായി ഭജനമിരിക്കുക, വിളക്കും തിരിയും വയ്ക്കുക എന്നിവയൊക്കെ വക്കം മൗലവിയും അനുയായികളും എതിർത്തു. ഇത്തരം നൂതന നടപടികൾ ഇസ്ലാമിന് നിഷിദ്ധമാണെങ്കിലും കേരളത്തിൽ (ഇന്ത്യയിൽ മറ്റു പലയിടത്തും കാണുന്ന പോലെ) മുസ്ലിങ്ങൾ അറിഞ്ഞോ അറിയാതെയോ ഇതെല്ലാം പിന്തുടർന്നതിന്റെ ചരിത്രപരമായ സാഹചര്യങ്ങളും നാം മനസ്സിലാക്കേണ്ടതുണ്ട്.. ഒരു ഹൈന്ദവസംസ്കൃതിയിൽ ഇസ്ലാം കടന്നുചെല്ലുമ്പോൾ സ്വാഭിവകമായും ചില കൊടുക്കലും വാങ്ങലും സംഭവിക്കും. അതിവിടെ ആചാരമായൊരുതലത്തിൽ കൂടുതൽ സംഭവിച്ചെന്നേയുള്ളൂ. ഇതിനെ പ്രോൽസാഹിപ്പിച്ചതും പരിപോഷിപ്പിച്ചതും സ്വാർത്ഥതൽപര്യക്കാരായ, മതത്തിന്റെ പേരും പറഞ്ഞ് നടന്നിരുന്ന കപടസന്യാസിമാരായിരുന്നു. ഇവർക്ക് ഇസ്ലാമിന്റെ അന്ത:സത്ത എന്താണെന്ന് മനസ്സിലാക്കാനോ അതിന്റെ ധർമ്മാനുശാസനം ഉൾക്കൊള്ളാനോ കഴിഞ്ഞിട്ടില്ല. മതകർമ്മങ്ങളെ ജീവനില്ലാത്ത

വെറും ചടങ്ങുകളാക്കിത്തീർത്തതോടെ മുസ്ലിം സമുദായം സകലവിഷയങ്ങളിലും സകലരുടെയും പിന്നിൽ വീണുപോയി. ചുരുക്കത്തിൽ നിയമാധിക്യം മൂലവും നൂതന നടപടികളിലൂടെയും അവാന്തരമതങ്ങൾ നിമിത്തവും ഇസ്ലാം വികൃതമാക്കപ്പെട്ടിരിക്കുന്ന അവസ്ഥയിൽ നിന്ന് അതിനെ ശുദ്ധീകരിച്ച് പൂർവ്വസ്ഥിതിയിലാക്കി പ്രശോഭിപ്പിക്കുന്നതത്രെ വക്കം മൗലവിയുടെ ഇസ്ലാം മത നവീകരണത്തിന്റെ പ്രധാനലക്ഷ്യം. നവീകരണപ്രവർത്തനങ്ങളുടെ വിവിധവശങ്ങളെ സ്പർശിച്ചുകൊണ്ട് അദ്ദേഹം എഴുതി:

> ഇസ്ലാം മതത്തിന് സംഭവിച്ച വൈകൃതം മുസ്ലിംങ്ങളുടെ ബുദ്ധിയേയും മനസ്സിനേയും ബോധശക്തിയേയും എത്രത്തോളം ക്ഷയിപ്പിച്ചോ അത്രത്തോളം അത് അവരെ ലോകരംഗത്ത് പിൻതള്ളി. മതത്തിന്റെ നവീകരണം കൊണ്ടല്ലാതെ മുസ്ലിംങ്ങൾക്ക് ആത്മീയമായ ഉയർച്ച ഉണ്ടാകുന്നതല്ല. അതുകൊണ്ടല്ലാതെ അവരുടെ മാനസികരോഗം മാറുന്നതുമല്ല. ലൗകികജീവിതത്തിൽ മുന്നോട്ട് പോകാനുള്ള ചലനം അവരുടെ ഇടയിൽ ഉണ്ടാകണമെങ്കിലും മതനവീകരണം കൊണ്ടല്ലാതെ സാധിക്കുന്നതല്ല.

വക്കം മൗലവി അതീവ ഗൗരവത്തോടെ ഏറ്റെടുത്ത മറ്റൊരു വിഷയമാണ് മുസ്ലിം സ്ത്രീകളുടെ പ്രശ്നങ്ങൾ. ഇസ്ലാമിൽ സ്ത്രീകളുടെ പദവി വളരെ താഴ്ന്നതാണെന്നും പുരുഷന് തുല്യമായി സ്ത്രീക്ക് യാതൊരു അവകാശങ്ങളുമനുവദിച്ചു കൊടുത്തിട്ടില്ലെന്നുള്ള പ്രചാരണത്തെ വക്കം മൗലവി എതിർത്തു. സ്ത്രീയും പുരുഷനും ഒരേ വർഗ്ഗക്കാരാണെന്നും മനുഷ്യവർഗ്ഗത്തിനുള്ള ശ്രേഷ്ഠതയ്ക്ക് പുരുഷനോടൊപ്പം തന്നെ സ്ത്രീക്കും അവകാശമുണ്ടെന്നും ഖുർ ആനെ വ്യാഖ്യാനിച്ചുകൊണ്ട് അദ്ദേഹം സ്ഥാപിച്ചു. കടമകൾ മാത്രമല്ലാതെ അവകാശങ്ങളൊന്നുമില്ലാതിരുന്ന സ്ത്രീകൾക്ക് അവർക്ക് അവരുടെ മേലുള്ള കടമകൾക്കൊപ്പം അവകാശങ്ങളുമുണ്ട് എന്ന് ഖുർ ആൻ വിധിച്ചതായി അദ്ദേഹം ചൂണ്ടിക്കാണ്ടി.

മൗലവിയുടെ അഭിപ്രായത്തിൽ അറേബ്യയിലെന്നപോലെ ഇതരദേശങ്ങളിലും സ്ത്രീകൾക്ക് യാതൊരു അവകാശങ്ങളും അനുവദിക്കപ്പെട്ടിട്ടില്ലാതിരുന്ന അക്കാലത്ത് സ്ത്രീകൾക്ക് പുരുഷൻമാരോട് തുല്യവകാശം നല്കുന്ന ഈ വിധി അറേബ്യയിൽ മാത്രമല്ല, ലോകമാസകലം പ്രക്ഷോഭം ഉണ്ടാക്കത്തക്ക പാശ്ചാത്യ സ്ത്രീകൾ നേടിയിരിക്കുന്ന സ്വാതന്ത്ര്യാവകാശങ്ങളൊക്കെ 1300 വർഷങ്ങൾക്ക് മുമ്പു തന്നെ ഇസ്ലാം സ്ത്രീകൾക്ക് നൽകിയിരുന്നതായി മൗലവി

ചൂണ്ടിക്കാട്ടി. എന്നാൽ 'പാശ്ചാത്യർ കേവലം പക്ഷപാതബുദ്ധികൊണ്ട് മറ്റ് പല വിഷയങ്ങളിലെന്നപോലെ തന്നെ സ്ത്രീകളെ സംബന്ധിച്ചും ഇസ്ലാം മതത്തിന്റെ പേരിൽ പല അപവാദങ്ങൾ പരത്തിയിട്ടുണ്ട്. അതുപോലെ അവർ ചെയ്യുന്ന ആക്ഷേപങ്ങളെ ഖണ്ഡിച്ച് സമതത്വത്തിന്റെ യഥാർത്ഥതത്ത്വങ്ങളെ ജനങ്ങൾക്ക് ബോദ്ധ്യപ്പെടുത്തുവാൻ തങ്ങൾക്കുള്ള കടമയെ മുസ്ലിംങ്ങൾ വേണ്ടപോലെ നിർവ്വഹിച്ചു കാണാത്തതിൽ മൗലവി വ്യസനിച്ചു. ഇതിന് കാരണമായി അദ്ദേഹം പറഞ്ഞത് മുസ്ലിംമതപണ്ഡിതൻമാരിൽ നവീനലോകവുമായി ബന്ധമുള്ള മുസ്ലിംകളുടെ അഭാവമാണ്. എന്നാൽ നവീനലോകവുമായി ബന്ധമുള്ള മുസ്ലിംകളിൽ മതപാണ്ഡിത്യവും മതബോധമുള്ളവരും കുറവായിരുന്നു.'

ബഹുഭാര്യത്വം, വിവാഹമോചനം തുടങ്ങിയ വിഷയങ്ങളിൽ നിലവിലിരുന്ന പലധാരണകളും തെറ്റാണെന്ന് മൗലവി പറഞ്ഞു. ബഹുഭാര്യത്വത്തെക്കുറിച്ച് അദ്ദേഹം എഴുതി:

> ഇസ്ലാംമതം സർവ്വസാമാന്യമായി ഉപദേശിക്കുന്നത് ഏകഭാര്യാത്വത്തെയാണെന്നും ബഹുഭാര്യത്വമാർഗ്ഗത്തെ മുഴുവൻ അടച്ചുകളയാതെ ഒരു ഇടുങ്ങിയ വാതിലെങ്കിലും ഇസ്ലാംമതം തുറന്നിട്ടിരിക്കുന്നത് ഒന്നിലധികം ഭാര്യമാരെ വേൾക്കേണ്ട ആവശ്യം ഒരാൾക്ക് നേരിട്ടാൽ അതിന് തീരെ പ്രതിബന്ധമായി നില്ക്കുന്നത് സർവ്വകാലാനുഷ്ഠേയവും പ്രകൃതിയുക്തവുമായ ഒരു മതത്തിന് ഉചിതമല്ലാത്തതാകകൊണ്ടാണെന്നുമുള്ള സംഗതികൾ ഒന്നിലധികം ഭാര്യമാരെ വരിക്കുവാൻ വിചാരിക്കുന്നവർ ഓർക്കേണ്ടതാണ്.

അതുപോലെ വിവാഹമോചനത്തിനുള്ള അനുവാദത്തെ അനുചിതമായി ഉപയോഗപ്പെടുത്തുന്നവരെ മതം കഠിനമായി ദ്വേഷിക്കുന്നതായി വക്കം മൗലവി ചൂണ്ടിക്കാട്ടി. തക്കതായ കാരണം കൂടാതെ വെറും ആവേശം കൊണ്ട് ഭാര്യാത്യാഗം ചെയ്യുന്നവരെ മതം എതിർക്കുന്നതായി ഹദീസുകൾ ഉദ്ധരിച്ചുകൊണ്ട് മൗലവി സമർത്ഥിച്ചു.

സ്ത്രീകളെകുറിച്ച് 'ഇസ്ലാം മതത്തിന്റെ പേരിൽ ദോഷാരോപണം ചെയ്വാൻ പാശ്ചാത്യർക്കും മറ്റുള്ളവർക്കും മുസ്ലിംസ്ത്രീകളുടെ ഇന്നത്തെ സാമുദായിക നിലകൂടി അനുകൂലിച്ചു കൊടുത്തിട്ടുണ്ടെന്ന വസ്തുത' മൗലവി ഓർമിപ്പിച്ചു. സ്ത്രീകളെ അക്ഷരം പഠിപ്പിക്കരുതെന്ന ഒരു വ്യാജഹദീസിനെ മുറുകെ പിടിച്ചുകൊണ്ട് സ്ത്രീകളുടെ സകല അഭിവൃദ്ധിയേയും തടയത്തക്കവിധം ചിലർ ബഹളം കൂട്ടുന്നത് മൗലവി വിമർശിച്ചു. 'സ്ത്രീകൾ പുരുഷൻമാരെപ്പോലെ തന്നെ ബുദ്ധിയുള്ള

വർഗ്ഗമാണെന്നും ദീൻ സംബന്ധമായും ലോകസംബന്ധമായും, അവർക്ക് ആവശ്യമായ പഠിപ്പുകളെ കൊടുക്കണമെന്നുമാണ്' വക്കം മൗലവി വാദിച്ചത്.

വക്കം മൗലവിയുടെ ഇസ്ലാഹി പ്രസ്ഥാനം മുന്നോട്ട് കൊണ്ടുപോവുന്നതിന് ധാരാളം പ്രതിബന്ധങ്ങളുണ്ടായിരുന്നു. യാഥാസ്ഥിതികർ കെട്ടിപ്പൊക്കിയ ശക്തിദുർഗ്ഗങ്ങൾ ഭേദിക്കുക എന്നതുതന്നെ വിഷമം പിടിച്ച പണിയായിരുന്നു.നിരവധി ലേഖനങ്ങളിലൂടെയും സാംസ്കാരികപ്രവർത്തനങ്ങളിലൂടെയും മൗലവി ഈ ദൗത്യം നിറവേറ്റി. ചിറയൻകീഴ് താലൂക്ക് മുസ്ലിം സമാജം, ആലപ്പുഴയിലെ ലജ്നത്തുൽ മുഹമ്മദിയ്യാസംഘം,കൊടുങ്ങല്ലൂരിലെ മുസ്ലിം ഐക്യസംഘം എന്നിവ മൗലവിയുടെ ഇസ്ലാഹി പ്രസ്ഥാനത്തെ വളരെയധികം പ്രോൽസാഹിപ്പിച്ച സംഘടനകളായിരുന്നു. യാഥാസ്ഥിതികർ കെട്ടിപ്പടുത്ത നെടുംകോട്ടകളെ തകർത്തുകൊണ്ട് മുസ്ലിം ബാലികാബാലൻമാർ ആദ്യമായി വിദ്യായലങ്ങളിൽ പോയിത്തുടങ്ങിയതും ഉന്നത വിദ്യാഭ്യാസത്തിന് അവർ തയ്യാറായതും വക്കം മൗലവിയുടെ അശ്രാന്തപരിശ്രമം കൊണ്ടാണ്. അതുപോലെ അറബി ഭാഷാ പഠനപരിഷ്കരണത്തിന് മൗലവി സ്വീകരിച്ച വഴികൾ വളരെ ശാസ്ത്രീയവും കാലോചിതവുമായിരുന്നു. സർക്കാരിനെ കൊണ്ട് അറബിഭാഷാഭ്യസനം പൊതുവിദ്യാലയങ്ങളിലെ പാഠ്യപദ്ധതിയിൽ ഉൾപ്പെടുത്തിയത് വക്കം മൗലവി ചെയ്ത മറ്റൊരു സേവനമായിരുന്നു. വാസ്തവത്തിൽ അറബിഭാഷാഭ്യസനം തുടങ്ങിയതോടെ വിദ്യാവിമുഖരായിരുന്ന മുസ്ലിംകൾ തങ്ങളുടെ കുട്ടികളെ പൊതുവിദ്യാലയങ്ങളിലേക്കയക്കാൻ തയ്യാറായി.

മുസ്ലിം നവോത്ഥാനത്തിന് നാന്ദി കുറിച്ച ഈ സംരഭങ്ങൾ ഏതാണ്ട് മൂന്ന് പതിറ്റാണ്ടോളം നീണ്ടുനിന്നു. മതനവീകരണയത്നങ്ങൾക്ക് മൗലവിയെ തുണച്ച സംഘടനകളും വ്യക്തികളും കാലാന്തരത്തിൽ മറ്റ് സാമൂഹിക രാഷ്ട്രീയ പ്രവർത്തനമേഖലകളിലേക്ക് തിരിഞ്ഞതോടെ ഇസ്ലാഹി പ്രസ്ഥാനത്തിന്റെ ഗതീയതയ്ക്ക് മങ്ങലേറ്റു. ഇത് യാഥാസ്ഥിതികരുടെ തിരിച്ചുവരവിന് ഇടയാക്കുകയും വക്കം മൗലവി എന്തിനെയെല്ലാം എതിർത്തുവോ അതെല്ലാം പൂർവ്വാധികം ശക്തിയോടെ പുനഃസ്ഥാപിക്കപ്പെടുകയും ചെയ്തു.എന്നാൽ വിദ്യാഭ്യാസരംഗത്തും മറ്റ് സാമൂഹിക-സാംസ്കാരിക രംഗങ്ങളിലും മുസ്ലികൾ ഇന്ന് നേടിയിരിക്കുന്ന അഭ്യുന്നതിക്ക് ഇടയാക്കിയ ഇസ്ലാഹിപ്രസ്ഥാനത്തിന്റെ കേന്ദ്രവിഷയങ്ങൾ പാടെ വിസ്മരിക്കപ്പെട്ടിരിക്കുന്നു. ഇസ്ലാമിനെക്കുറിച്ച് പൊതുവിലും ശരീഅത്തിനെക്കുറിച്ച്

പ്രത്യേകിച്ചും ഇപ്പോൾ ഉന്നയിക്കപ്പെട്ടിരിക്കുന്ന ആക്ഷേപങ്ങളുടെ പശ്ചാത്തലത്തിൽ വക്കം മൗലവി 62 വർഷം മുമ്പ് നൽകിയ വ്യാഖ്യാനങ്ങളും വിശകലങ്ങളും പ്രസക്തമാണ്. കാലദേശവ്യത്യാസമനുസരിച്ച് ലൗകികനിയമങ്ങൾ മാറേണ്ടതുണ്ടെന്ന മൗലവിയുടെ കണ്ടെത്തലും ഇജ്തിഹാദിന്റെ വാതിലുകൾ എല്ലാ കാലത്തും തുറന്നിടേണ്ടതാണെന്ന അദ്ദേഹത്തിന്റെ നിരീക്ഷണവും മതമൗലികവാദം (അഥവാ യാഥാസ്ഥിതിക-മൂലതത്വവാദം) ശക്തി പ്രാപിച്ചുവരുന്ന ഈ കാലഘട്ടത്തിൽ ചിന്താർഹങ്ങളായ വിഷയങ്ങളാണ്.

●

www.ingramcontent.com/pod-product-compliance
Lightning Source LLC
LaVergne TN
LVHW100550051026
849519LV00003B/895
* 9 7 8 9 3 8 5 8 9 9 8 1 2 *